மரியா ரோஸா ஹென்ஸன்

லோலா ரோஸா (ரோஸாப் பாட்டி) என அனைவராலும் அழைக்கப்பட்டவரும், இந்த சுயசரிதை நூலை எழுதியவருமான திருமதி. மரியா ரோஸா ஹென்ஸன் பிலிப்பைன்ஸ் தேசத்தவர். 1927ஆம் ஆண்டு டிசம்பர் மாதம் ஐந்தாம் தேதி பிறந்த இவர் சிறுமியாக இருந்தபோது, இரண்டாம் உலகப் போர்க் காலத்தில் ஜப்பானிய ஏகாதிபத்தியப் படையினரால் பாலியல் அடிமையாகத் தடுத்து வைக்கப்பட்டு சித்திரவதைகளை அனுபவித்தவர். அவ்வாறு தடுத்து வைக்கப்பட்டிருந்த அனைத்துப் பெண்களுக்காகவும் ஜப்பான்வரை சென்று நீதி கேட்டுப் போராடிய மனோதிடம் மிக்க பெண்மணியாக உலகம் முழுவதும் அறியப்படும் இவர் 1997ஆம் ஆண்டு ஆகஸ்ட் மாதம் பதினெட்டாம் தேதி தனது அறுபத்தொன்பது வயதில் பிலிப்பைன்ஸில் காலமானார்.

எம். ரிஷான் ஷெரீப்

எம். ரிஷான் ஷெரீப் இலங்கையைச் சேர்ந்த தமிழ் எழுத்தாளரும், கவிஞரும், ஊடகவியலாளரும், மொழிபெயர்ப்பாளரும் ஆவார். நாவல், கவிதை, சிறுகதை, கட்டுரை, புகைப்படம் ஆகிய துறைகளில் பங்களிப்பு செய்து வரும் இவர் சிங்களம், ஆங்கிலம் ஆகிய மொழிகளிலிருந்து தமிழுக்கு மொழிபெயர்ப்புகளையும் மேற்கொண்டு வருகிறார். இந்த நூல்களுக்காக இவர் இதுவரையில் இலங்கை அரச சாகித்திய விருது, கொடகே இலக்கிய விருது, துரைவி விருது, இந்தியா வம்சி விருது, கனடா இயல் விருது, இந்தியா வாசகசாலை விருது போன்ற முக்கியமான விருதுகளை வென்றுள்ளார். இவரது படைப்புகள் சிங்களம், ஆங்கிலம், மலையாளம் ஆகிய மொழிகளில் மொழிபெயர்க்கப்பட்டு வெளியாகியுள்ளன.

தொடர்புக்கு – mrishansh@gmail.com

ஊழின் அடிமையாக

வேட்கை தணிக்கும் பெண்ணின் சுயசரிதை

மரியா ரோஸா ஹென்ஸன்

தமிழில்:

எம். ரிஷான் ஷெரீப்

எதிர்
வெளியீடு

ஊழின் அடிமையாக

வேட்கை தணிக்கும் பெண்ணின் சுயசரிதை

மரியா ரோஸா ஹென்ஸன்

தமிழில்: எம். ரிஷான் ஷெரீப்

முதல் பதிப்பு: ஜூலை 2023

எதிர் வெளியீடு,
96, நியூ ஸ்கீம் ரோடு, பொள்ளாச்சி - 642 002
தொலைபேசி: 04259 226012, 99425 11302

விலை: ரூ. 275

Comfort Women
Maria Rosa Henson
Translated by M. Rishan Shareef

Copyright © M. Rishan Shareef

First Edition: July 2023

Published by
Ethir Veliyeedu, 96, New Scheme Road, Pollachi - 2
email: ethirveliyedu@gmail.com
www.ethirveliyeedu.com

ISBN: 978-81-964050-7-6
Cover Design: Santhosh Narayanan
Printed at Jothy Enterprises, Chennai.

All rights reserved. No part of this book may be reprinted or reproduced or utilised in any form or by any electronic, mechanical or other means, now known or hereafter invented, including photocopying and recording, or in any information storage or retrieval system, without permission in writing from the publisher.

இரண்டாம் உலகப் போர்க் காலத்தில்
ஜப்பானிய இராணுவத்தின் கீழ்
பாலியல் அடிமையாகத் தடுத்து வைக்கப்பட்டு
விபச்சாரம் செய்ய நிர்ப்பந்திக்கப்பட்ட
ஒரு பிலிப்பினோ பெண்ணின் சுயசரிதை

சமர்ப்பணம்

இறுதிவரை போராடியும்
நீதி கிடைக்காமலே மரித்துப் போன அன்புக்குரிய
மரியா ரோஸா ஹென்ஸனுக்கும்,
உலகம் முழுதும் இப்போதும்
அடிமைகளாகவே வாழ்ந்து கொண்டிருக்கும்
அனைத்துப் பெண்களுக்கும்!

பொருளடக்கம்

வேட்கை தணிப்பு நிலையங்களின் நிஜக் குரூர சொரூபம்	11
வாழ்க்கை முழுதும் தொடரும் கொடுங்கனவுகள்	16
முன்னுதாரணப் பெண்	19
உலகத்தால் புறக்கணிக்க முடியாத பெண்களின் குரல்கள்	21
01. எனது தாய் ஜூலியா	41
02. எனது பால்யகாலம்	57
03. தொடங்கியது யுத்தம்	73
04. வேட்கையைத் தணிக்கும் பெண்கள்	93
05. வலியும், மீட்சியும்	114
06. எனது திருமண வாழ்க்கை	133
07. ஒற்றைத்தாய்	160
08. இரகசியங்கள் பகிரங்கமாகுதல்	169
மரியா ரோஸா ஹென்ஸனின் விளக்கப்படங்கள்	186

வேட்கை தணிப்பு நிலையங்களின் நிஜக் குரூர சொரூபம்

ஜப்பானிய மொழிச் சொல்லான 'இயன்ஃபு' எனும் சொல்லே இங்கு என்னால் வாசிப்பமைதிக்கு வேண்டியும், வாசிப்பை இடையூறு செய்யாத விதத்திலும் நூலில் 'வேட்கை தணிக்கும் பெண்கள்' எனும் பதமாக எடுத்தாளப்பட்டுள்ளது. ஆங்கிலத்தில் இந்த ஜப்பானியச் சொல்லை 'Comfort women' என்கிறார்கள். அதன் நேரடி அர்த்தமாக 'ஆறுதல் பெண்கள்' என்று தமிழில் குறிப்பிடலாம். என்றாலும் 'ஆறுதல்' எனும் சொல்லின் அர்த்தத்திற்கும், 'ஆறுதல் பெண்கள்' என்று எளிதாகக் குறிப்பிடப்பட்ட இந்தப் பெண்கள் அனுபவித்த கொடூரமானதும், குரூரமானதுமான சித்திரவதைகளுக்கும் இடையில் பாரியளவு வேறுபாடு காணப்படுகிறது.

அந்த வேறுபாட்டைக் கருத்தில் கொண்டு, இந்த நூலை நீங்கள் முழுமையாக வாசித்துப் பார்த்தால் இந்தப் பெண்களை 'ஆறுதல் பெண்கள்' என்றோ, இவர்கள் தடுத்து வைக்கப்பட்டிருந்த இடங்களை 'ஆறுதல் நிலையங்கள்' என்றோ அழைப்பது சிறிதும் பொருத்தமற்றது என்பதை உங்களால் புரிந்துகொள்ள முடியும். ஜப்பானிய இராணுவத்தின் பாலியல் அடிமை முறையில் பாதிக்கப்பட்டவர்களைக் குறிக்கும் 'Comfort women' எனும் ஆங்கிலச் சொல் கூட 1990களில் இருந்து, பல தசாப்தங்களாக சர்வதேச விவாதங்கள், வரலாற்று ஆராய்ச்சிகள், சட்ட சொற்பொழிவுகள் மற்றும் பல வாத விவாதங்களுக்குப் பிறகே வேறுவழியின்றி அங்கீகரிக்கப்பட்டுள்ளது.

நான் மேலே குறிப்பிட்ட ஜப்பானிய மொழிச் சொல்லின் நேரடித் தமிழ்மொழிபெயர்ப்பாக 'பாலியல் அடிமை' என்பதைக் குறிப்பிடலாம். என்றாலும், அந்த வார்த்தைகள் நூலில் தொடர்ச்சியாக வருவது நன்றாக இருக்காது என்ற காரணத்துக்காகவும், அது பாதிக்கப்பட்ட பெண்களை அவமதிக்கும் சொல்லாடலாக அமைந்து விடக் கூடும் என்பதற்காகவுமே 'வேட்கை தணிக்கும் பெண்கள்' என்ற சொல்லாடலை இந்த நூலில் பயன்படுத்தியிருக்கிறேன்.

ஜப்பானின் இந்த 'வேட்கை தணிக்கும் பெண்கள்' அமைப்பை, செல்வாக்குமிக்க மூன்று ஐ.நா. விசாரணை அறிக்கைகள் 'இராணுவ பாலியல் அடிமைத்தன'மாக வகைப்படுத்துவதற்கு முன்பே, போர்க் காலத்தில் அந்தப் பெண்கள் மீது இராணுவத்தினரால் பிரயோகிக்கப்பட்ட சகிக்க முடியாத துஷ்பிரயோகம் பற்றிய விபரங்கள் புலனாய்வு அறிக்கைகள் மூலம் உலகம் முழுவதும் வெளிப்படுத்தப்பட்டதோடு, அந்தத் தகவல்கள் உலகில் பெரும் தாக்கத்தை ஏற்படுத்தத் தொடங்கின.

ஆசியாவில் 1930ஆம் ஆண்டிலிருந்து 1945ஆம் ஆண்டு வரையான பதினைந்து வருட காலங்களில் மாத்திரம் ஜப்பானிய ஏகாதிபத்திய இராணுவத்தால் பல நூறாயிரக்கணக்கான இளம்பெண்களும், சிறுமிகளும் இவ்வாறாக 'பாலியல் வேட்கை தணிக்கும் பெண்களாக' மாற்றப்பட்டு பாலியல் துஷ்பிரயோகங்களுக்கு உட்படுத்தப்பட்டிருக்கிறார்கள். போர்ப் பகுதிகளிலும், ஆக்கிரமிக்கப்பட்ட பகுதிகளிலும் ஜப்பானியத் துருப்புகளால் கடத்தப்பட்டுத் தடுத்து வைக்கப்பட்டிருந்த பெண்களும் கொடூரமான துஷ்பிரயோகங்களுக்கு உட்படுத்தப்பட்டதோடு, அந்தப் பகுதிகளில் அதிக இறப்பு விகிதமும் காணப்பட்டது.

போரின் போது தமது எதிரிகளைக் கொடூரமாக நடத்துவதும், கொல்வதும் சாதாரணமான ஒன்று என்பதுவும், அது ஏற்றுக் கொள்ளப்படக் கூடியதே என்பதுவும் ஜப்பானியத் துருப்புகளிடையே பரவலாகக் காணப்பட்ட ஒரு நம்பிக்கையாகும். அந்தக் கருதுகோளுக்கேற்பவே போரின் போது பிடிக்கப்பட்ட அல்லது சரணடைந்த பலரும், அதிலும் குறிப்பாக பெண்கள் பாலியல் துஷ்பிரயோகத்துக்கு உள்ளாக்கப்பட்டார்கள். பலரும் அப்போதே கொல்லப்பட்ட போதிலும், மேலும் பல பெண்கள் தீராக் காயங்களின் விளைவாக பின்னர் இறந்தார்கள்.

ஒரு சிலருக்கு தப்பிக்க முயன்றதற்குத் தண்டனையாக ஜப்பானியப் படையினரால் மரண தண்டனை வழங்கப்பட்டதோடு, படையினர்களது கேளிக்கைக்காகவும், பயிற்சிக்காகவும், பரிசோதனைக்காகவும், இச்சைக்காகவும் கூட பல பெண்கள் சித்திரவதை செய்யப்பட்டுக் கொல்லப்பட்டிருக்கிறார்கள். ஜப்பானிய இராணுவமானது, தான் செய்த குற்றங்களின் ஆதாரங்களை அழிப்பது என்ற பெயரிலும் கூட போரின் இறுதிக் காலத்தில் பலரைக் கொன்றழித்திருக்கிறது. இவை அனைத்துமே தெளிவான போர்க் குற்றங்களாகும்.

இரண்டாம் உலகப் போரின் இறுதியில் ஜப்பானிய இராணுவமானது தமது போர்க் குற்றங்களோடு சம்பந்தப்பட்ட ஆவணங்களை வேண்டுமென்றே அழித்தது. அத்தோடு ஜப்பான் ஆக்கிரமித்திருந்து விட்டுச் சென்ற நாடுகளில் உயிர் தப்பியிருந்த 'வேட்கை தணிக்கும் பெண்கள்' குறித்து உடனடியாக உரிய நாடுகளின் அரசாங்கங்கள் முழுமையான விசாரணையை மேற்கொள்ளாததால் அவர்களுக்கு எவ்வித நீதியையும் பெற்றுக் கொள்ள முடியாமல் போயிருக்கிறது. அவ்வாறே, உயிர் பிழைத்த, பாதிக்கப்பட்ட பெண்கள் எதிர்கொள்ள நேர்ந்த சமூக மற்றும் அரசியல் ஒடுக்குமுறைகளும் கூட அந்தப் பெண்களை அவ்வளவு காலமும் மௌனமாகவே வைத்திருந்தது.

ஜப்பானிய இராணுவமானது போர்க் காலத்தில் பெண்களை 'வேட்கை தணிக்கும் நிலைய'ங்களுக்கு பலவந்தமாகக் கடத்திக் கொண்டு சென்றதா, இல்லையா என்பதைக் குறித்து பல விவாதங்கள் நடைபெற்றிருக்கின்றன. என்றாலும், ஜப்பானிய அரசாங்கமோ ஜப்பானிய இராணுவம் பெண்களை அவ்வாறான 'பாலியல் அடிமை'களாக மாற்றவேயில்லை என்றே தொடர்ந்தும் மறுத்து வந்தது. 1992ஆம் ஆண்டில் வரலாற்றுப் பேராசிரியர் யொஷிமி யொஷிஅகி ஜப்பானின் உத்தியோகபூர்வ போர் ஆவணங்களைக் கண்டுபிடித்து உலகுக்கு உண்மையை வெளிப்படுத்தும்வரை இந்த நிலைமையே நீடித்திருந்தது.

முன்னாள் ஜப்பானிய இராணுவமும், கடற்படையும் தமது சொந்த இச்சைகளைத் தீர்த்துக் கொள்வதற்காக ஆசிய நாடுகளில் இந்த 'வேட்கை தணிக்கும் பெண்கள்' எனும் அமைப்பை உருவாக்கியமை அந்த ஆவணங்களின் மூலம் நிரூபணமாகியது. அத்தோடு 'வேட்கை தணிப்பு நிலையங்கள்' எங்கெல்லாம் நிறுவப்பட வேண்டும், அவற்றுக்கு எந்தெந்தக் கட்டடங்கள் பயன்படுத்தப்பட வேண்டும்,

அவற்றுக்கான ஒழுங்குமுறைகள், கட்டுப்பாடுகள் போன்றவற்றோடு பெண்களை எப்படி அங்கு கொண்டு வருவது, அந்தப் பெண்கள் எவ்வாறான விடயங்களைச் சகித்துக் கொள்ள வேண்டும் போன்றவை பற்றிய விபரங்களெல்லாம் அந்த ஆவணங்களின் மூலம் தெரிய வந்தன.

ஆவணங்கள் கண்டுபிடிக்கப்பட்டதன் பிறகு, உரிய ஆதாரங்கள் கிடைத்து விட்டதனால் ஜப்பானிய அறிஞர்கள், சட்டவல்லுநர்கள் உள்ளிட்ட பலரும் பாதிக்கப்பட்ட பெண்களுக்காக குரல் எழுப்பத் தொடங்கினார்கள். ஜப்பானுக்கு வெளியேயும் பல்வேறு நாடுகளைச் சேர்ந்த அறிஞர்களும், சட்ட வல்லுநர்களும், மனித உரிமை ஆர்வலர்களும் இன்னும் பலரும் ஜப்பானின் போர்க் கால 'வேட்கை தணிக்கும் பெண்கள்' அமைப்பை 'கட்டாய விபச்சாரம்' என்றும், 'இராணுவ பாலியல் அடிமைப்படுத்தல்' என்றும் குறிப்பிட்டதோடு, அதற்கு எதிராகக் குரல் எழுப்பவும் செய்தார்கள்.

என்றாலும் ஜப்பான் அதைத் தொடர்ந்தும் மறுத்து வந்தது. அந்தப் பெண்களை 'வெறும் இராணுவ விபச்சாரிகள்' என்றது. அந்தக் கூற்றானது, இன்றும் கூட உள்நாட்டு மற்றும் சர்வதேச அதிகார வரம்புகளில் நீதியைக் கோரும் பெண்களுக்கு ஒரு தொடர்ச்சியான நீதித்துறை தடையை உருவாக்கியுள்ளது.

போர்க் காலங்களில் நிகழ்த்தப்படும் இவ்வாறான பாலியல் வன்முறைகளைப் பற்றி பேராசிரியரும், ஆய்வாளருமான நிக்கோலா ஹென்றி பின்வருமாறு குறிப்பிடுகிறார்.

'ஆசியா முழுவதும் வேட்கை தணிக்கும் நிலையங்களை நிறுவுவதும், பின்னர் அவற்றில் பெண்களைத் தடுத்து வைத்து அவர்களை இராணுவ விபச்சாரிகள் என்று முத்திரை குத்துவதும் பாலியல் அடிமைத்தனத்தின் கண்டிக்கத்தக்க செயல்களாகும். இவ்வாறு செய்வது அந்த மோசமான செயல்கள் அனைத்தும் பாதிக்கப்பட்டவர்களின் முழு ஒத்துழைப்போடும், பங்களிப்போடும் நடைபெற்றதாகச் சித்தரிக்க எடுத்துக் கொள்ளும் முயற்சிகளாகும்' என்று அவர் சுட்டிக் காட்டியிருக்கிறார்.

ஜப்பானிய இராணுவ 'வேட்கை தணிப்பு நிலைய'த்தில் தனக்கு ஏற்பட்ட குரூர அனுபவங்களோடு, பெண்களின் வாழ்க்கையானது எவ்வாறெல்லாம் வரையறுக்கப்படுகின்றன என்பதையே பிலிப்பைன்ஸ் தேசத்துப் பெண்ணான மரியா

ரோஸா ஹென்ஸனின் இந்த சுயசரிதை நூல் எடுத்துக் கூறுகிறது. அதனாலேயே இந்த நூலை மொழிபெயர்க்கத் துணிந்தேன். இந்த நூலில் இடம்பெற்றிருக்கும், போருக்கு முன்னர் அவர்கள் பட்ட கஷ்டங்களும், போர்க் காலத்திலும், அதற்குப் பின்னரும் அவர்கள் தொடர்ந்து அனுபவித்த துயரங்களும், நீதிக்கான போராட்டமும் நமக்கும் முக்கியமான படிப்பினைகளாகவே அமைந்திருக்கின்றன.

இந்த நூலை முழுமையாக வாசித்தீர்களானால், போர்க் கால ஜப்பானிய இராணுவத்தின் வேட்கை தணிப்பு நிலையங்களின் நிஜக் குரூர சொரூபத்தை உங்களாலும் உணர்ந்து கொள்ள முடியும். அடுத்தடுத்த பக்கங்களில் இடம்பெற்றிருக்கும் திறனாய்வாளர் சரவணன் மாணிக்கவாசகம், மூல நூலின் பதிப்பாளர் ஷைலா மற்றும் ஆய்வாளர் யூகி தனகா ஆகியோரின் விரிவான குறிப்புகள் இந்த இராணுவக் கொடூரத்தைக் குறித்து மேலும் பல விடயங்களை உங்களுக்குத் தெளிவுபடுத்தும்.

நண்பர் சரவணன் மாணிக்கவாசகம் அவர்களுக்கும், இந்த நூலை வெளியிடும் நண்பர் அனுஷுக்கும், அட்டைப்படம் மற்றும் நூல் தயாரிப்புப் பணிகளை மேற்கொண்ட எதிர் வெளியீடு பதிப்பகத்தாருக்கும் எனது மனமார்ந்த நன்றியும், அன்பும் என்றும் உரித்தாகும்.

– எம். ரிஷான் ஷெரீப்

25.06.2023

வாழ்க்கை முழுதும் தொடரும் கொடுங்கனவுகள்

வரலாறானது, எப்போதுமே எந்தக் கண்ணாடியை அணிந்து பார்க்கிறோமோ அதற்கேற்ப, நிகழ்வை யாருக்கு வேண்டுமானாலும் சாதகமாக்குவது. ஜப்பான் மேல் அமெரிக்கா ஈவிரக்கமில்லாமல் குண்டுகள் போட்டது என்பதில் அவர்கள் மேலிருந்த பரிதாபம், பின்னர் சீன இலக்கியங்கள், சிங்கப்பூரில் ஜப்பானியர்கள் செய்த கொடுமைகளைப் படித்த பிறகு குறைய ஆரம்பித்தது.

இந்த நூல் மற்றுமொரு கொடுமையை எடுத்துச் சொல்கிறது. கிட்டத்தட்ட இரண்டு லட்சம் பெண்கள் ஜப்பானிய ராணுவவீரர்களுக்குப் பாலியல் அடிமைகளாகப் பணியாற்றியிருக்கிறார்கள். 'Comfort woman - ஆறுதல் பெண்' என்பது நாகரீகமான சொற்பிரயோகம். மரியா பாலியல் அடிமையான போது அவரது வயது பதினாறு. இரண்டாம் உலகப்போரின் போது நடந்த இந்தக் கொடூரத்தை முதன்முதலாக வெளிக்கொணர்ந்தவர் மரியா.

நாஸிகளைப் போலவே சரணடையும் முன் இதுகுறித்த எல்லா ஆவணங்களையும் ஜப்பானிய ராணுவம் அழித்து விடுகிறது. பின்னர் போர்க்குற்றங்கள் குறித்த அறிக்கையில் கிட்டத்தட்ட நானூறு Comfort stations இயங்கியதாகச் சொல்லப்படுகிறது. கொரியா, தைவான், இந்தோனேஷியா, பிலிப்பைன்ஸ், சீனா, மலேயா ஆகிய நாடுகளில் இருந்து பெண்கள் கொண்டு செல்லப்பட்டிருக்கிறார்கள்.

சீனாவில் ஜப்பானிய வீரர்களால், குடும்பப்பெண்கள் மேல் நடத்தப்பட்ட பாலியல் அத்துமீறல்கள் உலகளவில் பேசப்பட்டதும், அது போன்ற நிகழ்வுகளைக் குறைக்க, வீரர்களுக்கு நோய் தொற்றாமல் பாதுகாக்க என்பது

போன்ற காரணங்களுக்காக ராணுவமே நடத்திய விபச்சார விடுதிகள் இவை.

ஏழைக் குடும்பத்தைச் சேர்ந்த பெண்களுக்கு ஜப்பானில் நல்ல வேலைவாய்ப்பு என்று பொய் வாக்குறுதிகளை நம்பிச் சென்ற பெண்கள் அவர்கள். பிலிப்பைன்ஸிலோ கெரில்லாக்களைப் பிடிக்க என்று படையினர் தூக்கிச் சென்ற பெண்களும் உண்டு.

அந்தப் பெண்களின் சராசரி வயது 17. அதிகாரபூர்வமாக இருந்ததில் வயது குறைந்த பெண்ணின் வயது 10. ஒரு பெண் நாளொன்றுக்கு, ஐந்தில் இருந்து பத்து வீரர்களை திருப்தி செய்ய வேண்டும். அதற்கு பணம் எதுவும் கிடையாது. சமையல் செய்வது, சுத்தப்படுத்துதல் மற்றும் இதரவேலைகளை ஓய்வுநேரத்தில் பார்க்க வேண்டும்.

மரியாவின் தாய் ஜூலியா சிறுவயதிலேயே குடும்பத்தைக் காப்பாற்ற வேலைக்குச் செல்கிறாள். காலையும், மாலையும் தேவாலயத்திற்குச் செல்லும் தீவிர அர்ப்பணிப்புள்ள கிறிஸ்தவ பக்தரான, ஜூலியாவின் தாத்தா வயதுள்ள தொன் பெப்பே ஏன் ஜூலியாவை பாலியல் வல்லுறவு செய்ய வேண்டும்?

அது எப்போதும் அப்படித்தான், கடவுளை நம்பாதவர்களுக்கு விழிப்புணர்வு என்பது பெரிது. கடவுளை நம்புபவர்கள் கொலை கூட செய்து விட்டு மண்டியிட்டுக் கடவுளே என்னை மன்னித்துவிடு என்று கதறி அழலாம். ஆண்டவர் அவர்கள் பாவங்களை வாங்கிக் கொள்வார். ஆனால் ஜூலியாலின் தாயும் கூட பணத்திற்காக நீ இணங்கித்தான் ஆக வேண்டும் என்று நிர்ப்பந்திப்பது இங்கு கொடுமையான விஷயம். தொன் பெப்பேக்கு முறைகேடாகப் பிறந்தவரே மரியா.

மரியா பிலிப்பைன்ஸ் கெரில்லாக்களுக்கு மருந்து, உணவு, ஆயுதம் கொண்டு செல்ல உதவுகிறாள். ஒரு நாளில் ஜப்பானிய வீரர்களால் பிடிக்கப்பட்டு, பாலியல் அடிமை ஆகிறாள். முதல்நாள் அவளிடம் இருபத்து நான்கு ஜப்பானிய வீரர்கள் வல்லுறவு கொள்கிறார்கள். அப்போது மரியாவுக்கு வயது பதினாறு. இன்னும் பருவம் எய்தவில்லை. அதனால் ஜப்பானியருக்கு அனுகூலம் என்னவென்றால் மற்றப் பெண்களுக்கு அளிக்கும், நான்கைந்து நாட்கள் மாதாந்திர விடுமுறையை மரியாவிற்கு தர வேண்டியதில்லை.

ஆங்கிலேயர்கள் நைஜீரியாவில் ஒரு கிராமத்தைத் தீயிட்டுக் கொளுத்தி எல்லோரையும் கொன்றது போலவே, ஜப்பானியர்கள் கிராமம் முழுதையும் கெரில்லாக்கள் இருப்பார்கள் என்ற சந்தேகத்தில் தீக்கிரையாக்குகிறார்கள். கூடுதலாக இயந்திரத் துப்பாக்கியை வைத்துக் கொண்டு, தீயில் தப்பிப்பவர்களைச் சுடுகிறார்கள்.

ஒன்பது மாதங்கள், மரியா பாலியல் அடிமையாக இருந்திருக்கிறார். அதற்குள் ஆயிரக்கணக்கான ஜப்பானிய வீரர்கள் அவரது உடலை உபயோகித்திருக்கிறார்கள். அது மட்டுமல்லாமல், அவர்கள் திருப்தி ஏற்படாத போது, செயற்பட முடியாமல் போகும் போது அடி, உதை, தலையைப் பிடித்து சுவற்றில் மோதுதல், பட்டினி போடுதல் போன்ற கொடுமைகளும் அரங்கேறியிருக்கின்றன.

ஒருமுறை எதிர்பாராத பாலியல் வல்லுறவு நடந்தாலே அந்தக் கொடுங்கனவுகள் வாழ்க்கை முழுதும் தொடர்ந்து வருகின்றன என்று பெண்கள் சொல்லி இருக்கிறார்கள். இது போன்று நடந்த பெண் அதில் இருந்து மீண்டுவர எவ்வளவு மனத்திடம் வேண்டியிருக்கும்?!

மணவாழ்க்கையிலும் இவருக்கு ஏமாற்றம். முப்பத்து நான்கு வருடங்கள் ஒரு புகையிலைக் கம்பெனியில் சுத்திகரிப்பாளராக வேலை பார்த்து, கடைசி நாட்களில் தைரியமாக முன்வந்து தனக்கு நடந்த அநீதியை பொதுவில் வைத்திருக்கிறார். பின் பல பெண்கள் தைரியமாக இவரைப் பின் தொடர்ந்திருக்கிறார்கள்.

இவர் தனது மகளிடம் 'நான் நடந்ததை வெளியே சொல்லலாமா?' என்று கேட்டதற்கு மகளின் மறுமொழி,

'அம்மா உன்னை நான் மிகவும் நேசிக்கிறேன். உனது கடந்த காலம் எவ்வளவு இருண்மையானதாக இருந்தாலும் எனக்குக் கவலையில்லை'.

இவர் வெளியே சொன்னதன் பிறகு இவரது பதினான்கு வயதுப் பேத்தியிடம் அண்டைவீட்டார் சொன்னது,

'உன் பாட்டி நல்ல பலசாலிதான். ஒரு படையையே சமாளித்திருக்கிறார்'.

– சரவணன் மாணிக்கவாசகம்
07.04.2023

முன்னுதாரணப் பெண்

இந்த சுயசரிதையை ரோஸா ஹென்ஸன் ஒரு வருட காலமாக தனது கையாலேயே காகிதங்களில் எழுதித் தந்தார். கடந்த கால ஞாபகங்களை மீட்டெடுக்கும்போது அந்த நினைவுகள் அனைத்தும் தனது ரணங்களை மீண்டும் மீண்டும் புதுப்பித்ததால் அழுதவாறேதான் தான் இதை எழுதியதாக அவர் குறிப்பிட்டார். என்றாலும் தனது கதையை வெளியே கூற வேண்டும் என்பதில் அவர் உறுதியாக இருந்தார்.

கியோட்டோ பல்கலைக்கழகத்தில் பணியாற்றும் வரலாற்றுப் பேராசிரியரான யூகி ஷிகா ஃபுஜிமிதான் ரோஸாப் பாட்டியை அவரது சுயசரிதையை எழுதுமாறு ஊக்குவித்தவர். அவர் எழுதித் தரும்வரை பொறுமையாக இருந்தவரும், எழுதிக் கொடுத்த பிறகு முதல் வரைவைப் பார்த்தவரும் அவர்தான். யூகி ஜப்பானிய மொழியில் இந்தச் சுயசரிதையை மொழிபெயர்த்ததோடு, ஜப்பானில் 1996ஆம் ஆண்டு ஜனவரியில் இந்த நூலை ஜப்பான் மொழியில் வெளியிட்டார்.

ரோஸாப் பாட்டி 1995ஆம் ஆண்டின் இறுதியில் அவரது இந்த நூலின் கையெழுத்துப் பிரதியை எம்மிடம் காண்பித்த வேளையில், இது மிகப் பெறுமதியான ஒரு படைப்பு என்பதை உடனடியாக நாங்கள் கண்டுகொண்டோம். அவரது கையெழுத்துப் பிரதியில் சில திருத்தங்களை நாங்கள் செய்து கொடுத்ததோடு, வாசிக்க எளிதாக இருக்கும்விதத்தில் பாகங்களாகவும் பிரித்துக் கொடுத்தோம்.

என்றாலும், இந்த நூலின் கட்டமைப்பும், மொழியமைப்பும், உவமைகளும் என அனைத்துமே ரோஸாப் பாட்டியுடையவை. இந்த நூலில் இடம்பெற்றுள்ள

விளக்கப்படங்களும் கூட முற்றுமுழுதாக அவருடையவையே. இந்த நூலுக்கு 'ஊழின் அடிமை' என்ற உப தலைப்பு இடலாம் என்றும் அவர்தான் குறிப்பிட்டார்.

இந்த நூல் ரோஸா ஹென்ஸன் எனும் பெண்ணின் மன தைரியத்தையும், உயிர் வாழ்தலுக்கான மன உறுதியையும் வெளிப்படுத்துகிறது. அந்தப் பெண்ணின் சுயசரிதமானது, நம்மை ஆழமாக நெகிழ வைக்கக் கூடியது. சிறந்த மன வலிமை கொண்ட அந்தப் பெண் நம் அனைவருக்கும் முன்னுதாரணமாகத் திகழ்கிறார் என்பதோடு உத்வேகமும் அளிக்கிறார்.

- ஷைலா எஸ்.கொரனல்
(மூல நூலின் பதிப்பாளர்)

உலகத்தால் புறக்கணிக்க முடியாத பெண்களின் குரல்கள்

ஜப்பானிய ஏகாதிபத்தியப் படைகள் முதன்முதலில் தங்கள் வீரர்கள் மற்றும் அதிகாரிகளின் பிரத்தியேக பயன்பாட்டிற்காக இயன்ஜோவை ('பாலியல் வேட்கை தணிப்பு நிலையங்கள்' அல்லது 'இராணுவ விபச்சார விடுதிகள்') எப்போது அமைத்தன என்பது உறுதியாகத் தெரியவில்லை. ஏனெனில் 1945ஆம் ஆண்டு ஆகஸ்ட் மாதத்தில் ஜப்பான் சரணடைவதை அறிவித்ததுமே அவை தொடர்பான அதிகாரப்பூர்வ ஆவணங்கள் பெரும்பாலானவை உடனடியாக அழிக்கப்பட்டதோடு அதிகாரப்பூர்வ பதிவுகளும் அழிக்கப்பட்டு விட்டன.

என்றாலும், இந்த விவகாரம் தொடர்பான பல உத்தியோகபூர்வ ஜப்பானிய அரசாங்க மற்றும் இராணுவ ஆவணங்கள் பலவும் கடந்த பல ஆண்டுகளில் கண்டுபிடிக்கப்பட்டுள்ளன. புதிதாக கண்டுபிடிக்கப்பட்ட அந்த ஆவணங்களில் கிடைக்கும் தகவல்களின் பிரகாரம், சீனாவில் 1932ஆம் ஆண்டின் முற்பகுதியில் ஷாங்காய் சம்பவத்தின் போது ஷாங்காயில் ஜப்பானியக் கடற்படைக்காக ஜப்பானிய இராணுவத்தாலேயே விபச்சார விடுதிகள் நடத்தப்பட்டமை நிரூபணமாகியுள்ளது.

ஜப்பானிய தரைப்படையும் கூட கடற்படையை முன்னுதாரணமாகக் கொண்டு, 1932ஆம் ஆண்டு மார்ச் மாதத்தில் ஷாங்காய் நகரில் தனது சொந்த விபச்சார விடுதிகளை அமைத்துக் கொண்டது. ஷாங்காய் படையெடுப்பு இராணுவத்தின் துணைத் தலைமை அதிகாரி ஜெனரல் ஒகாமுரா யசூஜியால் இவை ஆரம்பிக்கப்பட்டன.

அவரது நாட்குறிப்புகளில், ஷாங்காய் சம்பவத்தின் போது எழுந்த ஒரு கடுமையான பிரச்சினையான ஜப்பானிய வீரர்களால் சீனக் குடிமக்கள் தொடர்ந்தும் பாலியல் துஷ்பிரயோகங்களுக்கு உள்ளாவதைத் தடுப்பதற்காக கடற்படையால் சமீபத்தில் நிறுவப்பட்டதைப் போன்ற வசதிகளை தரைப்படையினருக்கும் ஏற்படுத்திக் கொடுக்க முடிவு செய்யப்பட்டுள்ளதாகக் குறிப்பிடப்பட்டுள்ளது. ஆகவே, ஜெனரல் ஒகாமுரா ஜப்பான் கியூஷுவில் உள்ள நாகசாகி மாகாண ஆளுநரிடம் ஷாங்காய்க்கு 'பாலியல் வேட்கையைத் தணிக்கும் பெண்கள்' குழுவை அனுப்புமாறு கேட்டுக் கொண்டுள்ளார்.

கடந்த கால வரலாற்றை அடிப்படையாகக் கொண்டே அவர் இந்தப் பெண்களுக்கான ஆட்சேர்ப்பு மையமாக நாகசாகியைத் தேர்ந்தெடுத்திருந்தார். ஏழ்மையான குடும்பப் பின்னணியைக் கொண்ட பாலியல் தொழில் செய்யும் பெண்கள் முன்பும் நாகசாகியிலிருந்து ஜப்பானிய புலம்பெயர்ந்தவர்கள் வசிக்கும் ஆசிய பசிபிக் பிராந்தியம் முழுவதும் பல்வேறு இடங்களுக்கு அனுப்பப்பட்டிருந்தார்கள். ஆகவே இந்தக் கால கட்டத்திலும், இராணுவமானது தொழில்முறை ஜப்பானிய பாலியல் தொழிலாளிகளையே பயன்படுத்த விரும்பியது என்பது ஒகாமுராவின் தனிப்பட்ட பதிவுகளிலிருந்து தெளிவாகிறது.

ஜப்பானியர்கள் 1930களின் முற்பகுதியிலிருந்து 1937 வரை ஷாங்காய் மற்றும் வடகிழக்கு சீனாவில் வேட்கை தணிப்பு நிலையங்கள் பலவற்றை அமைத்த போதிலும், ஜப்பான் ஆனது சீனாவுடன் முழு அளவிலான போரில் இறங்கிய சிறிது காலத்திற்குப் பிறகே, ஜப்பானிய ஏகாதிபத்தியப் படைகள் இராணுவ விபச்சார விடுதி முறையை ஒரு பொதுவான கொள்கையாக ஏற்றுக்கொண்டு பரவலாக்கத் தொடங்கின. எனவே சீனாவில் ஜப்பானிய இராணுவ விபச்சார விடுதிகளின் எண்ணிக்கை திடீரென அதிகரித்தமையானது, நாஞ்சிங் படுகொலைகள் நிகழ்வின் போது ஜப்பானிய வீரர்கள் செய்த அட்டூழியங்களுடன் நெருக்கமான தொடர்புடையது.

ஜப்பானியத் துருப்புக்கள் 1937ஆம் ஆண்டில், ஷாங்காய் நகரில் (இரண்டாவது ஷாங்காய் சம்பவம்) மூன்று மாதங்கள் நீடித்த கடுமையான போரில் ஈடுபட்டன. அந்தப் போரைத் தொடர்ந்து, ஜெனரல் மாட்சுயி இவானே தலைமையிலான ஜப்பானின் மத்திய

சீனப் பகுதி இராணுவமானது 1937ஆம் ஆண்டு நவம்பர் மாதத்தின் தொடக்கத்தில் நாஞ்சிங்கை நோக்கி முன்னேறியது.

அந்த இராணுவத்தின் உறுப்பினர்கள் நாஞ்சிங் செல்லும் வழியில் யாங்ஸி ஆற்றின் கரையோரமாகவிருந்த பல்வேறு பிரதேசங்களில் கொள்ளை, படுகொலை, தீ வைப்பு மற்றும் பாலியல் வல்லுறவு போன்ற குற்றங்களைச் செய்தார்கள். நகரத்துக்குள் பிரவேசித்த பிறகும் அவர்கள் தங்கள் வேட்டையைத் தொடர்ந்தார்கள். இந்த நிகழ்வே நாஞ்சிங் படுகொலைகள் என்று அழைக்கப்படுகிறது.

ஜப்பானின் மத்திய சீனப் பகுதிக்கான இராணுவத்தின் தலைவர்கள் தமது படையினர்கள் செய்த பாரிய பாலியல் துஷ்பிரயோகச் செயல்கள் ஏற்படுத்திய பிரச்சினையின் தீவிரத்தை விரைவிலேயே உணர்ந்து கொண்டார்கள். எனவே, மேலும் பாலியல் பலாத்காரங்களைத் தடுப்பதற்காக இராணுவ விபச்சார விடுதிகளை உடனடியாக அமைக்குமாறு டிசம்பர் மாதம் பதினோராம் திகதி ஒவ்வொரு இராணுவப் பிரிவின் தளபதிகளுக்கும் அவர்கள் அறிவுறுத்தினார்கள்.

இதன் விளைவாகவே, 1938ஆம் ஆண்டின் முற்பகுதியிலிருந்து, ஜப்பானியத் துருப்புக்கள் தங்கியிருந்த கிட்டத்தட்ட அனைத்து இடங்களிலும் பாலியல் வேட்கை தணிப்பு நிலையங்கள் அமைக்கப்பட்டன. ஏராளமான கொரிய மற்றும் சீனப் பெண்கள் ‘வேட்கை தணிக்கும் பெண்களாக’ அங்கு கொண்டு வரப்பட்டார்கள்.

பசிஃபிக் போரானது, 1941ஆம் ஆண்டு டிசம்பரில் வெடித்த பின்னர், இந்த ‘வேட்கை தணிக்கும் பெண்கள்’ எனும் திட்டமானது ஏனைய போர்ப் பிராந்தியங்களுக்கும், ஆசியா பசிஃபிக் பிராந்தியத்தில் ஆக்கிரமிக்கப்பட்ட பகுதிகளுக்கும் விரிவுபடுத்தப்பட்டது. 1942ஆம் ஆண்டு செப்டம்பர் மாதத்தில் போர் அமைச்சினால் தயாரிக்கப்பட்ட ஓர் ஆவணத்தின் பிரகாரம், வடக்கு சீனாவில் 100, மத்திய சீனாவில் 140, தென்சீனாவில் 40, தென்கிழக்கு ஆசியாவில் 100, தென்மேற்கு பசிஃபிக்கில் 10 மற்றும் தெற்கு சகாலினில் 10 என அந்தச் சமயத்தில் மாத்திரம் மொத்தம் 400 வேட்கை தணிப்பு நிலையங்கள் செயற்பட்டுக் கொண்டிருந்திருக்கின்றன.

ஜப்பானிய இராணுவத் தலைவர்கள் வேட்கை தணிப்பு நிலையங்களை உருவாக்கியதற்கு நான்கு முக்கிய காரணங்கள்

இருந்தன. முதலாவதாக, இது போரின்போது சீனாவில் ஜப்பானிய ஆயுதப் படைகளின் உறுப்பினர்களால் பொதுமக்கள் பாலியல் துஷ்பிரயோகங்களுக்கு உள்ளாவதைக் குறைப்பதற்கான ஒரு வழியாகும்.

ஜப்பானியப் படைகளால் சீனப் பெண்கள் பாலியல் வன்புணர்வுக்கு உட்படுத்தப்பட்ட பிரச்சினையின் தீவிரத்தை நாஞ்சிங் படுகொலை வெளிப்படுத்துகிறது. ஜப்பானிய ஆயுதப் படைகளின் இத்தகைய கடுமையான குற்றங்கள் தம்மால் ஆக்கிரமிக்கப்பட்ட பகுதிகளிலுள்ள தமது ஆக்கிரமிப்பாளர்களுக்கு எதிரான பொதுமக்களின் பகைமையைத் தூண்டும் என்று இராணுவத் தலைவர்கள் ஆழ்ந்த கவலை கொண்டிருந்தார்கள்.

ஆகவே, படையினர்களுக்கு பெண்களை உடனடியாக வழங்குவதே இவ்வாறான பாலியல் வல்லுறவு நிகழ்வுகளைக் குறைக்கும் என்று நம்பினார்கள். வேறு வார்த்தைகளில் கூறுவதானால், இந்த அமைப்பானது மூலோபாய காரணங்களுக்காக அறிமுகப்படுத்தப்பட்டதே ஒழிய, பொதுமக்கள் மீதான அக்கறையால் அல்ல.

இரண்டாவதாக, இராணுவத் தலைவர்கள் தமது ஆண்களின் உடல் ரீதியான இச்சைகளை நிறைவேற்றிக் கொடுப்பது அவசியம் என்று கருதினார்கள். அமெரிக்க மற்றும் பிற நேச நாட்டு வீரர்களைப் போலல்லாமல், ஜப்பானிய ஏகாதிபத்தியப் படையினருக்கு குறிப்பிட்ட விடுப்பு காலங்களோ, கடமை அடிப்படையிலான சுற்றுப் பிரயாணங்களுக்கோ வழிகள் எதுவும் இருக்கவில்லை.

இராணுவ வீரர்களின் உடல்நலம் மற்றும் நல்வாழ்விற்காக ஆரோக்கியமான மேலதிக வசதிகளை வழங்குமாறு மூத்த மருத்துவ அதிகாரிகளால் இராணுவத் தலைவர்களுக்கு அறிவுறுத்தப்பட்டது. அந்த மருத்துவர்களால் பரிந்துரைக்கப்பட்ட பிற ஆலோசனைகளில் பெரும்பாலானவை ஒருபோதும் ஏற்றுக்கொள்ளப்படவில்லை. பதிலாக பாலியல் வேட்கை தணிக்க பெண்களை வழங்குவது மாத்திரமே ஏற்றுக் கொள்ளப்பட்டமை குறிப்பிடத்தக்கது.

மூன்றாவதாக, இராணுவக் கட்டுப்பாட்டுடன் கூடிய விபச்சாரமானது பாலியல் நோய்களுக்கு எதிரான ஒரு சிறந்த தடுப்பு நடவடிக்கையாகக் கருதப்பட்டது. இராணுவத் துருப்புக்களிடையே காணப்பட்ட அதிகளவான பாலியல் நோய்கள் பிரச்சினையானது

ஜப்பானிய ஏகாதிபத்தியப் படைகளுக்கு மாத்திரமல்லாமல், போர்க் காலத்திலும், போருக்குப் பிந்தைய காலத்திலும் நேச நாட்டுப் படைகளுக்கும் கூட ஒரு பொதுவான பிரச்சினையாக இருந்தது.

பாலியல் நோய்கள் தமது வீரர்களின் வலிமையையும், மன உறுதியையும், போராடும் திறனையும் குறைப்பதில் பங்களிப்பதாக இரு தரப்பு இராணுவத் தலைவர்களும் கவலை கொண்டிருந்தார்கள். போருக்குப் பிறகு ஜப்பானில் மீண்டும் அவ்வாறான நோய்ப் பரவல் நிலவுமாயின் அது பாரிய பொது சுகாதாரப் பிரச்சினைகளை உருவாக்கக்கூடும் என்றும் ஜப்பானியத் தலைவர்கள் அஞ்சினார்கள். ஆகவே, 'வேட்கை தணிப்பு நிலையங்கள்' போன்ற ஒழுங்குபடுத்தப்பட்ட அமைப்புகளே பாலியல் நோயைக் கட்டுக்குள் கொண்டு வரும் என்று கருதப்பட்டது.

இறுதியாக, பாதுகாப்புக் காரணங்களுக்காக விபச்சார விடுதிகள் இராணுவ அதிகாரிகளால் இறுக்கமாகக் கட்டுப்படுத்தப்படுவது அவசியம் என்று நம்பப்பட்டது. இராணுவத்தினர் அடிக்கடி வந்து செல்லும் தனியார் விபச்சார விடுதிகளுக்குள் உளவாளிகள் எளிதில் ஊடுருவக்கூடும் என்ற அச்சம் நிலவியது. அவற்றில் பணிபுரியும் விலைமாதுக்களையும் எதிரிப் படைகள் உளவாளிகளாக நியமிக்கலாம் என்று கருதப்பட்டது.

இதனால், ஜப்பானிய இராணுவக் காவல்துறை உறுப்பினர்கள் அடிக்கடி விபச்சார விடுதிகளுக்குச் சென்று அங்கிருந்த பெண்களை உன்னிப்பாகக் கண்காணித்து அவர்களில் ஒற்றர்கள் இல்லை என்பதை உறுதிசெய்ய வேண்டி வந்தது. இவ்வாறான காரணங்களால் விலைமாதுகளாக இருந்த பெண்களது சுதந்திரம் கூட கடுமையாகக் கட்டுப்படுத்தப்பட்டது.

இராணுவ விபச்சார விடுதிகளை நடத்துவதற்காக, ஆசிய பசிஃபிக் போரின் போது ஜப்பானியர்களால் ஏராளமான பெண்கள் கடத்தப்பட்டு அணிதிரட்டப்பட்டார்கள். அவ்வாறாக எத்தனை பெண்கள் ஈடுபடுத்தப்பட்டார்கள் என்பதை உறுதியாக இத்தனைதான் என்று கூற முடியவில்லை.

இருப்பினும், அண்ணளவாக ஒரு லட்சம் பெண்களாவது இருந்திருப்பார்கள் என்று மதிப்பிடப்பட்டுள்ளது. அவர்களுள் எண்பது சதவீதம் பேர் கொரியர்கள் என்று நம்பப்படுகிறது. தாய்வான், சீனா, பிலிப்பைன்ஸ், இந்தோனேசியா மற்றும்

மலாயாவைச் சேர்ந்த பெண்களும் கூட பாலியல் அடிமைகள் எனும் நிலைமைக்குத் தள்ளப்பட்டார்கள். குறிப்பாக கொரிய மற்றும் தாய்வான் பெண்கள் இதற்காகக் குறிவைக்கப்பட்டார்கள்.

இந்த நாடுகள் ஜப்பானிய காலனிகளாக இருந்ததால், அங்கு நிலவிய அரசியல் மற்றும் பொருளாதார சூழல் ஆட்சேர்ப்பு செய்வதை அதிகாரிகளுக்கு எளிதாக்கியது. பல ஜப்பானிய மற்றும் கொரிய தொழிலாளர் தரகர்கள், அந்தந்த நாடுகளில் உள்ள இராணுவ காவல்துறை மற்றும் சிவில் காவல்துறையின் ஆதரவுடன், பொருத்தமான பெண்களைத் தேடினார்கள்.

பாலியல் அடிமைகளாக ஆக்கப்பட்ட கொரியப் பெண்களின் வாக்குமூலங்களுக்கு ஏற்ப, இந்தத் தொழிலாளர் தரகர்கள் ஏமாற்றுதல், அச்சுறுத்துதல், வன்முறை மற்றும் கடத்துதல் போன்ற குற்றச் செயல்களை, பெண்களைப் பெற்றுக் கொடுப்பதற்காக பரவலாகப் பயன்படுத்தினார்கள் என்பதில் எந்த சந்தேகமும் இல்லை. இவ்விதமாக, ஜப்பானிய ஏகாதிபத்தியப் படைகள் பலவந்தமான பாலியல் வல்லுறவு மற்றும் பாலியல் நோய்களைத் தடுப்பது என்ற சாக்குப்போக்கில் ஏராளமான ஆசியப் பெண்களை மிக மோசமாகச் சுரண்டின.

எவ்வாறாயினும், இராணுவத்தினருக்கு வேட்கை தணிப்புப் பெண்களை வழங்குவது என்பது எந்தவொரு பிரச்சினையையும் தீர்ப்பதற்கான ஒரு பயனுள்ள நடவடிக்கை அல்ல என்பதைக் கவனத்தில் கொள்ள வேண்டும். ஆக்கிரமிக்கப்பட்ட பகுதிகளிலிருந்த பொதுமக்கள் மீது பாலியல் வன்முறை சம்பவங்கள் தொடர்ந்து பதிவாகிக் கொண்டிருந்தமை இங்கு குறிப்பிடத்தக்கது.

இந்த வேட்கை தணிப்புப் பெண்கள் திட்டத்திற்கான உத்தியோகபூர்வ நியாயப்படுத்தல்கள் பல இருந்தபோதிலும், இந்த அமைப்பில் சம்பந்தப்பட்ட ஒரு லட்சம் பெண்களும் பாலியல் வன்முறை மற்றும் பாலியல் அடிமைத்தனத்தால் தொடர்ந்தும் பாதிக்கப்பட்டார்கள் என்பதையும் மறந்துவிடக்கூடாது.

'பாலியல் வேட்கையைத் தணிக்கும் பெண்கள்' அமைப்பினால் பாதிக்கப்பட்ட பிலிப்பைன்ஸ் பெண்கள்

பிலிப்பைன்ஸில் இருந்த வேட்கை தணிப்பு நிலையங்களைக் குறிக்கும் அதிகாரப்பூர்வ ஆவணங்கள் பலவும் ஜப்பான்

மற்றும் அமெரிக்காவில் உள்ள ஆவணக் காப்பகங்களில் கண்டுபிடிக்கப்பட்டுள்ளன. இந்த ஆவணங்களில் ஒன்றின் பிரகாரம், மணிலாவில் மட்டும், 1943ஆம் ஆண்டின் முற்பகுதியில், 1,064 பெண்கள் வேட்கை தணிப்புப் பெண்களாகத் தடுத்து வைக்கப்பட்டிருந்த, இராணுவ வீரர்களுக்கான வேட்கை தணிப்பு நிலையங்கள் பதினேழு இருந்திருக்கின்றன.

அவற்றுக்கு மேலதிகமாக, நூற்றிருபதுக்கும் மேற்பட்ட பெண்கள் தடுத்து வைக்கப்பட்டிருந்த மேலதிகாரிகளுக்கான நான்கு நிலையங்களும் தனியாக இருந்திருக்கின்றன. இந்தப் பெண்கள் எந்த நாட்டைச் சேர்ந்தவர்கள் என்று எந்த விவரங்களும் இல்லை.

பிலிப்பைன்ஸின் பனாய் தீவில் உள்ள இலோய்லோ, மிண்டனாவோ தீவில் உள்ள புட்சுவான் மற்றும் ககாயன் டி ஓரோ, மஸ்பேட் தீவில் உள்ள மஸ்பேட் மற்றும் லெய்ட் தீவில் உள்ள ஆர்மோக் மற்றும் டாக்லோபன் ஆகிய இடங்களிலும் வேட்கை தணிப்பு நிலையங்கள் அமைக்கப்பட்டிருந்தன என்பதை ஏனைய ஆவணங்கள் உறுதிப்படுத்தியுள்ளன. பிலிப்பைன்ஸில் வேறு பல இடங்களிலும் வேட்கை தணிப்பு நிலையங்கள் இருந்தன என்பது கிட்டத்தட்ட உறுதியாகிவிட்டது.

இந்த ஆவணங்கள் எவையும் பெண்களைப் பற்றிய மேலதிக தகவல்களை வெளிப்படுத்தவில்லை. என்றாலும் இலோய்லோவில் உள்ள வேட்கை தணிப்பு நிலையங்களில் குறிப்பிடப்பட்டுள்ளவை போலவே, ஒரு சில நிலையங்களில் பதினாறு முதல் இருபது வயதுக்குட்பட்ட பிலிப்பினோ பெண்கள் உட்பட பல பெண்கள் வேட்கை தணிக்கும் பெண்களாகத் தடுத்து வைக்கப்பட்டிருந்தார்கள் என்று குறிப்பிடப்பட்டுள்ளன.

இந்தப் பெண்கள் எவ்வாறு கடத்தி வரப்பட்டார்கள் என்பதையும், எந்த நிலைமைகளின் கீழ் அவர்கள் ஜப்பானியத் துருப்புக்களுக்கு சேவை செய்யக் கட்டாயப்படுத்தப்பட்டார்கள் என்பதையும் காப்பக ஆவணங்களிலிருந்து அறிவது சாத்தியமற்றதாக இருந்தது.

டோக்கியோவில் 1946 ஆண்டு மே மாதத்துக்கும், 1948ஆம் ஆண்டு நவம்பர் மாதத்துக்கும் இடைப்பட்ட காலத்தில் நடத்தப்பட்ட தூர கிழக்கிற்கான சர்வதேச இராணுவ தீர்ப்பாயத்தில் சமர்ப்பிக்கப்பட்ட சில ஆதாரங்களும், சாட்சியங்களும் பிலிப்பைன்ஸில் பொதுமக்கள் மீது ஜப்பானிய துருப்புக்களால்

பல பாலியல் துஷ்பிரயோக சம்பவங்கள் உட்பட பல்வேறு அட்டூழியங்கள் இழைக்கப்பட்டுள்ளன என்பதை நிரூபிக்கின்றன.

பிலிப்பைன்ஸில் ஜப்பானியப் படைகளின் கடைசித் தளபதியான ஜெனரல் யமாஷிதா டோமோயுகி மீதான விசாரணை போன்ற போருக்குப் பின்னர் மணிலாவில் அமெரிக்க இராணுவப் படைகளால் மேற்கொள்ளப்பட்ட போர்க் குற்ற தீர்ப்பாயங்களின் நடவடிக்கைகளும் கூட ஜப்பானிய ஆண்கள் செய்த இதேபோன்ற குற்றங்களின் பல வழக்குகள் பற்றிய விரிவான அறிக்கைகளைக் கொண்டிருக்கின்றன.

இந்த போர்க் குற்ற விசாரணைகளில் முன்வைக்கப்பட்ட ஆதாரங்கள், முக்கியமாக 1941ஆம் ஆண்டின் பிற்பகுதிக்கும், 1942ஆம் ஆண்டின் முற்பகுதிக்கும் இடையில் ஜப்பானியப் படைகளின் படையெடுப்பின் போது அல்லது ஜப்பானிய ஆக்கிரமிப்பின் முடிவில், குறிப்பாக 1944ஆம் ஆண்டு ஒக்டோபருக்குப் பிறகு (அமெரிக்கப் படைகள் லெய்ட் மீது தரையிறங்கிய போது) நிகழ்ந்த நிகழ்வுகளுடன் தொடர்புடையவை.

மணிலாவில் 1945ஆம் ஆண்டு பெப்ரவரியில் நடந்த குரூரமான மோதலின் போது, ஜப்பானிய காட்டுமிராண்டித்தனம் நன்கு பதிவு செய்யப்பட்டுள்ளது. எஞ்சிய ஆக்கிரமிப்புக் காலத்தில் ஜப்பானியர்கள் பொதுமக்களுக்கு எதிராக நிகழ்த்திய பாலியல் வன்முறையின் அளவு பற்றி அதிகம் அறியப்படவில்லை.

போர் முடிவடைந்து அரை நூற்றாண்டுக்குப் பிறகு, அதாவது 1992ஆம் ஆண்டில், ஆக்கிரமிப்பின் போது பிலிப்பினோக்களுக்கு எதிராக பரவலாக நிகழ்த்தப்பட்ட பாலியல் வன்முறையின் உண்மையான கொடூரத்தை ஒரு சுயசரிதை முதன்முதலாக வெளிப்படுத்தியது. அந்த சுயசரிதையை எழுதிய மரியா ரோஸா ஹென்ஸன் தைரியமாக முன்வந்து, 'வேட்கை தணிப்புப் பெண்' எனும் தலைப்பில் ஒரு பாலியல் அடிமையாக தான் தடுத்து வைக்கப்பட்டிருந்த தனது வலி மிகுந்த கடந்த காலத்தை வெளிப்படுத்தியபோதே இது சாத்தியமானது.

அவரது செயலால் ஊக்குவிக்கப்பட்ட மேலும் பல பெண்கள் ஒன்றன்பின் ஒன்றாக தமது போர்க் கால வேதனைகள் குறித்து விரிவான சாட்சியங்களை அளித்தார்கள். இறுதியில், பாதிக்கப்பட்ட பிலிப்பைன்ஸ் வேட்கை தணிப்புப் பெண்களுக்கான

அமைப்பிற்கான பணிக்குழு என்ற உள்ளூர் அரசு சாரா அமைப்பு, ஜப்பானிய வழக்கறிஞர்கள் குழுவுடன் இணைந்து ஐம்பத்தொரு பெண்களின் வாக்குமூலங்களை சேகரித்தது.

போரின் போது ஜப்பானிய ஏகாதிபத்திய படைகளால் ஆக்கிரமிக்கப்பட்ட ஆசிய பசிபிக்கின் பிற பிராந்தியங்களில், குறிப்பாக கொரியா மற்றும் தாய்வானில் பெண்களைக் கடத்தப் பயன்படுத்தப்பட்ட முறைகளிலிருந்து பிலிப்பைன்ஸில் ஜப்பானியத் துருப்புக்கள் பயன்படுத்திய கடத்தல் முறைகள் சற்றே வேறுபட்டவை என்பதை பாதிக்கப்பட்ட பிலிப்பினோ பெண்களின் அந்த வாக்குமூலங்கள் தெளிவுபடுத்துகின்றன.

கொரியாவிலும், தாய்வானிலும் பயன்படுத்தப்பட்ட மிகவும் பொதுவான கடத்தல் வழிமுறை 'ஏமாற்றுதல்' ஆகும். அதாவது ஜப்பான் அல்லது பிற ஜப்பானிய ஆக்கிரமிக்கப்பட்ட பகுதிகளில் கௌரவமான வேலைவாய்ப்பைப் பெற்றுத் தருதல் போன்ற பொய்யான வாக்குறுதிகளை அளித்தல்.

பொதுவாக, ஒரு வறிய விவசாயக் குடும்பத்தைச் சேர்ந்த ஒரு பெண்பிள்ளையை, ஒரு தொழிலாளர் தரகர் அணுகி, உதவி செவிலியர், சமையலறை உதவியாளர், சலவைத் தொழிலாளி அல்லது அதைப் போன்ற ஏதாவது தொழிலொன்றில் அவளைப் பணியமர்த்துவதாக உறுதியளிப்பார். பின்னர் ஜப்பானிய ஆயுதப் படைகளின் உறுப்பினர்களால் அவள் வேட்கை தணிப்பு நிலையமொன்றுக்கு அழைத்துச் செல்லப்பட்டு பாலியல் வல்லுறவுக்கு உட்படுத்தப்படும்வரை அந்தத் தரகர் உண்மையான வேலை என்னவென்பதை அவளிடம் வெளிப்படுத்தவே மாட்டார்.

சில பெண்கள், அவர்களின் மோசமான நிதி நெருக்கடி காரணமாக அவர்களின் பெற்றோராலேயே நல்ல கௌரவமான தொழில்களைப் பெற்றுக் கொள்வதற்காக தொழிலாளர் தரகர்களிடம் ஒப்படைக்கப்பட்டார்கள். இறுதியில் தென்கிழக்கு ஆசியா அல்லது சீனாவில் எங்காவது வேட்கை தணிப்பு நிலையங்களில்தான் அந்தப் பெண்களது காலம் முடிந்தது.

சில பெண்கள் தாங்கள் இனந்தெரியாதவர்களால் கடத்திச் செல்லப்பட்டதாகவும், சிலர் தாங்கள் எந்தக் குற்றமும் செய்யாமல் காவல்துறையினரால் கைது செய்யப்பட்டு பின்னர் வெளிநாடுகளில் உள்ள வேட்கை தணிப்பு நிலையங்களுக்கு அனுப்பி வைக்கப்பட்டதாகவும் சாட்சியமளித்தார்கள். எவ்வாறாயினும்,

கொரியா மற்றும் தாய்வானில், இராணுவப் படையினர்கள் பெண்களைக் கடத்துவதில் நேரடியாக ஈடுபடுவது அரிதாகவே இருந்தது. அது வழக்கமாக ஜப்பானிய அல்லது உள்ளூர் தொழிலாளர் தரகர்களால் மேற்கொள்ளப்பட்டது.

இப்போது இந்தோனேசியா என்று அழைக்கப்படும் டச்சு கிழக்கிந்தியத் தீவுகளிலிருந்த உள்ளூர் மக்கள் பொதுவாக டச்சு காலனித்துவத்திலிருந்து தம்மை மீட்பவர்களாக, தமது விடுதலையாளர்களாக ஜப்பானியப் படையினரைக் கருதியதோடு, தமது பிராந்தியங்களுக்குள் ஜப்பானிய ஏகாதிபத்தியப் படைகள் நுழைவதை வரவேற்றார்கள். இது ஜப்பானியர்கள் உள்ளூர் பெண்களைத் தமது வேட்கையைத் தணிக்க பயன்படுத்திய ஒரு பொதுவான தந்திரோபாயமாகவும், ஏமாற்றுவேலையாகவும் இருந்தது என்பது தெளிவாகத் தெரிகிறது. ஆகவே, டச்சு பெண்களும், சிறுமிகளும் அச்சுறுத்தல் அல்லது வன்முறை மூலம் வலுக்கட்டாயமாக வேட்கை தணிப்பு நிலையங்களில் தடுத்து வைக்கப்பட்டு பாலியல் சேவையில் ஈடுபடுத்தப்படுவது போன்ற பலவந்த ஆட்சேர்ப்பு முறை ஜாவா பிராந்தியத்தில் ஒரு பொதுவான நடைமுறையாக இருக்கவில்லை.

பிலிப்பைன்ஸிலோ இராணுவ அதிகாரிகளின் திரைமறைவு அணுகுமுறைக்கு மாறாக, ஜப்பானியத் துருப்புக்கள் நேரடியாகவும், வெளிப்படையாகவுமே 'வேட்கைத் தணிப்பு பெண்கள்' அமைப்பைப் பாதுகாத்தன என்பதை மரியா ரோஸா ஹென்ஸன் உட்பட பலரதும் சாட்சியங்கள் தெளிவுபடுத்துகின்றன. மேலும், பாலியல் வல்லுறவு நோக்கங்களுக்காக பெண்களைக் கடத்துதல், துஷ்பிரயோகம் செய்தல் மற்றும் தொடர்ச்சியாகத் தடுத்துவைத்தல் போன்றவைகள் அவர்களின் வழிமுறைகளாக இருந்திருக்கின்றன. இவற்றின் மூலம் ஜப்பானியத் துருப்புகள் தாங்கள் பொதுமக்களுக்கு என்னவெல்லாம் தீங்கிழைக்கிறோம் என்பதை மறைக்கக் கூட முயற்சிக்கவில்லை என்பது தெரிகிறது.

பிலிப்பைன்ஸில் ஜப்பானியத் துருப்புக்களின் இத்தகைய நேரடி நடவடிக்கைக்கு முக்கிய காரணம் ஆக்கிரமிப்புக் காலம் முழுவதும் ஜப்பானிய எதிர்ப்பு கெரில்லா இயக்கங்கள் வலுவாகவும், பரவலாகவும் இருந்தமையாக இருக்கலாம். அந்தக் காலகட்டத்தில் சுமார் 270,000 செயற்பாட்டாளர்களோடு நூற்றுக்கும் மேற்பட்ட கெரில்லா அமைப்புகள் இருந்ததாகக் கூறப்படுகிறது.

மரியா ரோஸா ஹென்ஸன் இணைந்திருந்த ஹுக்பலஹப் (ஜப்பானுக்கெதிரான மக்கள் படை) கெரில்லா இயக்கமானது, இந்த இயக்கங்களில் மிகப் பெரியது. கம்யூனிச கட்சியின் செல்வாக்கோடு ஏழை விவசாயிகள், தொழிலாளர்கள் எனப் பலரும் அதில் இணைந்திருந்தார்கள். இந்த வலுவான ஜப்பானிய எதிர்ப்பு இயக்கத்தின் விளைவாக, ஜப்பானியர்களால் பிலிப்பைன்ஸின் முப்பது சதவீதத்தை மட்டுமே கட்டுப்படுத்த முடிந்தது.

குறிப்பாக லுஸோன் மற்றும் பனாய் பகுதிகளில் கெரில்லா நடவடிக்கைகள் வலுவாக இருந்தன. முன்னாள் வேட்கை தணிப்புப் பெண்கள் என பாலியல் அடிமைகளாக அடையாளம் காணப்பட்ட பெண்களில் பெரும்பாலோர் இந்த இரண்டு தீவுகளைச் சேர்ந்தவர்கள் என்பது பொதுமக்களுக்கு எதிரான ஜப்பானிய பாலியல் வன்முறைக்கும், பிரபலமான கெரில்லா இயக்கங்களுக்கும் இடையிலான நெருக்கமான தொடர்பைக் குறிக்கிறது.

பிலிப்பைன்ஸில் ஜப்பானியத் துருப்புக்கள் எந்தவொரு குடிமகனையும் கெரில்லா ஆதரவாளராகவே கருத முனைந்தன. எனவேதான் அவர்கள் தாம் எதிரியாகக் கருதிய பெண்களுக்கு எந்தத் தீங்கையும் இழைப்பது நியாயம் என்று கருதினார்கள் என வலுவாக நம்பப்படுகிறது.

மேற்குறிப்பிட்ட ஐம்பத்தொரு பெண்களில் ஏழு பேர் கெரில்லாத் தாக்குதல் நடவடிக்கையின் போது ஜப்பானியர்களால் தாம் கடத்தப்பட்டதாக சாட்சியமளித்துள்ளார்கள். இதேபோல் ஆசிய பசிபிக் போரின் போது சீனாவில் போர் நடைபெற்ற பகுதிகளில் ஜப்பானியர்கள் உள்ளூர் பெண்களைக் கொடூரமாக நடத்தியிருப்பதைக் காணலாம்.

சேகரிக்கப்பட்ட ஐம்பத்தொரு சாட்சியங்களில், பாதிக்கப்பட்ட ஏனையவர்கள் வீட்டிலிருந்த போதோ, வேலை செய்து கொண்டிருந்த போதோ அல்லது தெருவில் நடந்து சென்று கொண்டிருந்தபோதோ ஜப்பானியப் படையினரால் கடத்தப்பட்டவர்கள். சில சந்தர்ப்பங்களில், கடத்தல்கள் திட்டமிடப்பட்டு நடத்தப்பட்டிருந்தன.

ஆனால் பல சந்தர்ப்பங்களில், மரியா ரோஸா ஹென்ஸன் விவகாரத்தைப் போலவே, தெருவில் நடமாடும் பெண்கள் ஜப்பானிய சிப்பாய்களின் ஒரு சிறிய குழுவால் அருகிலுள்ள ஜப்பானிய காவற்படைக்கு அழைத்துச் செல்லப்பட்டார்கள்.

அங்கு அவர்கள் தடுத்து வைக்கப்பட்டு தினந்தோறும் பாலியல் வல்லுறவுக்குள்ளாக்கப் பட்டார்கள்.

அவர்கள் இவ்வாறாகத் தடுத்து வைக்கப்பட்ட காலம் பொதுவாக ஒன்று முதல் பல மாதங்கள் வரை நீடித்தது. ஒரு சில வழக்குகளில், பாதிக்கப்பட்டவர்கள் இரண்டு ஆண்டுகள் வரை தடுத்து வைக்கப்பட்ட சந்தர்ப்பங்களும் இருந்தன.

பெரும்பாலான சந்தர்ப்பங்களில், அவர்கள் தடுத்து வைக்கப்பட்ட இடம் காவற்படை வளாகத்தின் ஒரு பகுதியாகவோ அல்லது அதற்கு அருகில் இருந்த ஓர் இடமாகவோ இருந்தது. அவர்கள் இருபத்துநான்கு மணி நேரமும் ஜப்பானிய வீரர்களால் கண்காணிக்கப்பட்டார்கள் என்பதனால், தப்பிக்க மிகக் குறைந்த வாய்ப்பே அங்கு காணப்பட்டது.

இது ஆசியாவின் பிற பகுதிகளில் உள்ள வழக்கமான வேட்கை தணிப்பு நிலையங்களிலிருந்து முற்றிலும் வேறுபட்டது. பெரும்பாலான சந்தர்ப்பங்களில் இது இராணுவ அதிகாரிகளின் மேற்பார்வையின் கீழ் ஒரு ஜப்பானிய அல்லது கொரிய சிவிலியன் உரிமையாளரால் நிர்வகிக்கப்பட்ட ஏனைய நிலையங்களிலிருந்து முற்றிலும் மாறுபட்டவையாக இருந்தது.

பிலிப்பைன்ஸில், ஒவ்வொரு சிறிய அலுவலக அளவிலான இராணுவப் பிரிவிலும் கிட்டத்தட்ட பத்து இளம் பெண்களை அல்லது சிறுமிகளை பாலியல் வல்லுறவு செய்வதற்காகவே தடுத்து வைத்திருந்தமை வழக்கமான நடைமுறையாகத் தெரிகிறது. பொதுவாக, பாதிக்கப்பட்ட ஒவ்வொரு பெண்ணும் தினந்தோறும் குறைந்தது படையினர்கள் பத்துப் பேரால் வல்லுறவுக்குள் ளாக்கப்பட்டிருக்கிறார்கள். பாதிக்கப்பட்டவர்கள் எவருக்கும் ஊதியம் எதுவும் வழங்கப்படவில்லை என்பதோடு சிலர் படையினருக்காக பகலில் சமைக்கவும், அவர்களது ஆடைகளைத் துவைக்கவும் நிர்ப்பந்திக்கப் பட்டிருக்கிறார்கள். பின்னர் இரவிலோ தொடர்ச்சியாக பாலியல் சேவைகளை வழங்க வேண்டியிருந்தது.

பிலிப்பைன்ஸில் பாலியல் அடிமைகளாகத் தடுத்து வைக்கப்பட்டிருந்த பெண்களின் மற்றொரு தனித்துவமான அம்சம் என்னவென்றால், அவர்கள் மிக இளம் வயதிலேயே இராணுவ பாலியல் வன்முறைக்கு ஆளாகியிருந்தார்கள். ஆவணங்களின் பிரகாரம் பாதிக்கப்பட்ட அவர்களது சராசரி வயது 17.6 ஆண்டுகள் ஆகும். அவர்களுள் பலரும் 15 வயதிற்குட்பட்டவர்கள். ஒருவர்

10 வயதிற்குட்பட்டவர். பலரும் அப்போது பருவமடைந்து கூட இருக்கவில்லை. இத்தகைய சிறுமிகளை ஜப்பானியர்கள் ஏன் பலிகடா ஆக்கினார்கள் என்பதற்கு இன்னும் மேலதிக விசாரணை தேவைப்படுகிறது.

சிறைகளில் தொடர்ச்சியான பாலியல் வல்லுறவு என்பது, சந்தேகத்திற்கு இடமின்றி இந்தப் பெண்களுக்கு வேதனை மிகுந்த கொடூரமானதோர் அனுபவமாகவே அமைந்திருந்தது. அத்தோடு துரதிர்ஷ்டவசமாக இந்தச் சிறுமிகளில் பலரும் தாங்கள் கடத்தப்பட்ட வேளையில் தமது சொந்த பெற்றோரும், உடன்பிறப்புகளும் ஜப்பானியர்களால் கொடூரமாகக் கொலை செய்யப்பட்டதைக் கண்ட கூடுதல் பயங்கரத்தையும் அனுபவிக்க வேண்டியிருந்தது.

எடுத்துக்காட்டாக, 1942ஆம் ஆண்டில் ஓர் இரவு, ஜப்பானியப் படையினர்கள் பனாய் தீவில் வசித்து வந்த பதின்மூன்று வயதான தோமஸா சலினோக்கின் வீட்டிற்குப் படையெடுத்தார்கள். படையினர்கள் இருவர் வீட்டினுள்ளே செல்ல, வெளியே இருவர் காவலிருந்தார்கள். சிறுமியைத் தூக்கிச் செல்ல முயன்ற படையினர்களை தோமஸாவின் தந்தை எதிர்த்தார். ஜப்பானியர்களில் ஒருவரான கேப்டன் ஹிரூகா திடீரென்று தனது வாளையோங்கி அந்தத் தந்தையின் தலையைத் துண்டாக்கியுள்ளார். அறையின் மூலையில் தனது தந்தையின் தலை துண்டாகிக் கிடப்பதைப் பார்த்து சிறுமி தொடர்ந்தும் அலறியதோடு ஜப்பானிய வீரர்கள் அவளை வீட்டை விட்டு வெளியே இழுத்துச் சென்றிருக்கிறார்கள்.

மற்றொரு வழக்கில், மணிலாவைச் சேர்ந்த ரூபினா பெர்னாண்டஸ் என்ற பதினேழு வயதுச் சிறுமி, 1944ஆம் ஆண்டில் ஓர் இரவில் ஜப்பானியப் படையினர்கள் தமது வீட்டிற்குள் நுழைந்து தனது பெற்றோரையும், சகோதரிகளையும் கொன்றதை நேரில் கண்டவர். ஜப்பானியர்கள் அவளைக் கடத்திச் செல்ல முயன்றவேளையில் அவளது தந்தை எதிர்த்ததால் அவர் தலைதுண்டிக்கப்பட்டார். அவளது தாயார் தடுக்க முற்பட்டவேளையில் அவரும் கொல்லப்பட்டதோடு, அவளின் சிறிய தங்கையான குழந்தையும் கொல்லப்பட்டது. அவளை வீட்டிலிருந்து வெளியே தூக்கி வரும்போது அவளது ஏனைய இரண்டு சிறிய தங்கைகளும் வீட்டினுள்ளே கதறியழுது கொண்டிருந்ததாகவும், அவர்களது

அழுகை சட்டென்று நின்றதைத் தான் கேட்டதாகவும், அவர்களும் படுகொலை செய்யப்பட்டிருக்கக் கூடும் என்று தான் கருதுவதாகவும் குறிப்பிட்டார்.

இந்த சாட்சியங்களிலிருந்து பெறக்கூடிய ஒட்டுமொத்தச் சித்திரமானது சமீபத்திய பொஸ்னிய போரின் போது பொஸ்னியாவிலும், எர்சகோவினாவிலும் பல பெண்கள் அனுபவித்த கொடூரமான அனுபவங்களை ஒத்திருக்கிறது. ஒரேயொரு குறிப்பிடத்தக்க வேறுபாடு என்னவென்றால், ஜப்பானியர்கள் 'இனச்சுத்திகரிப்பு' எனும் பேரில், அதைச் செய்யும் ஒரு முறையாக சிறுமிகளை வேண்டுமென்றே கர்ப்பமாக்கும் நோக்கத்தை கொண்டிருக்கவில்லை.

'ஆறுதல் பெண்' மற்றும் 'ஆறுதல் நிலையம்' போன்ற சொற்கள் நிச்சயமாக அர்த்தமற்ற சொற்களேயன்றி வேறில்லை. இந்த சுயசரிதையை வாசிக்கும் வாசகர்கள் ஜப்பானியப் படையினர்களின் 'ஆறுதல்' என்பது எவ்வளவு கொடூரமானது என்பதையும், குரூரமானது என்பதையும் உடனடியாகப் புரிந்து கொள்வார்கள்.

பல பிலிப்பினோக்களும், ஆசியா பசிஃபிக்கின் பிற பகுதிகளைச் சேர்ந்த பெண்களும் அடக்கி ஒடுக்கப்பட்ட இவ்வாறான பாலியல் அடிமைப்படுத்தல் நிலையங்களுக்கு, பொஸ்னிய விவகாரத்தைப் போலவே, 'பாலியல் பலாத்கார முகாம்கள்' என்பதுதான் மிகவும் பொருத்தமான சொல்லாக அமையக் கூடும்.

இராணுவ வன்முறைக்கு எதிரான இயக்கத்தில் பிலிப்பினோ மக்களின் பங்களிப்புகள்

மணிலாவைத் தளமாகக் கொண்ட அரசு சாரா அமைப்பான ஆசியப் பெண்கள் மனித உரிமைகள் கவுன்சில் (*Asian Women Human Rights Council - AWHRC*) ஆனது, 1991ஆம் ஆண்டு டிஸம்பர் மாதத்தில், சியோலில் ஆசியப் பெண்கள் கடத்தப்படும் பிரச்சினை குறித்து ஒரு மாநாட்டை நடத்தியது. அந்த மாநாட்டில் வைத்து சில கொரிய பங்கேற்பாளர்கள் 'வேட்கை தணிக்கும் பெண்கள்' தொடர்பான பிரச்சினையைக் குறித்து கேள்விகளை எழுப்பினார்கள்.

பிரபல பிலிப்பைன்ஸ் பெண்ணிய செயற்பாட்டாளர்களான இந்தாய் ஸாஜர் (*AWHRC* இன் ஒருங்கிணைப்பாளர்) மற்றும் நீலியா சஞ்சோ ஆகியோர் 'வேட்கை தணிக்கும் பெண்கள்' குறித்து

அப்போதுதான் முதன்முதலாகக் கேள்விப்பட்டார்கள். இந்தப் பெண்களே 1992ஆம் ஆண்டு மார்ச் மாதத்தில் 'பிலிப்பைன்ஸ் வேட்கை தணிக்கும் பெண்கள் தொடர்பான பணிக்குழு' (Task Force on Filipino Comfort Women - TFFCW) என்ற அமைப்பை நிறுவினார்கள்.

பயான் - பெண்கள் சொற்பொழிவு மேடை, பாடிஸ் மகளிர் மையம், பிலிப்பைன்ஸ் தேவாலயங்களின் மகளிர் தேசிய கவுன்சில் மற்றும் பெண்கள் சட்ட பணியகம் உள்ளிட்ட ஏழு மகளிர் அமைப்புகளைக் கொண்ட உண்மை கண்டறியும் குழுவொன்றாகவே இது ஆரம்பிக்கப்பட்டது. சிறிது காலத்திற்குப் பிறகு, அந்த அமைப்புகளின் எண்ணிக்கை பதினைந்தாக அதிகரித்தது. அந்தப் பணிக்குழுவானது முன்னாள் 'வேட்கை தணிக்கும் பெண்களை'த் தேடத் தொடங்கியது.

முன்னாள் 'வேட்கை தணிக்கும் பெண்களை' வாக்குமூலம் அளிக்க முன் வருமாறு TFFCW வானொலியானது ஒரு வானொலி அறிவிப்பை வெளியிட்டவேளையில், மரியா ரோஸா ஹென்ஸன்தான் 1992ஆம் ஆண்டு செப்டம்பர் மாதத்தில் முதன்முதலில் அதற்குப் பதிலளித்தார். பிறகு ஒருவர் பின் ஒருவராக பெண்கள் பலரும் மரியாவைத் தொடர்ந்து வாக்குமூலம் அளித்தார்கள். இறுதியில், உயிரோடிருந்த 169 பெண்கள் முன்னாள் 'வேட்கை தணிக்கும் பெண்கள்' என்று அடையாளம் காணப்பட்டிருந்தார்கள்.

டகாகி கெனிச்சி, ஹயாஷி யோகோ மற்றும் யோகோட்டா யூச்சி உள்ளிட்ட பல ஜப்பானிய வழக்கறிஞர்கள் பிலிப்பைன்ஸுக்குச் சென்று பல பெண்களை நேர்காணல் செய்து அவர்களின் சாட்சியங்களைப் பதிவு செய்து கொண்டார்கள். முன்னாள் கொரிய 'வேட்கை தணிக்கும் பெண்களுக்காக' பணியாற்றியிருந்த இந்த வழக்கறிஞர்கள் நீதி வேண்டியும் இழப்பீடு கோரியும் ஜப்பானிய அரசாங்கத்திடம் வழக்கு தொடர்ந்தார்கள்.

இவ்வாறு பாதிக்கப்பட்டிருந்த பிலிப்பினோ பெண்களில் பதினெட்டு பேர் டோக்கியோ மாவட்ட நீதிமன்றத்தில் 1993ஆம் ஆண்டு ஏப்ரல் மாதத்தில், ஜப்பானிய அரசாங்கத்திற்கு எதிராக வழக்குத் தொடர்ந்ததோடு, ஜப்பானிய அரசிடமிருந்து ஒரு நபருக்கு இருபது மில்லியன் யென் இழப்பீட்டைக் கோரினார்கள். நாளடைவில் மனுதாரர்களின் எண்ணிக்கை நாற்பத்தாறு ஆக உயர்ந்தது.

ஜப்பான் 1907ஆம் ஆண்டின் ஹேக் உடன்படிக்கையை மீறியிருந்தது. அதன் விதிமுறைகள் ஆக்கிரமிக்கப்பட்ட பகுதிகளில் உள்ள பொதுமக்களைப் பாதுகாக்கின்றன என்பது அந்த உடன்படிக்கையின் சட்ட அடிப்படைகளில் ஒன்றாகும்.

பின்னர் ஜப்பானிய அரசாங்கமானது 1912ஆம் ஆண்டில் அந்த உடன்படிக்கையை மீண்டும் அங்கீகரித்தது. எனவே அதற்குக் கட்டுப்பட்டே 1941ஆம் ஆண்டின் பிற்பகுதியில் ஜப்பானிய ஏகாதிபத்திய படைகள் பிலிப்பைன்ஸில் தாக்குதல்களைத் தொடங்கின.

இந்த உடன்படிக்கையின் 46 வது பிரிவு 'தனிநபரினதும், குடும்பத்தினதும் நற்பெயர் மற்றும் உரிமைகளுக்கு உரிய மரியாதை வழங்கப்பட வேண்டும்' என்று வரையறுக்கிறது. இந்தச் சட்டம் ஒரு தனிநபரிலும், அவரது உடலிலும் அடிப்படை உரிமைகளை மீறுவதை தெளிவாகத் தடுக்கிறது. மேலும், பெரும்பாலான சமூகங்களில், ஒரு பெண் மீது நிகழ்த்தப்படும் பாலியல் வன்முறை என்பது அவரது குடும்ப கௌரவம் மற்றும் நற்பெயருக்கு இழைக்கப்படும் கடுமையான அத்துமீறலாகக் கருதப்படுகிறது. எனவே இங்கு பெண்கள் மீது நிகழ்த்தப்பட்ட பாலியல் வல்லுறவுகள் மற்றும் பாலியல் துஷ்பிரயோகங்கள் ஹேக் உடன்படிக்கையின் 46 வது பிரிவின் பிரகாரம் தெளிவான மீறலாகும்.

பிலிப்பைன்ஸில் ஜப்பானிய துருப்புக்களின் நடத்தையானது, 'மனிதகுலத்திற்கு எதிரான குற்றங்கள்' என்பது தெளிவாகும் அதேவேளை, 'மனிதகுலத்திற்கு எதிரான குற்றங்கள்' எனும் இந்தக் கருத்தாக்கமானது, இரண்டாம் உலகப் போருக்குப் பிறகு உடனடியாக நிறுவப்பட்ட சர்வதேச இராணுவ தீர்ப்பாய சாசனத்தின் பிரிவு ஆறில் அதிகாரப்பூர்வமாக வரையறுக்கப்பட்டு ஏற்றுக்கொள்ளப்பட்ட ஒன்றாகும்.

அப்போதிலிருந்து, 'மனிதகுலத்திற்கு எதிரான குற்றங்கள்' என்ற கருத்தாக்கம் 1948 இனப்படுகொலை தொடர்பான உடன்படிக்கை போன்ற சர்வதேச சட்டங்களில் மீண்டும் மீண்டும் பயன்படுத்தப்படுகிறது. பாலியல் வல்லுறவு மற்றும் பிற வகையான பாலியல் வன்முறைகள் மனிதகுலத்திற்கு எதிரான கடுமையான குற்றங்களாக சர்வதேச சட்டத்தின் நிபுணர்களால் கருதப்படுகின்றன.

டோக்கியோவில் நடைபெற்ற நீதிமன்ற விசாரணையில், நாற்பத்தாறு மனுதாரர்களில் மூவர் மாத்திரமே சாட்சியமளிக்க

அனுமதிக்கப்பட்டார்கள். இறுதியாக, 1998ஆம் ஆண்டு ஒக்டோபர் மாதம் தீர்ப்பு வழங்கப்படுவதற்குள் அவர்களுள் நால்வர் காலமாகி விட்டிருந்தார்கள். அவர்களில் ஒருவர் இந்த சுயசரிதை நூலின் ஆசிரியர் மரியா ரோஸா ஹென்ஸன். அவர் 1997ஆம் ஆண்டு ஆகஸ்ட் மாதம் 18ஆம் திகதி காலமானார்.

பாதிக்கப்பட்ட பிலிப்பினோக்களின் தலைமையிலான ஜப்பானிய அரசாங்கத்திற்கு எதிரான கூற்றுக்களை டோக்கியோ மாவட்ட நீதிமன்றம் நிராகரித்தது. சுருக்கமாக, நீதிபதி இச்சிகாவா யோரியாக்கியின் தீர்ப்பு என்னவாக இருந்ததென்றால், ஆக்கிரமிப்பு இராணுவம் சார்ந்துள்ள அரசுக்கு எதிராக இழப்பீடு கோருவதற்கான தனிப்பட்ட ரீதியில் பாதிக்கப்பட்டவர்களின் உரிமைகளை ஹேக் உடன்படிக்கை அங்கீகரிக்கவில்லை என்றும், 'மனிதகுலத்திற்கு எதிரான குற்றங்கள்' என்ற கருத்து சர்வதேச சம்பிரதாய சட்டத்தின் நிறுவப்பட்ட பகுதியாக இல்லை என்றும் கூறினார்.

இருப்பினும், 'மேற்கூறப்பட்டுள்ள விதிமுறைகளின் விதிகளை மீறும் ஒரு போர்த் தரப்பு மீது வழக்கு தொடுக்கப்பட்டால், இழப்பீடு வழங்க வேண்டியிருக்கும். காரணம் அதன் ஆயுதப் படைகளின் ஒரு பகுதியாக இருக்கும் நபர்கள் செய்யும் அனைத்து செயல்களுக்கும் அது பொறுப்பாகும்' என்று ஹேக் உடன்படிக்கையின் பிரிவு மூன்று ஒரு விடயத்தைத் தெளிவாகக் கூறியிருக்கிறது. 'மனிதகுலத்திற்கு எதிரான குற்றங்கள்' என்ற கருத்தைப் பொறுத்தவரை, நீதிபதி இச்சிகாவா தற்போதைய சர்வதேச போக்குகளுடன் முற்றிலும் தொடர்பில் இல்லை என்றுதான் கூற வேண்டும்.

'போர் மற்றும் ஆயுத மோதல் சூழ்நிலைகளில் மேற்கொள்ளப்பட்ட குற்றங்களை விசாரிக்க பெண்கள் மற்றும் ஆண்களின் உலகளாவிய முயற்சியுடன் ஒரு சர்வதேச குற்றவியல் நீதிமன்றத்தை நிறுவுவதற்காகப் பாடுபட வேண்டிய அளவிற்கு நிலைமை மோசமாக வீழ்ச்சியடைந்துள்ளது. ஆயுத மோதல் சூழ்நிலைகளின்போது நிகழ்த்தப்படும் பாலின அடிப்படையிலான விசாரணைகளும் கூட, ஜப்பானும் கைச்சாத்திட்டிருப்பதற்கேற்ப, மனிதகுலத்திற்கு எதிரான குற்றங்களாகவே கருதப்பட வேண்டும்' என்று இச்சிகாவாவின் தீர்ப்பு வழங்கப்பட்ட சிறிது நேரத்திற்குப் பிறகு இந்தாய் ஸாஜர் வெளியிட்ட அறிக்கையில் அதைச் சரியாகச் சுட்டிக் காட்டியுள்ளார்.

ரோமில் 1998ஆம் ஆண்டு ஜூலை மாதத்தில் ஒரு சர்வதேச குற்றவியல் நீதிமன்றத்தை நிறுவ ஜப்பான் உட்பட நூற்றிருபது நாடுகள் ஒப்புக் கொண்டன. (சர்வதேச குற்றவியல் நீதிமன்றம் நிறுவப்படுவதற்கு முன்னர் இந்த நூற்றிருபது நாடுகள் கையொப்பமிட்ட சட்டங்கள் குறைந்தது அறுபது நாடுகளால் அங்கீகரிக்கப்பட வேண்டும். 'அத்தகைய அமைப்பின் கீழ் எந்த அமெரிக்கரும் விசாரிக்கப்பட மாட்டார்கள் என்பதற்கு நூறு சதவீத உத்தரவாதம் இல்லாததால்' அமெரிக்கா அந்தச் சட்டங்களில் கையெழுத்திடத் தவறியிருப்பது ஏமாற்றமளிக்கிறது.)

இவ்வாறாக, ஜப்பானிய அரசாங்கத்துடன் இணைந்து ஜப்பானிய ஏகாதிபத்தியப் படைகளால் திட்டமிடப்பட்டு நிகழ்த்தப்பட்ட ஈடு இணையற்ற குற்றத்திற்கு ஜப்பானிய அரசாங்கம் தொடர்ந்து சட்டரீதியான பொறுப்பை மறுத்து வருகிறது. உலகளாவிய விமர்சனங்களைத் தணிப்பதற்காக, 1995ஆம் ஆண்டு ஜூலை மாதத்தில் ஜப்பான் அரசாங்கமானது முன்னாள் 'வேட்கை தணிப்புப் பெண்களுக்கு' வழங்குவதற்காக தனியார் துறையிலிருந்து பணம் திரட்டும் நோக்கத்தோடு ஆசிய மகளிர் நிதியத்தை அமைத்தது.

என்றாலும், பாதிக்கப்பட்டவர்களில் பெரும்பாலானோர் ஜப்பானின் உத்தியோகபூர்வ மன்னிப்புக் கோரல் இல்லாமல் அத்தகைய இழப்பீட்டை ஏற்றுக்கொள்ள மறுத்ததால், அந்தத் திட்டம் தெளிவாக தோல்வியடைந்துள்ளது. முன்னாள் 'வேட்கை தணிக்கும் பெண்களின்' அவலநிலைக்கு ஜப்பானிய அரசாங்கம் தனது பொறுப்பை ஒழுங்காக ஏற்றுக் கொள்ள வேண்டும் என்று ஐ.நா. மனித உரிமைகள் ஆணையத்திற்கு பரிந்துரைத்த 1995 குமாரசுவாமி அறிக்கையையும் ஜப்பான் நிராகரித்தது. 1998ஆம் ஆண்டு ஆகஸ்ட் மாதத்தில், அதே ஐ.நா ஆணையத்திற்கான மெக்டுகல் அறிக்கையும் பாதிக்கப்பட்டவர்களுக்கு அதிகாரப்பூர்வமாக இழப்பீடு வழங்குவதன் மூலம் ஜப்பான் தனது கொள்கையை சரிசெய்ய வேண்டும் என்று வலியுறுத்தியது. என்றாலும் ஜப்பானிய அரசாங்கமோ சர்வதேச கருத்துக்களுக்கு செவிசாய்ப்பதேயில்லை.

ஜப்பானிய அரசாங்கத்தின் இத்தகைய பொறுப்பற்ற மற்றும் நியாயமற்ற அணுகுமுறையானது கொரியா, தாய்வான், சீனா, பிலிப்பைன்ஸ், இந்தோனேசியா மற்றும் பிற நாடுகளைச் சேர்ந்த

முன்னாள் 'வேட்கை தணிக்கும் பெண்களின்' குரல்களை அடக்குவதற்குப் பதிலாக மேலும் வலுப்படுத்தவே செய்துள்ளது. அந்தப் பெண்களின் துணிச்சலான செயற்பாடுகள் உலகெங்கிலும் உள்ள ஏராளமான ஆதரவாளர்களை, குறிப்பாக ஜப்பான் உட்பட பெண்ணிய குழுக்களினது கவனத்தை ஈர்த்துள்ளன.

இந்தப் பிரச்சினையை உயிர்ப்புடன் வைத்திருக்கும் பாதிக்கப்பட்டவர்களின் தொடர்ச்சியான முயற்சிகள் இல்லையென்றால், உலகெங்கிலும் உள்ள பெண்கள் மற்றும் ஆண்களின் ஆதரவு இல்லையென்றால், சர்வதேச குற்றவியல் நீதிமன்றத்தை அமைக்கும் திட்டம் நடைமுறைக்கு வந்திருக்காது. அந்தத் திட்டம் இன்னும் ஓரளவு மட்டுமே நிறைவேறியுள்ளது. என்றாலும், இந்தப் பெண்களின் குரல்களை உலகம் இனியும் புறக்கணிக்க முடியாது.

– யூகி தனகா

எனது தாய் ஜூலியா

மணிலாவுக்கு வடக்கே எண்பது கிலோமீற்றர்கள் தொலைவில், பிலிப்பைன்ஸ் தேசத்தின் பம்பாங்கா மாகாணத்தின் ஏஞ்சலிஸ் நகரத்திலுள்ள பம்பாங் எனும் கிராமத்துக்கு அயலில் எனது கதை ஆரம்பிக்கிறது. எனது தாத்தாவான அல்பர்ட்டோ லூனா அங்குதான் வசித்து வந்தார். அவர் அங்குள்ள கரும்புத் தோட்டத்திலும், நெல் வயலிலும் கூலித் தொழிலாளியாகப் பணிபுரிந்து வந்த ஒரு விவசாயி. அந்தப் பயிர்நிலங்கள் தொன் பெப்பே ஹென்ஸன் எனும் பெரும் செல்வந்தருக்கு உரித்தானவையாக இருந்தன.

அந்தக் காலகட்டத்தில் பம்பாங்காவிலிருந்த விவசாயிகள் அனைவருமே மிகவும் ஏழைகளாக இருந்தார்கள். அறுவடைக் காலத்தில் விளைச்சலின் மூன்றிலொரு பாகமும், அவர்கள் வெட்டிய அல்லது நட்ட கரும்புகளுக்கு ஏற்ப நாற்கூலியும்தான் அவர்களுக்கு ஊதியமாகப் பகிர்ந்தளிக்கப்பட்டு வந்தன.

அல்பர்டோ தாத்தாவின் தந்தையும் கூட ஒரு விவசாயியாக இருந்ததோடு, அவர் காலமானதற்குப் பிறகு எனது தாத்தா அந்தப் பயிர்நிலங்களில் அனைத்து வேலைகளையும் முழுமையாகப் பொறுப்பேற்றுக் கொண்டார். மே மாதங்களில் முதல்மழை பெய்யத் தொடங்கியதுமே அவர் எருமைகளோடு வயலுக்குச் சென்று பாடுபடத் தொடங்குவார். நெற்பயிர்கள் செழித்து வளர்ந்து அறுவடைக்குத் தயாரானதுமே அவர் டிசம்பர் மாதத்தில் அவற்றை அறுவடை செய்வார்.

அந்த அறுவடை வேலைகள் முழுமையாக முடிந்ததும் அவர் அதே பயிர்நிலத்தை கரும்புகளைப் பயிரிடுவதற்காகத் தயார்படுத்தி கரும்புகளைப்

பயிரிடுவார். அவை அடுத்த மழைக்காலம் தொடங்குவதற்கு முன்பு அறுவடைக்குத் தயாராகவிருக்கும். இவ்வாறாக அது கடின உழைப்பின் முடிவேயற்ற சுழற்சியாக இருந்தது. அதிலிருந்து எனது தாத்தாவாலோ, அவரது தந்தையாலோ தப்பிக்கவே முடியவில்லை. எப்போதும் கடனிலும், வறுமையிலும் வாழ்ந்து மரிப்பதே நியதியாகவிருந்தது.

எனது பாட்டியான கார்மன் ஸலஸை அவளது பதினைந்து வயதிலிருந்தே எனது தாத்தா அல்பர்டோ ஒருதலையாகக் காதலிக்கத் தொடங்கிவிட்டார். ஒரு அமெரிக்கப் படையினன் உட்பட பலரும் அந்தச் சமயத்தில் அவளைத் திருமணம் முடிக்கக் கேட்டு வந்து கொண்டிருந்தார்கள்.

அவளது குடும்பத்தினரும் கூட விவசாயிகளாகவே இருந்தார்கள். என்றாலும், அவளோ ஃபோர்ட் ஸ்டொட்ஸன்பர்க்கில் நிலை கொண்டிருந்த அமெரிக்கப் படையினருக்கு பழ வகைகளை விற்கும் தனது அத்தைகளுக்கு உதவிக் கொண்டிருந்தாள். அந்தத் தளமே இப்போது கிளார்க் சர்வதேச விமான நிலையமாக உருவெடுத்துள்ளது. அவர்கள் வாழைப்பழங்கள், சிக்கூ பழங்கள், மாம்பழங்கள் மற்றும் இன்னும் பலவகைப் பழங்களை மாட்டுவண்டிகளில் ஏற்றிச் சென்று விற்பார்கள். அவ்வாறுதான் கார்மன் அமெரிக்கப் படையினர்களைச் சந்திக்க நேரிட்டது. அதனால் அவள் சரளமாக ஆங்கிலத்தில் உரையாடவும் கற்றுக் கொண்டிருந்தாள்.

அவளின் பெற்றோருக்கோ படையினரைப் பிடிக்கவேயில்லை. ஆகவே அல்பர்ட்டோவின் பெற்றோர் கார்மனைப் பெண்கேட்டு வந்ததுமே அவளின் பெற்றோர் அதற்கு சம்மதம் தெரிவித்தார்கள். தமது பெண்ணை அல்பர்ட்டோவுக்குத் திருமணம் முடித்துக் கொடுக்க வேண்டும் என்றால், அல்பர்ட்டோ ஒரு வருட காலம் அவர்களுக்குச் சேவை செய்ய வேண்டும் என்ற ஒரு சம்பிரதாயம் இருந்தது. அதன் பிரகாரம் அல்பர்ட்டோ, கார்மனின் பெற்றோருக்கு பணிவிடை செய்தார். அவர் வீட்டுத் தேவைக்கும், கார்மனின் தந்தைக்காக பயிர்நிலங்களுக்கும் தண்ணீர் அள்ளி வர வேண்டியிருந்தது. சமையலுக்குத் தேவையான விறகுகளுக்காக காடுகளுக்குப் போய் விறகு வெட்டிச் சேகரித்து எடுத்துக் கொண்டு வர வேண்டியிருந்தது.

இவ்வாறாக பல நீண்ட மாதங்கள் தனது நோக்கத்திலிருக்கும் நேர்மையைத் தனது கடின உழைப்பின் மூலம் நிரூபித்ததன்

பிறகுதான் ஒரு நாள், ஒரு தேவாலயத்தில் வைத்து அல்பர்ட்டோ, கார்மனைத் திருமணம் செய்து கொண்டார். அவர்கள் திருமணம் முடித்து ஒரு வருடத்துக்குள் ஜூலியா பிறந்தாள். அவளுக்குப் பிறகு அடுக்கடுக்காக ஒன்பது குழந்தைகள் அவர்களுக்குப் பிறந்தன.

அவர்கள் மிகவும் வறியவர்கள் என்பதனால், அந்தக் குழந்தைகளை வளர்த்தெடுக்க அவர்கள் பெரும் பாடுபட்டார்கள். அல்பர்ட்டோ பயிர்நிலங்களில் பாடுபடும்போது, கார்மன் குழந்தைகளைப் பார்த்துக் கொள்ள வீட்டில் இருக்க வேண்டியிருந்தது. சில சமயங்களில் அவர்களது தேவைகளைப் பூர்த்தி செய்துகொள்ள உறவினர்களும் உதவினார்கள். அந்தப் பகுதியில் இருந்த அனைவருமே ஒருவருக்கொருவர் உதவிகளைச் செய்துகொள்வது பொதுவானது. அதுதான் சம்பிரதாயம். இப்போதும் கூட அந்த சம்பிரதாயம் இருக்கிறது.

எனது தாய் ஜூலியா 1907ஆம் ஆண்டு ஏப்ரல் மாதம் பதினைந்தாம் திகதி பிறந்தாள். அவள்தான் தனது சிறுபராயத்தைக் குறித்தும், எனது பிறப்பைக் குறித்தும் என்னிடம் கூறியவள்.

அவளுக்கு பதிமூன்று வயதாக இருந்தபோதுதான் அது நடந்தது. அன்று 1920ஆம் ஆண்டில் ஒரு நாள். பயிர்நிலங்களின் உரிமையாளரான பண்ணைக்காரர் தொன் பெப்பே எப்போதும் அந்தப் பகுதிக்கு வருவதைப் போலவே அன்றும் ஊருக்குள் வந்திருக்கிறார். அவர் அந்தக் கிராமத்தைச் சுற்றிப் பார்த்துக் கொண்டிருந்தவேளையில் மழை வலுத்துப் பெய்யத் தொடங்கியிருக்கிறது. உடனடியாக அவர் அருகிலிருந்த எனது தாத்தாவின் குடிசையில் ஒதுங்கியிருக்கிறார்.

குடிசைக்குள்ளே அல்பர்ட்டோவும், கார்மனும் அவர்களது ஐந்து குழந்தைகளும் அவ்வேளையில் ஒரு மூலையில் ஒடுங்கிக் கொண்டிருப்பதைக் கண்டு அவர் ஆச்சரியமடைந்திருக்கிறார். கோரைப் புற்கள் வேய்ந்த அந்தக் குடிசையின் கூரை ஒழுகிக் கொண்டிருந்ததால் மொத்தக் குடும்பமுமே அந்தக் குடிசைக்குள் நனையாத ஒரு சிறிய இடத்தில் தஞ்சமடைந்திருந்தது.

பண்ணைக்காரரான தொன் பெப்பேயைக் கண்டதுமே அல்பர்ட்டோ தான் இருந்த இடத்திலிருந்து எழுந்து ஓடி வந்து, மரியாதை நிமித்தம் அவரது புறங்கையில் முத்தமிட்டு வரவேற்றிருக்கிறார். அவர் நனையாதிருக்க தனது கூடைத் தொப்பியை எடுத்துக் கொடுத்திருக்கிறார்.

“அல்பர்ட்டோ, இப்படியிருப்பது சிறு குழந்தைகளுக்கு நல்லதல்ல. மழை பெய்யும்போது வீடு ஒழுகாமல் பார்த்துக்கொள். தினமும் இரண்டு வேளையாவது பிள்ளைகளுக்கு சாப்பாடு கொடு” என்று மழை நின்றதும் தொன் பெப்பே எனது தாத்தாவுக்கு அறிவுறுத்தியிருக்கிறார். அதைக் கேட்டு அல்பர்ட்டோ எதுவும் பேச முடியாமல் கூச்சத்தில் நெளிந்து தலை தாழ்த்தியிருக்கிறார். அவர் மிகவும் வறுமையில் இருந்ததால் அவரால் கூரையைச் சீரமைக்க முடிந்திருக்கவில்லை.

அப்போதுதான் நன்றாக நனைந்து குளிரில் நடுங்கியவாறு திடீரென்று ஜூலியா வீட்டுக்குள் நுழைந்திருக்கிறாள். அயல்வீடொன்றிலிருந்து கொஞ்சம் அரிசியை இரவல் வாங்கிக் கொண்டு வர அவள் அனுப்பி வைக்கப்பட்டிருந்தாள். காரணம், இரவுணவுக்கு அவர்களிடம் அரிசி இருக்கவில்லை. அப்போதுதான் தொன் பெப்பே முதன்முதலாக அவளைக் கண்டார்.

“ஓஹோ... உனக்கு இவ்வளவு பெரிய மகளொருத்தி இருக்கிறாளே. எத்தனை வயது இவளுக்கு?” என்று அல்பர்டோவிடம் கேட்டிருக்கிறார்.

“அவளுக்கு இப்போதுதான் பதின்மூன்று வயதாகிறது, ஐயா” என்று எனது பாட்டி கார்மன் பதிலளித்திருக்கிறாள்.

தனது வீட்டில் வீட்டுப் பணிப்பெண்ணாக வேலை செய்ய அவளைத் தனது வீட்டுக்கு அனுப்பி வைக்க முடியுமா என்று தொன் பெப்பே அவ்வேளையில்தான் கேட்டிருக்கிறார்.

“எனக்கும், என்னுடைய மனைவிக்கும் வீட்டு வேலைகளில் உதவி செய்தால் போதும். என்னுடைய பிள்ளைகளுக்கு தனித்தனியாக வேலைக்காரிகள் இருக்கிறார்கள்” என்றும் அவர் கூறியுள்ளார்.

“இதைப்பற்றி நானும், கார்மனும் கலந்துரையாடி விட்டு முடிவைச் சொல்கிறோம், ஐயா” என்று எனது தாத்தா பதிலளித்திருக்கிறார். அதற்கு தொன் பெப்பே சம்மதித்ததோடு, சரியாக ஒரு கிழமையில் தனக்கு பதில் கிடைக்க வேண்டும் என்று கூறியிருக்கிறார்.

அதற்குப் பிறகு அவர் அந்தக் கிராமத்திலிருந்த ஏனைய குடிசைகளின் கூரைகள் ஒழுகுகின்றனவா என்று பார்க்கப் போய்விட்டார். அவ்வாறு ஒழுகுவதாக இருந்தால் அவரே முன்வந்து அவற்றைத் திருத்துவதற்காக பணம் கொடுப்பார். அந்தக் குடியிருப்பாளர்கள் அறுவடைக் காலத்தில் தமக்குக் கூலியாகக் கிடைக்கும் அறுவடையில் அந்தச் செலவை அவருக்குத் திருப்பிக் கொடுப்பார்கள்.

பண்ணைக்காரரின் வேண்டுகோள் குறித்து கலந்துரையாடியவாறு அல்பேர்ட்டோவும், கார்மனும் அன்றைய இரவில் வெகுநேரம் வரை விழித்திருந்தார்கள். மறுநாள் காலையில் தொன் பெப்பேயின் வேண்டுகோளைப் பற்றி ஜூலியாவிடம் தெரிவித்திருக்கிறார்கள்.

தான் பண்ணைக்காரர் வீட்டுக்கு வேலைக்குப் போக வேண்டும் என்று தனது பெற்றோர் விரும்புவது அவளுக்குப் புரிந்தது. அவள் மிகவும் கவலையாக உணர்ந்தாள். காரணம் அவள் அந்தப் பெரிய வீட்டுக்குப் போய் விட்டால் அதற்குப் பிறகு அவளால் சக தோழிகளையோ, அவளது உடன்பிறவா சகோதரிகளையோ தினமும் சந்திக்கவே முடியாமலிருக்கும். தன்னை விடவும் ஒரு வயது மூத்தவளான போதிலும், தனக்கு மிகவும் நெருக்கமான தனது உடன்பிறவா சகோதரி அன்னாவையோ, தனது தோழிகளான ரீட்டாவையோ, அல்ஃபோன்ஸாவையோ இனிமேல் தன்னால் பார்க்கவே முடியாதிருக்கும் என்று எண்ணி அவள் வருந்தினாள்.

மூன்று நாட்களுக்குப் பிறகு தொன் பெப்பே மீண்டும் அல்பர்ட்டோவின் வீட்டுக்கு வந்தார். அவருக்கு அந்தத் தம்பதியின் பதிலை அறிய வேண்டியிருந்தது.

அல்பர்ட்டோவும், கார்மனும் அவரது வேண்டுகோளுக்குச் சம்மதித்தார்கள். ஆகவே, ஜூலியா பண்ணைக்காரர் வீட்டுப் பணிப்பெண்ணாக வேலைக்குப் போக வேண்டியிருந்தது. உண்மையில் அவர்களுக்கு வேறு வழியிருக்கவில்லை. அவர்கள் பண்ணைக்காரரான தொன் பெப்பேயின் வேண்டுகோளுக்கு இணங்க மறுத்திருந்தால், அவர் அல்பர்ட்டோவைத் தனது பயிர்நிலங்களில் வேலை செய்யத் தடைபோடுவார். அவ்வாறு நடந்தால் அதற்குப் பிறகு அவர்கள் அனைவரும் எங்கேதான் போவார்கள்?

மறுநாளே ஜூலியாவைத் தனது வீட்டுக்குக் கூட்டிக் கொண்டு வருமாறு அல்பர்ட்டோவிடம் பண்ணைக்காரர் கட்டளையிட்டிருக்கிறார். மறுநாள் விடிகாலையிலே எழுந்து கொண்ட அல்பர்ட்டோ தனது மாட்டு வண்டி நிறைய விறகுகளைக் கட்டியெடுத்துக் கொண்டு, ஜூலியாவையும் கூட்டிக் கொண்டு போய் பண்ணைக்காரரின் அரண்மனை போன்ற பெரிய வீட்டில் ஒப்படைத்து விட்டு வரப் போனார். அந்தப் பெரிய வீடு இப்போதும் இருக்கிறது.

தொன் பெப்பேயும், அவரது மனைவியும் அல்பர்ட்டோவையும், ஜூலியாவையும் வீட்டினுள்ளே அழைத்தார்கள். விசாலமான

வரவேற்பறையை புராதன மதிப்புள்ள பெறுமதியான கதிரைகளும், மெழுகுவர்த்திகள் ஏற்றப்பட்ட சர விளக்குகளும் அலங்கரித்துக் கொண்டிருந்தன. அவ்வளவு விசாலமான ஒரு வரவேற்பறையையும், அவ்வளவு அழகான வீட்டையும் அதற்கு முன் கண்டதேயில்லை என்பதனால் ஜூலியா மிகவும் ஆச்சரியத்துக்குள்ளானாள்.

ஜூலியா இனிமேல் அந்த வீட்டில் செய்யப் போகும் வேலைகளுக்கான முற்பணமாக கொஞ்சம் பணத்தை பண்ணைக்காரர், அல்பர்ட்டோவிடம் கொடுத்தார். மாதாமாதம் ஐந்து பெஸோ காசுகளும், பழந்துணிகளுமே அவளுக்கு ஊதியமாக வழங்க ஏற்பாடாகியிருந்தது. அல்பர்ட்டோவுக்கு முற்பணமாக நூற்றிருபது பெஸோ காசுகள் அதாவது அவரது மகளின் இரண்டு வருட ஊதியம் மொத்தமாக வழங்கப்பட்டதுமே அவர் அங்கிருந்து போய் விட்டார். ஜூலியா தனது தந்தை போவதைப் பார்த்து மௌனமாக விம்மினாள்.

தொன் பெப்பேயின் மனைவியான தோனா சரிங், ஜூலியா அந்த வீட்டில் என்ன வேலையெல்லாம் செய்ய வேண்டும் என்பதைக் கற்றுக் கொடுத்தாள். அவள் அவை அனைத்தையும் இலகுவாகக் கற்றுக் கொண்டதோடு தனக்கிடப்பட்ட வேலைகளை மிகவும் சிறப்பாகச் செய்தாள். மிகவும் பணிவான பணிப்பெண்ணாக அவள் இருப்பது குறித்து தோனா மிகுந்த மகிழ்ச்சியிலிருந்தாள். என்றாலும், எனது தாயோ எப்போதும் வீட்டு நினைவிலேயே இருந்தாள். அவள் தனது தாயையும், சகோதர சகோதரிகளையும் குறித்தே எப்போதும் யோசித்துக் கொண்டிருந்தாள்.

அந்தப் பண்ணை வீட்டுக்கு வாரத்துக்கு ஒரு தடவை விறகுகளையும், காய்கறிகளையும், பாலையும் எடுத்துக் கொண்டு தனது தந்தை வரும்போதெல்லாம் அவள் அவரைச் சந்தித்தாள். ஜூலியாவின் ஊதியமாகக் கிடைத்த பணத்தைக் கொண்டு அவர்களால் தமது வீட்டை சீர்செய்யவும், கோரைப் புற்களாலான ஒழுகிய கூரையை அகற்றி விட்டு தகரக் கூரையைப் பொருத்திக் கொள்ளவும் முடிந்திருந்தது.

இரண்டு ஆண்டுகள் கழியும்போது ஜூலியா அப்போதுதான் பூத்த பூவைப் போல பேரழகு மிக்க பருவப்பெண்ணாக மாறியிருந்தாள். ஒரு நாள் அவள் குடும்பத்தைப் பார்த்துப் போக தனது குடியிருப்புக்கு வந்திருந்தாள். அவளது சகோதர சகோதரிகளால்

அவளை இனங்கண்டு கொள்ள முடியவில்லை. காரணம் அவள் போகும்போது அவர்கள் மிகவும் சிறியவர்களாக இருந்தார்கள்.

அவள் அவர்களோடு ஒரு வாரம் தங்கினாள். அந்தக் காலகட்டத்தில் அப்போதுதான் அந்தக் குடும்பத்தின் ஏழாவது குழந்தையைப் பிரசவித்திருந்த அவளது தாயாருக்கு பணிவிடை செய்தாள். தனது பால்ய கால சினேகிதர்களைக் கண்டதில் அவள் மிகவும் மகிழ்ச்சியாக இருந்தாள். அவளது சினேகிதர்கள் அனைவருமே அப்போது இளம்பெண்களாகவும், வாலிபர்களாகவும் ஆகியிருந்தார்கள்.

இளைஞர்கள் அவள் பின்னால் சுற்றினார்கள். அவர்கள் அவளது ஜன்னலருகே காத்திருந்து தமது கிட்டாரை இசைத்து காதல் பாடல்களைப் பாடினார்கள். அல்பர்ட்டோ அவ்வாறான ஆடவர்களைக் கண்டால் வீட்டுக்குள்ளே அழைப்பார். அவர்கள் உள்ளே வந்து வரவேற்பறையில் அமர்ந்திருந்து உரையாடியவாறும், பாடல்களைப் பாடியவாறும் காலத்தைக் கழிப்பார்கள். அவளும் அவர்களோடு சேர்ந்து பாடுவாள். அவர்களுக்கு சூடான சாயத் தேநீரையும், அவித்த மரவள்ளியையும் வழங்கி உபசரிப்பாள்.

அடுத்த வாரமே ஜூலியா தனது கடமைகளைத் தொடர பண்ணைக்காரரின் பெரிய வீட்டுக்குத் திரும்பி விட்டாள். இந்தத் தடவை பண்ணைக்காரரின் பிள்ளைகள் கூட அவளை அவதானிக்கத் தொடங்கியிருந்தார்கள். தொன் பெப்பேக்கு மொத்தம் பத்துப் பிள்ளைகள் இருந்தார்கள். எல்லோருமே வளர்ந்தவர்கள். அவரது கடைசிப் பிள்ளைக்கு மூத்தவளான மகள்தான் ஜூலியாவின் வயதிலிருந்தாள்.

தொன் பெப்பே இறைபக்தி நிறைந்த ஒருவராக இருந்ததோடு, அவரது மனைவி மிகவும் கருணை மிக்கவளாக இருந்தாள். அவள்தான் ஜூலியாவை நல்லபடியாகப் பார்த்துக்கொண்டாள். தினந்தோறும் இரண்டு தடவைகள், காலை ஆறு மணிக்கும், அந்தி சாயும்போதும் பண்ணைக்காரரும் அவரது மனைவியும் ஏஞ்சலிஸிலுள்ள தேவாலயத்துக்கு வணக்க வழிபாட்டுக்காகப் போய்வருவார்கள். அந்தப் பெரிய வீட்டின் ஒவ்வொரு மூலையிலும் கன்னிமேரியினதும், இயேசு கிறிஸ்துவினதும் திருவுருவச் சிலைகள் வைக்கப்பட்டிருந்தன.

ஒரு நாள் இரவு ஜூலியா உறங்கிக் கொண்டிருக்கையில் யாரோ தன்னை முத்தமிடுவதைப் போல உணர்ந்தாள். அவள் கத்த முயன்ற போது, யாரோ அவளது காதில் முணுமுணுப்பது கேட்டது.

“கத்தாதே. நீ எவ்வளவுதான் கத்தினாலும் இங்கே யாருக்குமே அது கேட்கப் போவதில்லை. நானும், மனைவியும் மட்டும்தான் இப்போது வீட்டில் இருக்கிறோம். பிள்ளைகளும் வீட்டில் இல்லை.”

ஜூலியா மிகவும் பயந்து அதிர்ந்து போயிருந்தாள். அவளால் எதிர்த்துப் போராட முடியவில்லை. காரணம் தொன் பெப்பே அவளை விடவும் மிகவும் பலசாலியாக இருந்தார்.

அன்று அவர் அவளைப் பாலியல் வல்லுறவுக்கு உள்ளாக்கினார். அவளுக்கு மிகவும் வலித்தது. அவர் அங்கிருந்து போகும்போது அவள் இதைப் பற்றி அவளது பெற்றோரிடம் கூறவே கூடாது என்று கட்டளையிட்டார்.

“கூறினால், நான் உன்னுடைய அப்பாவை எனது நிலத்திலிருந்து துரத்தி விடுவேன்” என்று மிரட்டி விட்டுத்தான் அவர் அவளது அறையை விட்டு வெளியேறினார். எனது தாய்க்கு அந்தச் சமயத்தில் பதினைந்து வயதுதான் ஆகியிருந்தது. அப்போதுதான் பருவமடைந்திருந்தாள்.

மறுநாள் காலையில் அவளால் வேலைகளை ஒழுங்காகச் செய்ய முடியவில்லை. காலை உணவுக்காக மேசையைத் தயார் செய்த அவள் பண்ணைக்காரருக்கும், அவரது மனைவிக்கும் உணவைப் பரிமாறினாள். தொன் பெப்பே அடிக்கடி ஜூலியாவைப் பார்த்துக் கொண்டிருந்தார். அவளோ மௌனமாக இருந்தபோதிலும், அவளது உள்ளம் கடுங்கோபத்தில் குமுறிக் கொண்டிருந்தது.

ஒரு நாள் பண்ணைக்காரரின் மனைவியிடம் தனது வீட்டுக்குச் சென்று வர அனுமதி பெற்றவள் தனது வீட்டுக்கு வந்து தனது குடும்பத்தோடு இரண்டு நாட்கள் தங்கினாள். அவளது தாயும், சகோதர சகோதரிகளும் அவளைக் கண்டதில் பெருமகிழ்ச்சியடைந்தார்கள். அவள் அங்கிருந்து விடைபெறும் முன்பு தனக்கு நேர்ந்ததைக் குறித்துத் தனது பெற்றோரிடம் தெரிவித்தாள். ஆனால் அவர்களோ அவளை நம்ப மறுத்தார்கள்.

“தொன் பெப்பே இறைபக்தி மிக்கவர். அவர் அவ்வாறெல்லாம் செய்ய மாட்டார்” என்று அவளது தந்தை கூறினார். என்றாலும் அவள் கூறுவது உண்மைதான் என்பதை அல்பர்ட்டோ உள்ளுக்குள்

அறிந்தே இருந்தார். தமது எஜமான் குறித்து தனது தந்தை கசப்போடும், கோபத்தோடும் இருந்ததை ஜூலியா கடைசியில்தான் அறிந்தாள். நாம் ஏழைகள் என்பதனாலேயே இவ்வாறெல்லாம் நடக்கிறது என்றுதான் அவர் நினைத்தார்.

ஜூலியா அழுதாள். தான் கெட்டுப் போய்விட்டதனால் தனது பெற்றோர் தன்னை இனிமேலும் நேசிக்க மாட்டார்கள் என்று நினைத்து வருந்தினாள். அழுதவாறும், தனது நிலைமையை எண்ணி விரக்தியடைந்தவாறும்தான் அவள் தனது வீட்டிலிருந்து அன்று வெளியேறினாள். வேறெங்காவது ஓடிப் போய் விட வேண்டும் என்றும் கூட அவளுக்குத் தோன்றியது.

பண்ணைக்காரரின் பெரிய வீட்டுக்குப் போக அவள் விரும்பவேயில்லை. என்றாலும் போகாமலிருக்கவும் அவள் பயந்தாள். அவளுக்கு எழுதவோ, வாசிக்கவோ தெரியாது. அவள் அவளது சகோதர, சகோதரிகளைப் பார்த்துக் கொள்ள வேண்டியிருந்ததால் அவளது பெற்றோர் அவளைப் பள்ளிக்கூடத்துக்கு அனுப்பியிருக்கவில்லை.

ஆகவே அவள் பண்ணைக்காரரின் வீட்டுக்குத் திரும்பி வந்து மீண்டும் வழமை போலவே வேலை செய்யத் தொடங்கினாள். அவளது உள்ளம் முழுவதும் கோபமும், வெறுப்புமே நிறைந்திருந்தது.

எனது தாயின் வாயிலிருந்தே வெளியே வந்ததுதான் இந்தக் கதை.. நான் பிறப்பதற்கு முன்பு நடந்த அனைத்தையும் அவள் என்னிடம் மறைக்காமல் கூறினாள். ஒரு தடவையல்ல, பல தடவைகள் என்னிடம் அவள் அதைக் கூறியிருக்கிறாள். ஆகவேதான் எனது மூளையெனும் நாட்குறிப்பேட்டில் இவை அழுத்தமாகப் பதிந்திருக்கின்றன.

தனது பெற்றோரிடம் ஜூலியா இதைத் தெரிவித்த நாளிலிருந்து அவளது தந்தை அல்பர்ட்டோவிடம் மாற்றங்கள் தென்படத் தொடங்கின. அல்பர்ட்டோ எப்போதும் கவலையில் ஆழ்ந்திருப்பதைக் கண்டு, ஜூலியாதான் இதற்குக் காரணம் என்பதை அவளது தாயாரான கார்மன் புரிந்து கொண்டாள். அவளாலும் கூட ஜூலியாவின் வேதனையைப் புரிந்துகொள்ள முடிந்தது.

ஒரு நாள் அல்பர்ட்டோ மிகவும் சுகவீனமுற்றுக் காணப்பட்டார். அவர் உணவருந்த மறுத்தவாறு எப்போதும் ஏதோ யோசனையில்

ஆழ்ந்திருந்தார். சில சமயங்களில் அழுதார். கார்மன் தனது கணவனைத் தேற்ற முயற்சித்தாள்.

"நாங்கள் இப்போது என்ன செய்வது அல்பர்ட்டோ? மருத்துவரைப் போய்ப் பார்க்கக் கூட எங்களிடம் காசில்லையே" என்று கூறி வருந்தினாள்.

"அவ்வளவு பெரிய வருத்தம் ஒன்றுமில்லை. சின்னக் காய்ச்சல். அவ்வளவுதான்" என்று புன்னகைத்தவாறே அவர் பதிலளித்தார்.

என்றாலும், தனது கணவனின் வலியையும், மன வேதனையையும் கார்மனால் உணர முடிந்தது. வெகுகாலம் செல்ல முன்பே அவரது காய்ச்சல் மோசமாகி, சுவாசிக்கக் கூட சிரமப்பட்டுக் கொண்டிருந்தார். ஒரு நாள் பண்ணைக்காரர் ஊருக்கு வருகை தந்த வேளையில் மிகவும் மோசமான நிலைமையில் அல்பர்ட்டோவைக் கண்டார்.

அவர் கார்மனிடம் அவளது கணவனை நகரத்திலிருக்கும் மருத்துவமனைக்குக் கூட்டிக் கொண்டு போகுமாறு கட்டளையிட்டு, கொஞ்சம் பணத்தையும் கொடுத்தார். அல்பர்ட்டோ இரண்டு வாரங்கள் சிகிச்சையிலிருந்தார். அவரை நியூமோனியா தாக்கியிருந்ததாகவும், அதனாலேயே காய்ச்சலும், சுவாசச் சிக்கலும் வந்திருந்ததாகவும் மருத்துவர் தெரிவித்தார்.

குணமடைந்த அல்பர்ட்டோ வீடு திரும்பத் தயாரான வேளையில், இனிமேல் பயிர்நிலங்களில் வேலை செய்யக் கூடாதென்றும், வீட்டில் ஓய்வாக இருக்க வேண்டும் என்றும் மருத்துவர் அறிவுறுத்தினார். எந்தவொரு வருமானமும் இல்லாமலிருந்த அவரது குடும்பம் பண்ணைக்காரரின் உதவியைக் கொண்டே அதன் பிறகு வாழ நேர்ந்தது.

அப்போதும் ஜூலியா அந்தப் பெரிய வீட்டில்தான் பணி புரிந்து கொண்டிருந்ததோடு தனது தந்தையின் சுகவீனம் குறித்து அவள் அறிந்திருக்கவில்லை. அவளது உறவினர் ஒருவர் பண்ணைக்காரரின் வீட்டுக்கு வந்திருந்த போதே அவள் அந்த விடயத்தை அறிந்து கொண்டாள். அன்று பின்னேரமே அவள் தோனா சரிங்கிடம் அனுமதி கேட்டு விட்டுத் தனது தந்தையைப் பார்த்து வரப் போனாள்.

வீட்டுக்கு வருவது அவளுக்கு சற்று ஆறுதலை அளித்தது. அவள் சொற்ப நேரத்துக்கு தனது கவலையை மறந்திருந்தாள். தனது பால்ய சினேகிதர்களை, குறிப்பாக அவளது நெருங்கிய தோழியும்,

உடன்பிறவா சகோதரியுமான அன்னாவைச் சந்தித்தாள். அவர்கள் தமது பால்ய காலத்தைக் குறித்து உரையாடி சிரித்துக் களித்தார்கள்.

அன்னா ஓர் அழகிய இளம்பெண்ணாக வளர்ந்திருந்தாள். அவர்கள் உரையாடிக் கொண்டிருந்த வேளையில், அன்னா நெருங்கி வந்து இரகசியக் குரலில்,

"ஜூலியா நீதான் எனக்கு மணப்பெண் தோழியாக இருக்க வேண்டும். நான் ஃபோர்ட் ஸ்டொட்ஸன்பர்க்கிலுள்ள அமெரிக்கப் படைவீரன் ஒருத்தரைத் திருமணம் முடிக்கப் போகிறேன்" என்றாள்.

"நீ சும்மா சொல்கிறாய்" என்றாள் ஜூலியா.

"நிஜமாகத்தான் சொல்கிறேன். என்னுடைய பெற்றோரும் அனுமதி தந்து விட்டார்கள். அவருடைய பெயர் வில்லியம். அவரோ அவருடைய படைமுகாமில் நமது திருமணத்தை நடத்த வேண்டும் என்கிறார். என்னுடைய பெற்றோரோ ஏஞ்சலிஸிலுள்ள கத்தோலிக்க தேவாலயத்தில்தான் கல்யாணத்தை நடத்த வேண்டும் என்று கூறிக் கொண்டிருக்கிறார்கள். வேண்டுமென்றால் உன்னுடைய அம்மாவிடம் விசாரித்துப் பார். அவரும் இதைச் சொல்வார்" என்றாள் அன்னா.

ஜூலியா புன்னகைத்தாள்.

"உனக்கு அவரைப் பிடித்திருக்கிறதா?" என்று கேட்டாள்.

"ஆமாம். அவரை நான் மிகவும் நேசிக்கிறேன். அவரும் என்னை மிகவும் நேசிக்கிறார்" என்றாள் அன்னா.

அன்னா அங்கிருந்து கிளம்பியதும் ஜூலியாவின் மனதில் மிகப் பெரும் கவலையொன்று உருவெடுத்தது.

பின்னர் ரீட்டாவும் அங்கு வந்ததால் அவர்கள் இருவரும் தமது சினேகிதர்களைப் பற்றி கதைத்துக் கொண்டிருந்தார்கள். ரீட்டாவோ தனது சகோதரனான அல்ஃபோன்ஸோவைப் பற்றியும் குறிப்பிட்டாள்.

"அவனுக்கு உன்னைப் பார்க்க வேண்டுமாம், ஜூலியா" என்றாள் ரீட்டா.

ஒரு நாளிரவு அல்ஃபோன்ஸோ தனது நண்பர்களோடு அவளைப் பார்க்க வந்து போனான். அதற்குப் பிறகு அவன் மாத்திரம்

ஒவ்வொரு சனிக்கிழமை இரவும் அவளை வந்து பார்த்துப் போகத் தொடங்கினான்.

ஜூலியாவோ மிகுந்த மன உளைச்சலுக்குள்ளானாள். காரணம், அவள் கன்னிப்பெண்ணல்ல என்பதை அவள் அறிவாள். ஆகவே அல்ஃபோன்ஸோவின் வருகையை அவள் அனுமதிக்க வேண்டுமா இல்லையா என்ற தடுமாற்றத்தோடு அவள் இருந்தாள்.

தனது தந்தையைக் காணும்போதெல்லாம் அவளுக்கு அழுகை வந்தது. அவளது தாயும் அழுதுகொண்டிருந்தாள். அவரது சுகவீனம் காரணமாக அவரால் இனியும் பயிர்நிலங்களில் வேலை செய்ய வழியிருக்கவில்லை. தொன் பெப்பேதான் அவளது குடும்பத்தின் அன்றாடத் தேவைகளுக்கான பண உதவிகளை வழங்கிக் கொண்டிருக்கிறார் என்பதை அவள் அப்போதுதான் அறிந்து கொண்டாள்.

பண்ணைக்காரரின் நிழலிலிருந்து கூட தன்னால் இனிமேல் ஓடித் தப்ப முடியாது என்பது அவளுக்குத் தெளிவாகப் புலப்படத் தொடங்கியது. அவள் ரகசியமாக அழுதாள். தொன் பெப்பேயின் குரூரத்தை அவள்தான் அறிவாள். அவர் கொடுத்துதவிக் கொண்டிருக்கும் பணத்தின் காரணமாக அவளால் இனியும் அவரை எதிர்த்துப் போராடிக்கொண்டிருக்க முடியாது. இக்கட்டான தருணத்தில் அவரது பண உதவி மாத்திரம் இல்லாமலிருந்தால் அவளது தந்தை எப்போதோ செத்துப் போயிருப்பார். அத்தோடு அவரது பொருளாதார ரீதியான உதவிகளே தனது குடும்பத்தை உயிரோடு வைத்திருக்கிறது. ஆறு சகோதர சகோதரிகளுக்கு உணவளிக்கக் கூட அவளது சொற்ப ஊதியம் போதாது.

அந்தப் பெரிய வீட்டுக்கு மீண்டும் வேலைக்குப் போக அவளுக்கு விருப்பமே இருக்கவில்லை. ஆனால் அவள் போக வேண்டும் என்றும் இல்லாவிட்டால் பண்ணைக்காரர் கோபப்பட்டு நம்மை நன்றிகெட்டவர்கள் என்று அழைப்பார் என்றும் அவளது தாய் கார்மன்தான் அவளுக்கு எடுத்துக் கூறினாள்.

ஜூலியா தனது தாய்க்குக் கீழ்ப்படிந்தாள். அடுத்த மூன்று வருடங்களும் அவள் தொடர்ச்சியாக அந்தப் பெரிய வீட்டில்தான் வேலை செய்தாள். அதுவரை அவளைத் தொடாமல் தள்ளியே இருந்த தொன் பெப்பே மீண்டும் ஒரு நாள் திடீரென அவளது அறைக்குள் நுழைந்து பலாத்காரமாக அவளைப் பாலியல் வல்லுறவுக்குள்ளாக்கினார்.

இந்தத் தடவை அவளால் போராட முடியவில்லை. அந்தச் சம்பவத்தைச் சொல்லவும் அவளுக்கு யாரும் இருக்கவில்லை. அன்றைக்குப் பிறகு அதிக காலம் செல்லும் முன்பே அவர் அவளைப் பல தடவைகள் பாலியல் வல்லுறவுக்குள்ளாக்கினார்.

கடைசியாக ஒரு நாள் தொன் பெப்பே தானாகவே முன்வந்து அல்பர்ட்டோவையும், கார்மன்னையும் சந்தித்து ஜூலியாவிற்கு தன்னால் ஏற்பட்ட நிலைமையை அவர்களிடம் எடுத்துரைத்தார்.

"ஜூலியாவை நான் மிகவும் காதலிக்கிறேன். அதனால்தான் அப்படி அடைய முற்பட்டேன்" என்ற அவர் அவளைத் தன்னுடனேயே வைத்திருக்கவும் விரும்புவதாகக் கூறினார்.

"கவலைப்படாதீர்கள். உங்களுக்கும், உங்களுடைய குடும்பத்தினருக்கும் தொடர்ந்தும் உதவிகளைச் செய்து கொண்டிருப்பேன்" என்றும் உறுதியளித்தார்.

இது நடந்து இரண்டு மாதங்களுக்குப் பிறகு, தொன் பெப்பே ஜூலியாவை அவளது வீட்டுக்கு அனுப்பி வைத்தார். அவர் அவளுடன் நடந்து கொள்ளும் விதத்தைக் குறித்து அவள் தனது மனைவியிடம் கூறி விடுவாளோ என்று அவர் பயந்தார். அவர் தனது பெற்றோருடன் இது விடயமாகக் கதைத்திருப்பதைக் குறித்து ஜூலியா எதுவும் அறிந்திருக்கவில்லை. அவள் வீட்டுக்குத் திரும்பி வந்ததும் கொஞ்சம் சந்தோஷமாக உணர்ந்ததோடு, தனது வலிகளையும் சற்று மறந்திருந்தாள்.

அவள் தனது பால்ய காலத் தோழிகளுடன்தான் அதிக நேரத்தைச் செலவிட்டாள். நிலவு உதித்ததும் உறக்கம் வரும்வரைக்கும் அவர்கள் ஒளித்து விளையாடியவாறும், பாடல்களைப் பாடிக் கொண்டுமிருந்தார்கள். சனிக்கிழமை இரவுகளில், தன்னைப் பெண் கேட்டு வரும் இளைஞர்களை அவள் சந்திக்க நேர்ந்தது. ஆனால் அவளோ தான் கன்னித்தன்மையை இழந்திருப்பதால் அவர்களுக்கு முகம் கொடுக்கக் கூச்சப்பட்டாள். அந்தக் கால கட்டத்தில் ஒரு பெண், தனது கணவனுக்குக் கொடுக்கக் கூடிய மிகப் பெறுமதியான பரிசுப் பொருளாக கன்னித்தன்மையே கருதப்பட்டது.

ஒரு நாள் தனக்குப் பொருத்தமான வாலிபனைத் தேடுவதை நிறுத்துமாறு கார்மன், ஜூலியாவுக்குக் கட்டளையிட்டாள். தொன் பெப்பே அவளது தந்தையுடன் கலந்துரையாடி அவளைத் தொடர்ந்தும் கூடவே வைத்திருப்பதாக வாக்குக்

கொடுத்திருப்பதைப் பற்றி கார்மன் தனது மகளிடம் கூறினாள். அவளை, அவருடன் வாழ வைக்க தாம் சம்மதித்தால் தமது பொருளாதாரத் தேவைகள் அனைத்தையும் அவரே பொறுப்பேற்றுக் கொள்வதாகத் தெரிவித்திருப்பதையும் அவள் கூறினாள்.

ஜூலியாவோ அதிர்ந்து போனாள்.

"ஏனம்மா இதெல்லாம்? எனக்கு அந்தக் கிழவனைப் பிடிக்கவேயில்லை. அவர் என்னுடைய தாத்தாவை விட வயதானவர்" என்றாள்.

கார்மன் அவளது கன்னத்தில் அறைந்தாள்.

"நாங்கள் உனக்கு செய்யப் போவதற்குக் கட்டுப்படு. உன்னுடைய தந்தை உடம்பு சரியில்லாமல் கிடந்தபோது அவர் செய்த உதவிகளை நாங்கள் மறக்கக் கூடாது. அவர் மட்டும் இல்லாமலிருந்தால் எங்களுக்கு சாப்பிடவும் கூட எதுவும் இருந்திருக்காது."

ஜூலியா தனது அறைக்கு ஓடிப் போய் அழுதாள். தானாகவே உறங்கிப் போகும்வரை அவள் அழுதுகொண்டேயிருந்தாள். இரவுணவு வேளை வந்தும் கூட அவள் தனது அறையை விட்டு வெளியே வர மறுத்தாள்.

கார்மன் அவளருகே சென்று மிருதுவான குரலில் கதைத்தாள். அவள் ஜூலியாவை அறைந்ததற்கு மன்னிப்புக் கோரி அவளைத் தேற்றினாள்.

"பண்ணைக்காரரின் வேண்டுகோளைப் புறக்கணிக்க முடியாது என்பதால்தான் உன்னுடைய தந்தையும் இதற்கு சம்மதித்திருக்கிறார். எங்களுக்குத் தேவையான அனைத்தையும் அவர் தருவதாக வாக்களித்திருக்கிறார்" என்றாள். இருந்தாலும் ஜூலியா மௌனமாகவே இருந்ததோடு, தொடர்ந்தும் சாப்பிட மறுத்தாள்.

இவ்வாறாக, மூன்று நாட்கள் அவள் தனது அறைக்குள்ளேயே அடைபட்டுக் கிடந்தாள். கார்மன் அறைக்கு வந்து பார்த்து விட்டு கோபமான குரலில் மகளை விளித்தாள்.

"பண்ணைக்காரர் சொல்வதற்கு உன்னால் இணங்க முடியாவிட்டால், நீ போய் அவர் எங்களுக்குத் தந்திருக்கும் கடனையெல்லாம் அடைத்து விட்டு வா. அவர் எங்களுக்குத் தந்து கொண்டிருக்கும் எல்லா வசதிகளையும் நீ ஏற்படுத்தித் தா. இல்லாவிட்டால் நானும், உன்னுடைய தந்தையும் உன்னை ஒதுக்கி

வைத்து விடுவோம். நீ ஒரு நல்ல மகளில்லை. நீயொரு சுயநலவாதி" என்று கத்தி விட்டு அந்த அறையை விட்டு மிகுந்த கோபத்தோடு வெளியேறினாள்.

அப்போது எனது தாய்க்கு பத்தொன்பது வயது. அவள் மனதளவில் மிகவும் நொருங்கிப் போனாள். அவளது விழிகளிலிருந்து கண்ணீர் வழிந்து கொண்டேயிருந்தது. அவளது தாயின் மனதை நோகடிக்கும் தேவை அவளுக்கு இருக்கவில்லை. அவள் எப்போதும் மிகவும் கீழ்ப்படிவான, பணிவான, பெற்றோருக்குக் கட்டுப்பட்ட மகள். ஆகவே அவள் கோபத்தோடிருந்த தனது தாயைத் தேடிச் சென்று கதைத்தாள்.

"நான் இனியும் போராடவில்லை, அம்மா" என்று கண்ணீர் வடித்தவாறே கூறினாள்.

"உன்னுடைய நல்லதுக்குத்தான் சொல்கிறேன், ஜூலியா" என்று கார்மன் புன்னகைத்தவாறே தாழ்ந்த குரலில் கூறினாள்.

அந்தக் காலகட்டத்தில் ஜூலியா தனது உடலுக்குள் ஏற்படும் இனம்புரியாத மாற்றங்களை உணரத் தொடங்கியிருந்தாள். அவளது மாதவிடாய் இரண்டு மாதமாக தாமதித்துக் கொண்டிருந்தது. அதை அவள் தனது தாயிடம் கூறியதும் அவள் மிகவும் மகிழ்ச்சியடைந்தாள். காரணம், பண்ணைக்காரரின் குழந்தையொன்று கூடவே இருந்தால், அவரது உதவிகள் இன்னும் வெகுகாலத்துக்குக் கிடைத்துக் கொண்டேயிருக்கும். அல்பர்ட்டோவும் மகிழ்ச்சியடைந்தார்.

தொன் பெப்பே தினந்தோறும் ஜூலியாவைப் பார்க்க அவளது வீட்டுக்கு வந்து போய்க் கொண்டிருந்தார். ஒரு நாள், அவளைத் தன்னுடன் வெளியே கூட்டிக் கொண்டு போக அவளது பெற்றோரிடம் அனுமதி கோரினார். அண்மைய நகரத்திலிருக்கும் ஹோட்டலொன்றுக்கு அவளைப் பத்திரமாகக் கூட்டிக் கொண்டு போய் வருவதாக அவர் கார்மனிடம் வாக்குறுதியளித்தார்.

ஜூலியா அவளது தாய் இட்ட கட்டளைக்கேற்ப நடந்து கொண்டாள். இரண்டு நாட்கள் அவள் அந்த ஹோட்டலில், பண்ணைக்காரருடன் தங்கினாள். அவளுக்கு அவரைப் பிடிக்கவேயில்லை. அவள் அவருடன் இணைவதையும் வெறுத்தாள். தொன் பெப்பே அவளை ஹோட்டலில் விட்டுச் சென்றதன் பிறகு,

கார்மன்தான் வந்து அவளை ஹோட்டலிலிருந்து வீட்டுக்குக் கூட்டிக் கொண்டு போனாள்.

அதன் பிறகு மாதத்துக்கு இரண்டு தடவைகள், அதாவது அவளது கர்ப்பத்துக்கு ஐந்து மாதங்கள் பூர்த்தியாகும்வரையில், அவள் பண்ணைக்காரரால் ஹோட்டலுக்கு அடிக்கடி அழைத்துச் செல்லப்பட்டாள். அவளைப் பார்க்க அவர் ஒவ்வொரு நாளும் வீட்டுக்கும் வந்து போகத் தொடங்கினார். அதனால் பண்ணைக்காரர் ஏன் அடிக்கடி அவர்களது வீட்டுக்கு வந்து போகிறார் என்று அயல்வாசிகள் கதைத்துக் கொள்ளத் தொடங்கினார்கள்.

ஆகவே, ஜூலியாவையும், அவளது குடும்பத்தினரையும் வேறெங்காவது குடியிருக்கச் செய்ய வேண்டும் என்று தொன் பெப்பே தீர்மானித்தார். காரணம் அவர் அவளுக்குச் செய்திருக்கும் விடயம் ஊருக்குள் பரவினால் அவரால் ஊருக்குள் தலைகாட்ட முடியாது. ஊரில் அவர் மிகுந்த பக்திமானாக அறியப்பட்டிருந்ததோடு, அவர் செல்வந்தரான பண்ணைக்காரர் என்பதால் ஊரில் அனைவருமே அவருக்கு மரியாதை செலுத்திக் கொண்டிருந்தார்கள். எனவே அவர் ஜூலியாவின் பெற்றோரோடு அது தொடர்பாக கலந்துரையாடினார்.

தனது சொந்தக்காரப் பெண்ணொருத்தி மணிலாவிலிருந்து மூன்று கிலோமீற்றர் தொலைவிலிருந்த பஸாய் கிராமத்திலிருப்பது கார்மனுக்கு ஞாபகம் வந்தது. அவள் அங்கு போய் அந்தப் பெண்ணைச் சந்தித்து ஜூலியாவையும், பண்ணைக்காரரைப் பற்றியும் எடுத்துக் கூறினாள். அவளுக்கு அந்தப் பெண்ணின் வீட்டருகிலேயே ஒரு வீடு வாடகைக்குக் கிடைத்தது.

பண்ணைக்காரர் கார்மனுக்கும், அல்பர்ட்டோவுக்கும் ஒரு தொகைப் பணத்தைக் கொடுத்து அவர்களை பஸாய்க்கு அனுப்பி வைத்தார். அல்பர்ட்டோ, கார்மன் தம்பதியும், ஜூலியாவுடன் சேர்த்து அவர்களது அத்தனை பிள்ளைகளும் என மொத்தக் குடும்பமுமே புகையிரதத்தில் அங்கு போய்ச் சேர்ந்தார்கள்.

அந்தச் சமயத்தில்தான் கார்மன் தனது பத்தாவது குழந்தையைப் பிரசவித்திருந்தாள். ஜூலியா பண்ணைக்காரரது பெரிய வீட்டுக்கு வேலைக்குப் போய்க் கொண்டிருந்த ஏழு வருட காலத்துக்குள் கார்மன் மேலும் மூன்று குழந்தைகளைப் பிரசவித்திருந்தாள்.

எனது பால்ய காலம்

அன்று 1927ஆம் ஆண்டு டிசம்பர் மாதம் ஐந்தாம் திகதி. அன்றுதான் நான் பிறந்தேன். பிரசவம் பார்க்கும் மருத்துவச்சியொருவரின் உதவியோடு வீட்டில்தான் பிரசவம் நிகழ்ந்திருக்கிறது. அந்தச் சமயத்தில் எனது தாய் ஜூலியா செத்துப் பிழைத்திருக்கிறாள்.

பேறு கால வலியோடு, அவளது மனதை எப்போதுமொரு பெருங்கவலை ஆட்கொண்டிருந்தது. தான் நேசிக்கவே நேசிக்காத ஒருவனின் குழந்தையைத் தான் சுமந்து கொண்டிருப்பதாகவே அவளுக்கு எப்போதும் தோன்றிக் கொண்டிருந்திருக்கிறது. என்றாலும், அவள் குழந்தைக்கு முதன்முதலாகத் தாய்ப்பாலூட்டிய வேளையில் எல்லாக் கவலைகளும், வலிகளும் சட்டென்று மறைந்து போய் மகிழ்ச்சியில் ஆழ்ந்திருக்கிறாள்.

“நான் கஷ்டமான தருணங்களையும், பிரசவ வலியையும் கடந்து வந்து விட்டேன். இப்படிப்பட்ட அழகான, ஆரோக்கியமான குழந்தையை எனக்குத் தந்த இறைவனுக்கு நன்றி” என்று தனக்குத்தானே அதன் பிறகு முணுமுணுத்துக் கொண்டிருந்தாளாம்.

நான் பிறந்து ஒரு மாதமிருக்கும். கார்மன் பண்ணைக்காரரைச் சந்தித்து அவரிடம் விபரம் தெரிவித்துவிட்டு வரப் போனாள். அவர்கள் பஸாய்க்குப் போன நாளிலிருந்து அவர் ஜூலியாவைப் பார்க்க வந்திருக்கவேயில்லை.

அவர் ஒரு துண்டுக் காகிதத்தில் ஒரு பெயரை எழுதி கார்மனிடம் கொடுத்தனுப்பியிருந்தார். அந்தப் பெயர்தான் ‘மரியா ரோஸா லூனா `ஹென்ஸன்’. அதுதான் அவர் எனக்குச் சூட்டிய பெயர். அத்தோடு

அவர் பஸாய் நகராட்சி மன்றத்துக்குப் போய் அந்தப் பெயரைப் பதிவு செய்யுமாறும் எனது பாட்டியை அறிவுறுத்தியிருந்தார்.

ஆறு மாதங்களுக்குப் பிறகுதான் தொன் பெப்பே பஸாய்க்கு வந்து எனது தாய் ஜூலியாவைச் சந்தித்ததோடு, குழந்தையையும் கையிலேந்தி முத்தமிட்டார். ஜூலியாவுக்கு அவர் மீது காதல் வரவேயில்லை என்பதால் அவளது விழிகளில் அவரைக் கண்ட சந்தோஷம் வெளிப்படவேயில்லை. ஆனால் தொன் பெப்பே மிகுந்த மகிழ்ச்சியோடு காணப்பட்டார். அவரது ஐம்பத்தாறாவது வயதில் நான் பிறந்திருந்தேன். எனது தாயோ அப்போதுதான் தனது இருபதாவது வயதை எட்டியிருந்தாள்.

ஜூலியா குழந்தையைப் பராமரிப்பதிலேயே தனது நாட்களைச் செலவிட்டாள். அது அவளுக்கு மகிழ்ச்சியைத் தந்தது. என்றாலும், அவள் தனது தாயின் கட்டுப்பாட்டிலேயே இருந்தாள்.

பண்ணைக்காரர் கொடுத்து விட்டுப் போன பணத்தை கார்மனே எடுத்து வைத்திருந்தாள். ஜூலியாவுக்கு பணத்தை எண்ணிப் பார்க்கத் தெரியாது. ஆகவே அவள் தனக்குக் கிடைத்த பணத்தின் பெறுமதியைக் கூட அறிந்திருந்திருக்கவில்லை. கார்மன் எப்போதாவது கொடுக்கும் சில பெஸோ காசைக் கொண்டு அவள் தனக்கும், குழந்தைக்கும் தேவையான துணிகளை வாங்கிக் கொண்டாள்.

கார்மன்தான் அவளை வழிநடத்தினாள். பண்ணைக்காரர் செத்துப் போய் விட்டால் தனக்கும், தனது குழந்தைக்கும் என்னவாகும் என்றுதான் எனது தாய் அவ்வப்போது கவலைப்பட்டுக் கொண்டிருந்தாள்.

எனது மூன்றாவது வயதில்தான் நான் எனது தந்தையை முதன்முதலாகக் கண்டேன். அப்போது நான் அவரை நெருங்கவேயில்லை. என்றாலும் அவர் என்னைக் காண்பதில் மிகவும் மகிழ்ச்சியடைந்திருந்தார். காரணம், நான் அவரைப் போல அவரின் சாயலையே கொண்டிருந்தேன்.

அன்றிலிருந்து இரண்டு மாதங்களுக்கு ஒரு தடவை எனது பாட்டியும், தாயும், நானும் அவரைச் சந்திக்க மணிலாவின் வணிக நகரமான எஸ்கொல்டாவுக்கு போய் வந்து கொண்டிருந்தோம். எனது தந்தைக்கு அங்கே ஒரு மருந்தகம் இருந்தது. அவர் அங்குள்ள ஒரு உணவு விடுதியில் எங்களைச் சந்திப்பார்.

நாங்கள் உணவருந்தும்போது எனது தாயுடன் அவர் உரையாடிக் கொண்டிருப்பார்.

அந்தக் கால கட்டத்திலும் கூட அவர் எனக்கும், எனது தாய்க்கும் மாத்திரமல்லாமல் கார்மனின் மொத்தக் குடும்பத்துக்குமே உதவிக் கொண்டுதான் இருந்தார். ஜூலியாவின் சகோதர சகோதரிகள் அனைவருமே தொன் பெப்பேயின் பணத்தில்தான் வாழ்ந்து கொண்டிருந்தார்கள். அவர்கள் பஸாயில் வசித்த காலகட்டத்திலும், வளர்ந்து திருமணம் முடித்து வேறு வீடுகளுக்குப் போய் விட்ட பிறகும் கூட இந்த நிலைமையே தொடர்ந்தது. எவருக்குமே தொழிலிருக்கவில்லை.

எனக்கு ஐந்து வயதான போது எனது தாத்தா அல்பர்ட்டோ காலமானார். அதன்பிறகு அவர்கள் அனைவரும் மேலும் மேலும் தொன் பெப்பேயிலே தங்கியிருக்கத் தொடங்கினார்கள். ஒரு கட்டத்தில் பம்பாங்கா பிரதேசத்திலிருந்து வந்திருந்த எனது தாயின் ஐந்து உறவினர்கள் இரண்டு மாத காலங்கள் பஸாயிலிருந்த எமது வீட்டில் தங்கியிருந்தார்கள். தொன் பெப்பேயின் பணம்தான் அவர்கள் அனைவரையும் போற்றிப் பராமரித்தது.

ஜூலியா இதையிட்டு மிகவும் ஆத்திரமடைந்திருந்தாள். இவ்வாறு அனைவருமே அவளில் தங்கியிருந்தால், அவளுக்கும், அவளது குழந்தைக்குமென ஏதாவது கொஞ்சம் பணத்தையேனும் அவளால் எவ்வாறுதான் சேமிக்க முடியும்?

எனது தாயின் தங்கைகளான அனிஸிடா, லோரியா, கொன்ஸிங் மற்றும் தம்பி அன்டோ ஆகியோர் தமது பதின்ம வயதிலேயே திருமணம் முடித்திருந்தார்கள். அவர்கள் அனைவருக்குமே பள்ளிக்கூடத்துக்குச் செல்லும் வாய்ப்பு கிடைத்திருந்தது என்றாலும் எழுத, வாசிக்கத் தெரிந்ததுமே பள்ளிக்கூடத்துக்குச் செல்வதையும் நிறுத்தியிருந்தார்கள். பஸாயிலுள்ள தனியார் பாடசாலையொன்றுக்குச் சென்று கொண்டிருந்த எனது தாயின் ஏனைய தம்பிகளான ஜுவான், பெத்ரோ, ஃபெலினோ, எமில் ஆகியோருக்கான கல்விச் செலவுகளுக்கும் பண்ணைக்காரரின் பணமே செலவாகிக் கொண்டிருந்தது.

இவ்வாறாக பல வருடங்கள் அவர்கள் அனைவருமே தொன் பெப்பேயின் பண உதவியிலேயே தங்கியிருந்தார்கள். எனது தாய் ஜூலியாவின் உடன்பிறப்புகள் பஸாயிலிருந்த தமது வீட்டிலிருந்து வெளியேறிய பிறகும் கூட ஜூலியாவிடம் கொஞ்சம் பணத்தையும்,

உணவுப் பொருட்களையும் வாங்கிப் போகவென மாதாமாதம் வந்து போனார்கள். அவளது தம்பி பெத்ரோ பிற்காலத்தில் தொன் பெப்பேயின் வீட்டிலேயே வேலை பார்த்து வந்தான்.

பண்ணைக்காரர் மாதாமாதம் தந்து கொண்டிருக்கும் தொகை இனியும் போதாது என்ற நிலைமையும் ஒரு நாள் உருவெடுத்தது. அப்போது எனக்கு ஏழு வயது. நான் பாடசாலைக்குப் போக வேண்டியிருந்தது. என்னை நன்றாகப் படிக்க வைக்குமாறு தொன் பெப்பே எனது தாய்க்கு அறிவுறுத்தியிருந்தார்.

சென்ட் மேரீஸ் அகாடமி எனும் கன்னியாஸ்திரிகளால் நடத்தப்பட்ட ஒரு கத்தோலிக்கப் பாடசாலையில் நான் சேர்க்கப்பட்டேன். நான் வகுப்பில் சிறந்து விளங்கும் மாணவியாக இருந்தேன். என்னதான் எனது தந்தை எனது கல்விச் செலவுகளுக்காக பணத்தை மேலதிகமாகக் கொடுத்துக்கொண்டிருந்த போதிலும், எனது பாடசாலைக்குத் தேவையான பொருட்களை வாங்கிக் கொள்ள எப்போதும் பணம் போதாமலிருந்தது. சில சமயங்களில் என்னிடம் எழுதுவற்கான காகிதங்களோ, பென்சில்களோ கூட இருக்கவில்லை. என்னிடம் இரண்டு சீருடைகள் மாத்திரமே இருந்தன.

என்றாலும் என்னுடைய ஆசிரியைகள் என்மீது மிகவும் பாசமாக நடந்து கொண்டார்கள். எனக்கு நிறைய நண்பர்கள் கிடைத்தார்கள். நான் எல்லாப் பாடங்களிலும் சிறந்து விளங்கினேன். எதையும் விரைவாகக் கற்றுக் கொண்டேன். கைப்பணிகள், பூத் தையல், பின்னல், தையல் என அனைத்தையும் வேகமாகக் கற்றுக் கொண்டு அவற்றைச் செய்து காட்டினேன்.

ஒரு நாள் தொன் பெப்பே என்னிடம் எனது படிப்பைக் குறித்து விசாரித்தார். நானோ அவரிடம் எமது வாழ்க்கை எவ்வளவு கடினமானதாக இருக்கிறது என்பதை எடுத்துக் கூறினேன்.

"நானும், எனது அம்மாவும் மிகவும் கஷ்டப்படுகிறோம். பாட்டி எம்முடைய செலவுக்கு ஒழுங்காக பணம் தருவதில்லை. அதனால் பாடசாலைக்குத் தேவையான பொருட்களை வாங்கிக் கொள்ளக் கூட எம்மிடம் பணமில்லை" என்றேன்.

அன்று நான் எனது தந்தையிடம் பல கேள்விகளைக் கேட்டுக் கொண்டிருந்தேன். அவர் ஏன் பாடசாலையில் நடைபெறும் பெற்றோர் ஒன்றுகூடலில் கலந்து கொள்வதேயில்லை என்று எனது வகுப்புத் தோழிகள் எப்போதும் கேட்பதை அவரிடம் கூறினேன்.

ஏன் எனக்கு இரண்டு பெயர்களைச் சூட்டினீர்கள் என்றும் அவரிடம் கேட்டேன்.

"அதற்குக் காரணம் நீ 1927ஆம் ஆண்டு டிசம்பர் மாதம் ஐந்தாம் திகதி பிறந்தாய். அது ஒரு திங்கட்கிழமை. அதனால்தான் நான் உனக்கு ரோஸா என்று பெயரிட்டேன். ரோஸா என்றால் ரோஜாப் பூ என்று அர்த்தம். ஒவ்வொரு டிசம்பர் மாதத்திலும் முதலாவது திங்கட்கிழமை என்ன நாளாகக் கொண்டாடப்படுகிறது என்பது உனக்குத் தெரியுமா?" என்று கேட்டார்.

"ஆமாம். அது அன்னையர் தினம். உங்களுடைய தாயார் உயிரோடு இருப்பாரானால் அன்றைய தினம் நீங்கள் உங்கள் நெஞ்சில் சிவப்பு ரோஜாவைச் சூடிக் கொள்ள வேண்டும். தாயார் காலமாகி விட்டிருந்தால் நீங்கள் உங்கள் நெஞ்சில் வெள்ளை ரோஜாவைச் சூடிக் கொள்ள வேண்டும்" என்றேன்.

எனது தந்தை பெருமிதத்தோடு ஆமோதித்துப் புன்னகைத்தார்.

"கத்தோலிக்கப் பெண்களின் மத்தியில் மரியா எனும் பெயர் மிகவும் பிரபலமானது என்பதால் நான் மரியா என்ற பெயரையும் உனக்குச் சூட்டினேன்" என்றார்.

"ஏன் நீங்கள் எங்களுடனேயே வசிப்பதில்லை? எங்காவது தொலைவில் வேலை பார்க்கிறீர்களா?" என்று கேட்டேன்.

அவர் சற்று நேரம் எதுவும் பேசாமல் மௌனமாக இருந்தார். பிறகு,

"அதைப் பற்றி உன்னுடைய அம்மாவிடம் கேள். அவள் எல்லாவற்றையும் தெளிவாகச் சொல்வாள்" என்றார்.

எனது தந்தைக்கென்றே வேறொரு சொந்தக் குடும்பம் இருப்பதை நான் பின்னர்தான் அறிந்து கொண்டேன். எனது தாய் ஜூலியா தனது வாழ்வில் நிகழ்ந்த அனைத்தையும் என்னிடம் கூறினாள். அவளைப் பார்க்க எனக்கு மிகவும் பாவமாக இருந்தது.

குறிப்பாக அவளுக்கு ஒரு எழுத்து கூட எழுத வாசிக்கத் தெரிந்திருக்கவில்லை. ஒன்று, இரண்டு, மூன்று என எதையும் எண்ணிப் பார்க்கக் கூடத் தெரியவில்லை. நான் அவளைக் குறித்து வருந்தினேன். அவள் படிக்கவில்லை என்ற காரணத்தினாலேயே நான் படிப்பில் மிகவும் ஆர்வம் காட்டினேன். அவளை இந்தத் துயர வாழ்க்கையிலிருந்து மீட்டெடுப்பதே எனது இலக்காக இருந்தது.

எனது வகுப்புத் தோழர்களும் நண்பர்களும் பெற்றோர் கூட்டத்துக்கு அவர்களது தந்தைமாரோடு வருகை தருவதைக் கண்டு நான் எரிச்சலடைந்தேன். ஒரு நாள் எனது வகுப்பாசிரியை தன்னோடு உணவருந்த வருமாறு என்னை அழைத்தார். நாங்கள் உணவருந்திக் கொண்டிருக்கும் போது அவர் என்னிடம் விசாரித்தார்.

"ரோஸா, உன்னுடைய அப்பா உயிரோடுதான் இருக்கிறாரா?"

"ஆமாம். அவர் உயிரோடுதான் இருக்கிறார். ஆனால் அவர் எனது அம்மாவுடன் இல்லை. அவருக்கென்று தனியாக வேறொரு குடும்பம் இருக்கிறது" என்று, முறைகேடாகப் பிறந்தவர்கள் புறக்கணிக்கப்படுவார்கள் என்பதை நான் அறிந்திருந்த போதிலும், நான் உண்மையைக் கூறினேன்.

எனது ஆசிரியை ஒரு வாயாடி என்று நான் கருதவில்லை. இருந்தாலும், ஏனைய ஆசிரியைகளும் என்னைப் பற்றி அறிந்து கொண்டார்கள் என்பதை நான் பின்னர்தான் அறிந்தேன். அத்தோடு, எனது சில வகுப்புத் தோழர்கள் என்னைக் கிண்டல் செய்யத் தொடங்கினார்கள்.

"நீயொரு காட்டுப் புல்லைப் போன்றவள். மண்ணிலிருந்து தானாக முளைத்து விட்டாய்" என்றொருத்தி என்னைக் கிண்டல் செய்தாள்.

எனது சினேகிதிகள், வகுப்புத் தோழிகள் என அனைவருமே அதை செவிமடுத்தார்கள். என்றாலும், நான் அதைக் கேட்டு சிரித்து விட்டு, நாங்கள் பாடசாலையில் கற்றிருந்த கவிதையொன்றைப் பாடிக் காட்டினேன்.

"எல்லாவற்றையும் பிரகாசமானவையாகவும், அழகாகவும்
எல்லா உயிரினங்களையும் பெரியதாகவும், சிறியதாகவும்
எல்லாவற்றையும் விவேகமானவையாகவும், அற்புதமானவையாகவும்
அந்த ஆண்டவர்தான் படைத்தார்."

அவர்கள் அனைவருமே அமைதியாக இருந்தார்கள். ஒரு வேளை அந்தப் பாடல் அவர்களை சங்கடப்படுத்தியிருக்கக் கூடும். ஆகவே, கண்ணீரின் விளிம்பில் தொடர்ந்து நான் பாடினேன்.

"திறக்கும் ஒவ்வொரு சிறு பூக்களிலும்
பாடப்படும் ஒவ்வொரு சிறு பறவைகளின் பாடல்களிலும்
ஒளிரும் வண்ணங்களை அவர்தான் படைத்தார்
சின்னஞ்சிறிய சிறகுகளையும் அவர்தான் படைத்தார்."

தொடர்ந்து எனது கண்களில் கண்ணீர் வழியத் தொடங்கியது. அப்போது நான் என்ன உணர்ந்தேன் என்பதை இப்போது என்னால் விவரிக்க முடியவில்லை. எனது வகுப்புத் தோழிகளும் கூட என்னுடன் சேர்ந்து அழுதார்கள்.

"ரோஸா, உன் மனதைப் புண்படுத்தியதையிட்டு நாங்கள் வருந்துகிறோம்" என்றார்கள்.

"உனக்கு ரொம்பப் பெரிய மனசு. எப்போதும் நீதான் எமக்கு நெருங்கிய தோழி" என்றும் ஒருத்தி கூறினாள்.

நான் விம்மினேன். காரணம் என்னைக் குறித்தே எனக்குக் கழிவிரக்கம் தோன்றியது. திருமணம் முடிக்காமலேயே எனது தாயார் என்னைப் பெற்றெடுத்தது எனது தவறல்லவே. என்னைப் பிரசவிக்காமல் கருவிலேயே கலைத்துப் போட்டிருந்தால் அது இன்னும் எவ்வளவு மோசமாக இருந்திருக்கும் என்றும் எனக்குத் தோன்றியது. நான்தான் அவளது ஒரே சந்தோஷம். நானும் இல்லாதிருந்தால் அவள் தனது வாழ்க்கையில் அர்த்தமேயில்லை என்று கவலைப்பட்டுக் கவலைப்பட்டே பைத்தியமாகியிருப்பாள்.

நான் தொடர்ந்தும் நன்றாகப் படிக்க முயற்சித்தேன். ஆகவே என்னால் சிறந்த புள்ளிகளைப் பெற முடிந்தது. வகுப்பிலேயே சிறந்த மாணவி நான்தான். எனது எல்லாப் பாடங்களிலும் நான்தான் உச்ச புள்ளிகளைப் பெற்றிருந்தேன். எப்போதாவது ஒரு மருத்துவராக ஆக வேண்டும் என்பதே எனது இலக்காக இருந்தது.

ஒரு நாள் நான் மாணவர் குழுவொன்றைக் கடந்து செல்லும்போது ஒரு குரல் என் காதில் விழுந்தது.

"நீ இந்தக் கத்தோலிக்கப் பாடசாலையில் படிக்கத் தகுதியானவள் அல்ல. காரணம் நீ முறைகேடாகப் பிறந்தவள்."

"இந்தப் பாடசாலைத் தலைமைகள் என்னை இங்கு படிக்க அனுமதிக்கும் வரைக்கும், இந்தப் பாடசாலைக் கட்டணத்தை என்னால் செலுத்த முடியுமாக இருக்கும்வரைக்கும் எவராலும் நான் பாடசாலைக்கு வருவதைத் தடுக்க முடியாது. யார் நீ? எனக்குத் தீர்ப்பு வழங்க நீ என்ன பெரிய மகானோ?" என்று நான் கேட்டதும் அந்த மாணவரிடமிருந்து ஒரு ஒற்றை வார்த்தை கூட வெளியே வரவில்லை. ஏனைய அனைத்து மாணவர்களும் கூட அதிர்ந்து போய் என்னைப் பார்த்துக்கொண்டிருந்தார்கள். ஒரு

புலியைப் போல நான் உறுமுவேன் என்று அவர்கள் எவருமே எதிர்பார்த்திருக்கவில்லை.

நான் அடக்கமாக இருக்கவே விரும்பினேன், என்னை காயப்படுத்த விரும்பியவர்களுடன் நான் வாதிட விரும்பவில்லை. ஆனால் கேலிகளை என்னால் தாங்கிக் கொள்ள முடியவில்லை. உண்மை என்னவென்றால், நான் என் தந்தையை நேசித்தேன். அவரது சொந்தக் குடும்பத்தைப் பற்றி எனக்கு எல்லாம் தெரிந்திருந்தாலும், அவரை அரவணைத்துக் கொள்ளவும், அவருடன் பேசவும் நான் எப்போதும் ஆர்வமாக இருந்தேன்.

'ஒருவேளை ஆண்டவர் எனக்காக ஏதாவது வைத்திருப்பார்; முறைகேடாகப் பிறந்த பிள்ளையாக அவர் என்னைப் படைத்ததற்கும் ஒரு காரணம் இருக்கும்' போன்ற எண்ணங்களால்தான் என்னை நானே தேற்றியவாறு எனது தனிமையைத் துரத்த நான் முயன்று கொண்டிருந்தேன்.

ஒரு தடவை வீட்டில் நான், என்னை தொன் பெப்பேயின் வீட்டுக்குக் கூட்டிக் கொண்டு போகுமாறு வற்புறுத்தினேன். பம்பாங்கா மாகாணத்திலுள்ள ஏஞ்சலிஸ் பிரதேசத்துக்கு என்னைக் கூட்டிக் கொண்டு போகுமாறு நான் எனது பாட்டியிடம் கேட்டேன். அவள் அதற்கு இசைந்ததுமே என்னால் விரைவில் எனது தந்தையைப் பார்த்துக் கட்டித் தழுவிக் கொள்ள முடியும் என்று மிகவும் பூரித்துப் போனேன்.

நாங்கள் புகையிரதத்தில் அங்கு சென்றோம். ஏஞ்சலிஸுக்குச் செல்ல மூன்று மணித்தியாலங்கள் எடுத்தன. ஒரு காலத்தில் எனது தாய் பணி புரிந்த, எனது தந்தை வசித்துக் கொண்டிருக்கும் வீட்டைக் காண நான் மிகவும் ஆர்வமாக இருந்தேன். நாங்கள் வீட்டை நெருங்கியதுமே எனது பாட்டி நான் வீட்டினுள் நுழையக் கூடாது என்றாள்.

"நான் உன்னை இங்கே விட்டுவிட்டுப் போய், உனது தந்தையைக் கூட்டிக் கொண்டு வருகிறேன். இங்கேயே காத்துக் கொண்டிரு" என்றாள்.

கத்தோலிக்க தேவாலயத்தின் பின்னாலிருந்த பெரியதொரு வீட்டின் கொல்லைப்புறமாகவிருந்த மிகப் பெரிய களஞ்சியசாலையின் அருகில் அவள் என்னை விட்டுச் சென்றாள். கிட்டத்தட்ட அரை

மணித்தியாலம் கடந்திருக்கும். எனது பாட்டி திரும்பி வந்து களஞ்சியசாலையின் உள்ளே செல்லுமாறு கூறினாள்.

நான் எனது தந்தையை அங்கே கண்டேன். பெருமளவு அரிசி மூட்டைகள் அடுக்கி வைக்கப்பட்டிருந்த களஞ்சியசாலை அது. அவரது புறங்கையில் முத்தமிடுவதன் மூலம் அவருக்கு மரியாதை செலுத்தினேன்.

"ஓஹ், அப்பா! உங்களைக் காண்பது எவ்வளவு சந்தோஷமாக இருக்கிறது. எனக்கு உங்களுடைய பிள்ளைகளையும், உங்கள் பெரிய வீட்டையும் பார்க்க வேண்டும்" என்றேன். அப்போது தொன் பெப்பேக்கு அவரது சட்டபூர்வமான மனைவி மூலம் பதினொரு பிள்ளைகள் இருந்தார்கள். அவர்களுள் ஒன்பதாவது பிள்ளைக்கு எனது தாயின் அதே வயது.

எனது தந்தை என்னை சந்தேகத்தோடு பார்த்தார்.

"எனது வீட்டைப் பார்க்கவோ, எனது பிள்ளைகளைப் பார்க்கவோ நான் உன்னை அனுமதிக்க முடியாது. காரணம் எனது பிள்ளைகளுக்கு உன்னைப் பற்றித் தெரியாது" என்றார். தொடர்ந்து எனது தாயைப் பற்றி விசாரித்தார்.

"இந்த மோசமான இடத்திலாவது நான் உங்களை ஒவ்வொரு மாதமும் சந்திக்க தயவுசெய்து அனுமதி கொடுங்கள், அப்பா" என்று கெஞ்சினேன். அவர் அமைதியாக இருந்தார்.

"நீங்கள் என்னைக் குறித்து வெட்கப்படுவது எனக்குப் புரிகிறது" என்றேன்.

உடனடியாக அவரது முகம் சிவந்ததை நான் அவதானித்தேன். என்னிடமிருந்து வெளிப்பட்ட கடுமையான வார்த்தைகள் அவரைக் கோபப்படுத்தியிருக்கக் கூடும்.

அவர் எனது படிப்பைக் குறித்து விசாரித்தார். நான் அவருக்குத் தாழ்மையாகப் பதிலளித்தேன். எனது பாட்டியின் கட்டுப்பாட்டில் எனது தாய் எவ்வளவு சிரமப்பட்டுக் கொண்டிருக்கிறாள் என்பதை நான் அவரிடம் தெரிவிக்கவில்லை.

"நான் உன்னுடைய பாட்டியிடம் பணம் கொடுத்திருக்கிறேன்" என்றவர் என்னை ஆறத் தழுவி முத்தமிட்டு, ஒரு காகிதத் துண்டை என்னிடம் கொடுத்தார்.

அவர் அங்கிருந்து வெளியேறியதும், தேவாலயத்தினருகே எனக்காகக் காத்துக் கொண்டிருந்த பாட்டியிடம் சென்றேன். அந்தக் காகிதத்தில் எழுதப்பட்டிருந்ததை அவளுக்கு வாசித்துக் காட்டினேன்.

'இன்னும் சரியாக இரண்டு மாதத்தில், காலை பத்து மணிக்கு இதே இடத்தில் நான் உன்னைச் சந்திக்கிறேன்' என்று திகதியும், நேரமும் குறிப்பிடப்பட்ட அந்தத் தகவல் காகிதத்தில் தட்டச்சு செய்யப்பட்டிருந்தது.

பாட்டியும், நானும் புகையிரத நிலையத்துக்கு நடந்து போய்க் கொண்டிருக்கும்போது அவளிடம் கேட்டேன்.

"அவர் என்னைக் காண வரும் முன்பே எப்படி இதைத் தட்டச்சு செய்து எடுத்துக் கொண்டு வந்தார்? நீங்கள் அவரது வீட்டுக்குள் அரை மணித்தியாலம்தானே இருந்தீர்கள் பாட்டி?"

"போன மாதம் நான் அவரைப் பார்க்க வந்தபோது, அடுத்த தடவை உன்னையும் கூட்டிக் கொண்டு வருவேன் என்று அவரிடம் கூறியிருந்தேன். அதனால் நீ வரும் முன்பே அவர் இதை தட்டச்சு செய்திருக்கக் கூடும்" என்றாள் பாட்டி.

நாங்கள் வீட்டை அடைந்ததுமே, தொன் பெப்பே எனது தாயை நலம் விசாரித்ததை அவளிடம் தெரிவித்தேன். பிறகுதான் அந்தத் தகவல் ஏன் தட்டச்சு செய்யப்பட்டிருந்தது என்பது புரிந்தது.

எம்முடன் தகவல் பரிமாறும்போது எதையும் தனது சொந்தக் கையெழுத்தில் எழுத அவர் விரும்பவில்லை என்பதையும், அது ஒரு நாள் என்னைத் தனது சொந்த மகள் என்று ஒப்புக் கொண்டதற்கான ஆதாரமாக அமைந்து விடும் என்பதையும், அதை வைத்து நான் அவர் மீது வழக்குத் தொடுக்கக் கூடும் என்று அவர் நினைத்திருக்கக் கூடும் என்பதையும் என்னால் புரிந்துகொள்ள முடிந்தது. அவர் என்னைக் குறித்து வெட்கப்பட்டதால் நான் அவர் மீது கோபத்தோடு இருந்தேன்.

இரண்டு மாதங்களுக்குப் பிறகு நான் மீண்டும் எனது பாட்டியுடன் ஏஞ்சலிஸ்க்குச் சென்றேன். அங்கு நான் நேராக களஞ்சியசாலையருகே போய் எனது தந்தைக்காகக் காத்திருந்தேன். அந்தக் களஞ்சியசாலையினருகே ஓர் ஒற்றையடிப்பாதை இருந்தது. நான் அங்கிருந்த சிறிய பாறையொன்றின் மீது அமர்ந்திருந்தேன்.

அந்த வழியாக நடந்து போய்க் கொண்டிருந்தவர்கள் என்னைக் கண்டார்கள். அவ்வழியே தொன் பெப்பேயின் மகளும் தேவாலயத்துக்குப் போவதற்காக வந்து கொண்டிருப்பதை நான் கண்டேன். அவளும் என்னைக் கண்டாள். பிறகு எனது தலை முதல் பாதம் வரை உற்றுப் பார்த்தாள். அவளும் எனது தந்தையின் மகள்தான் என்பது எனக்கு உடனடியாகத் தெளிவானது. நாங்கள் இருவரும் ஒன்று போலவே இருந்தோம்.

நான் அன்று ஒரு மணித்தியாலத்துக்கு மேல் எனது தந்தைக்காகக் காத்திருந்தேன். ஒளிந்துகொண்டிருக்கும் திருடனைப் போன்ற தவிப்போடு நான் களஞ்சியசாலையின் அருகில் காத்துக் கொண்டேயிருந்தேன். கடைசியில் எனது தந்தை வந்ததும்தான், நான் உள்ளே நுழைந்தேன்.

“அப்பா, நான் எப்போது உங்களைப் பகிரங்கமாக, வெளிப்படையாக சந்திக்க முடியும்? எனக்கு இது பிடிக்கவில்லை. ஏதோ இரையொன்றை வேட்டையாடக் காத்திருப்பது போல இருக்கிறது. எனக்கு உங்கள் பெரிய வீட்டையும், உங்கள் பிள்ளைகளையும் பார்க்க வேண்டும்.”

“இப்படி நிறையக் கேள்விகளை நீ கேட்டுக் கொண்டேயிருந்தால் நான் இனிமேலும் நீ என்னைச் சந்திக்க அனுமதிக்க மாட்டேன். நல்ல பெண்பிள்ளையாக இரு. கீழ்ப்படிவாக நடந்துகொள். அப்போதுதான் நீ நினைப்பதெல்லாம் நடக்கும் ஒரு நாள் வரும்” என்றார். அவர் என் மீது எரிச்சலடைந்திருந்தார்.

பிறகு அவர் என்னிடம் தட்டச்சு செய்யப்பட்ட காகிதத் துண்டொன்றையும், பணம் அடங்கிய மூடிய காகித உறையொன்றையும் என்னிடம் தந்து விட்டு,

“இந்தக் காகித உறையை உன்னுடைய பாட்டியிடம் கொடு” என்றார்,

அங்கிருந்து கிளம்பும் முன் நான் எனது தந்தையைத் திரும்பிப் பார்த்தேன். அவர் மிகுந்த கவலையோடும், தனிமையிலும் இருப்பது போல காணப்பட்டார். அவரைப் பார்க்க எனக்கு பாவமாக இருந்தது. அப்போது அவருக்கு அறுபத்தொன்பது வயதுதான் என்றாலும் அவர் மிகவும் வயதானவராகத் தெரிந்தார்.

பாட்டி என்னைக் கண்டதுமே காகித உறையைப் பற்றிக் கேட்டாள். நான் உடனே அதை அவளிடம் கொடுத்த போதிலும், அவள்

அதை உடனே திறந்து பார்க்கவில்லை. அதனால் எனது தந்தை அவளுக்கு எவ்வளவு பணம் கொடுத்து வருகிறார் என்பது எனக்குத் தெரியவேயில்லை.

எனது பாட்டியின் உறவினர்கள் வசிக்கும் குடியிருப்புக்கும் நாங்கள் போனோம். அவர்கள் அனைவருமே என்னைக் கண்டு சந்தோஷப்பட்டார்கள். நானும் அவர்களை நெருக்கமாக உணர்ந்தேன். இனிமேல் நத்தார் பெருநாளின் போதும், விருந்து வைபவங்களின் போதும், பாடசாலை விடுமுறைக் காலத்திலும் எனது தாய்க்கும், எனக்கும் இங்கு வந்து போகலாம். அவர்கள் அனைவருக்குமே நான் தொன் பெப்பேயின் மகள் என்பது தெரிந்திருந்தது.

மறுதினம்தான் நாங்கள் பஸாயிலிருந்த எமது வீட்டுக்குச் சென்றோம். போன உடனேயே நான் எனது தந்தையுடனான எமது உரையாடலை எனது தாயுடன் பகிர்ந்து கொண்டேன்.

ஒரு நாள் எனது பாட்டி சுகவீனமுற்றாள். அவள் ஏஞ்சலிஸுக்குத் திரும்பிப் போக வேண்டும் என்றாள். இரண்டு மாதங்கள் வயிற்றுப்புண்ணால் அவதிப்பட்டு ஒருநாள் காலமானாள். அவளது இறுதிச் சடங்குகளுக்கான செலவிற்கான பணத்தையும் தொன் பெப்பேதான் தந்தார். அப்போது எனக்கு பதின்மூன்று வயது.

எனது பாட்டி காலமானதற்குப் பிறகு எனது தாயின் தம்பியான ஜுவான் எப்போதாவது எமது தந்தையிடம் போய் எமக்கான பணத்தை வாங்கிக் கொண்டு வந்து தந்தார்.

எனது பால்ய கால ஞாபகங்கள் வலி மிகுந்தவை. என்னதான் நான் பெரிய பண்ணைக்காரரின் மகளாக இருந்தபோதிலும் நாங்கள் மிகுந்த வறுமையிலேயே வாழ்ந்து வந்தோம். என் தாயின் நிலைமை குறித்து நான் கவலையோடு இருந்தேன். எனது பாட்டியின் பேராசையை நான் வெறுத்தேன். அவள் எனது தாய்க்கு மகிழ்ச்சியாக இருக்க ஒரு வாய்ப்பைக் கூட கொடுக்கவில்லை.

நான் எனது தாயை மிகவும் நேசித்தேன். எனது தந்தையையும் நேசித்தேன்தான். காரணம் என்னதான் நான் முறைகேடாகப் பிறந்த பிள்ளை என்றாலும் அவர் எனக்கு அவரது பெயரைத் தந்தார். அவர் சமூகத்தில் ஒரு கண்ணியமான மனிதர் என்பதால்தான் அவர் என்னைக் குறித்து வெளியே சொல்ல வெட்கப்பட்டார்.

அவரது மனைவியான தோனா சரிங்குக்கு என்னைப் பற்றி எதுவும் தெரிந்திருக்கவில்லை. எனது தாய் அவர்களது வீட்டில் பணி புரிந்த காலத்தில் அவர் தனது சொந்தப் பிள்ளைகளைப் போல எனது தாயிடம் மிகவும் அன்பாக நடந்து கொண்டிருந்ததால், எனது தாய் பிறகு அவருக்கு முகங்கொடுக்க வெட்கப்பட்டாள்.

சிறுமியாக இருக்கும்போதே நான் எனது சக வகுப்புத் தோழிகளுக்கு தையலையும், பின்னலையும் கற்றுக் கொடுத்து கொஞ்சம் பணமீட்டினேன். இடைவேளை நேரங்களில் அவர்கள் என்னோடு அமர்ந்திருந்து எனக்கு மூன்றோ, ஐந்தோ சென்டாவோ நாணயங்களைத் தந்து விட்டு என்னிடமிருந்து ஒவ்வொரு வகை தையலையும் கற்றுக் கொண்டார்கள். நான் அந்தப் பணத்தை கைக்குட்டைகளைத் தைக்கத் தேவையான துணிகளையும், நூல்களையும் வாங்கப் பயன்படுத்தினேன்.

சனி, ஞாயிறு தினங்களில் எமது வீட்டுக்கு அயலில் வசித்த, தையல்காரப் பெண்ணிடம் நான் வேலை செய்தேன். ஆடைகளில் விளிம்புகளை மடித்துத் தைத்துக் கொடுத்ததோடு, பொத்தான்களையும், கொக்கிகளையும் தைத்துக் கொடுத்தேன். என்னால் பூர்த்தி செய்யப்படும் ஒவ்வொரு ஆடைக்கும் எனக்கு ஐந்து சென்டாவோ நாணயங்கள் ஊதியமாகக் கிடைத்தன. ஒரு நாளைக்கு என்னால் ஐந்து ஆடைகளைப் பூர்த்தி செய்ய முடிந்தது. அவ்வாறாகக் கிடைத்த பணத்தை நான் எனது பாடசாலைத் தேவைகளுக்காக வேண்டி சேமித்து வைத்தேன்.

நான் தைப்பதை மிகவும் விரும்பினேன். எனது அயல்பெண் ஆடைகளைத் தைப்பதைப் பார்த்துக்கொண்டிருப்பது கூட எனக்குப் பிடித்திருந்தது. ஆடைகளை எவ்வாறு வெட்டுவது, எவ்வாறு தைப்பது போன்றவற்றையும் அவள் பிறகு எனக்குக் கற்றுக் கொடுத்தாள். இப்போது வரை எனக்கு ஆடைகளைத் தயாரிப்பதுவும், தைப்பதுவும் மிகவும் பிடித்திருக்கிறது. என்றாலும், ஒரு மருத்துவராக ஆவதே எனது சிறுபராய இலட்சியமாகவும், கனவாகவும் இருந்தது.

எனது மேற்படிப்புச் செலவுகளையும் எனது தந்தை ஏற்றுக் கொள்வார் என்ற நம்பிக்கையும் எனக்குள்ளே இருந்தது. ஆகவே நான் மிகுந்த அர்ப்பணிப்போடு மிகவும் பாடுபட்டுப் படித்துக்கொண்டிருந்தேன். பட்டமளிப்பு நாளில் பிரிவுபசாரச்

சொற்பொழிவை நான்தான் நிகழ்த்தவேண்டும் என்பது எனது இலக்காக இருந்தது.

ஒரு மருத்துவராக ஆகும் கனவு எனக்கு எனது நான்காம் வகுப்பில் வைத்துத்தான் ஆரம்பித்தது. எமது குடும்ப வைத்தியர்தான் எனக்கு முன்மாதிரியாக இருந்தார். அவரது மகள் லூர்து எனது பாடசாலையில்தான் படித்துக்கொண்டிருந்தாள். பண்ணைக்காரரின் முறைகேடாகப் பிறந்த மகள் நான் என்பதை வைத்தியர் அறிவார். அத்தோடு வகுப்பில் நன்றாகப் படிக்கும் மாணவி நான் என்பதையும் அவர் அறிந்திருந்தார்.

"உயர் கல்வியைப் படித்து முடித்த பிறகு என்னவாக வர விரும்புகிறாய்?" என்று ஒரு நாள் அந்த வைத்தியர் என்னிடம் கேட்டார்.

"உங்களைப் போலவே ஒரு மருத்துவராக ஆக வேண்டும்" என்று பதிலளித்தேன்.

"ஏனது?" என்று கேட்டார்.

"ஏனென்றால், அப்போதுதான் என்னால் என்னுடைய அம்மாவுக்கும், சொந்தக்காரர்களுக்கும், இன்னும் எல்லோருக்கும் சிகிச்சையளிக்க முடியும்" என்றேன்.

"நிச்சயமாக உன்னால் உன்னுடைய கனவை நனவாக்கிக் கொள்ள முடியும். ஏனென்றால் நீ நன்றாகப் படிக்கக் கூடிய சிறந்த மாணவி" என்று தனது மகளைப் பார்த்தவாறே அவர் கூறினார்.

"என்னுடைய அப்பாவுக்கு எல்லாம் தெரியும். ஏனென்றால் வகுப்பில் என்னை விடவும் மிகவும் கெட்டிக்கார மாணவி நீதான் என்று நான் அவரிடம் கூறியிருந்தேன்" என்று புன்னகைத்தவாறே கூறினாள் லூர்து.

அந்த வார்த்தைகள் என்னை மேலும் நன்றாகப் படிக்க ஊக்குவித்தன. அதனால் எனது வகுப்புத் தோழிகளுள் சிலர் என் மீது பொறாமைப்பட்டார்கள்தான். என்றாலும் சில நல்ல தோழிகளும் இருந்தார்கள். செல்வந்தக் குடும்பங்களைச் சேர்ந்த வர்ஜினியா, ஸ்டெல்லா ஆகியோர் அவர்களுள் இருவர். சில சமயங்களில் அவர்கள் தமது பாடசாலை வீட்டு வேலைகளில் உதவுமாறு என்னிடம் கேட்டுக் கொள்வார்கள். அவர்கள் என்னைக் கண்ணியமாக நடத்தியதோடு என் மீது அன்பாகவும் இருந்தார்கள்.

இடைவேளைகளில் நாங்கள் ஒன்றாக சான்ட்விச்களைச் சாப்பிடும் சமயத்தில் நான் அவர்களுக்கு உதவி செய்தேன். அந்தச் சமயத்தில் நாங்கள் ஒன்றாக கட்டுரைகளை எழுதினோம். அல்லது கவிதைகளை மனனம் செய்தோம்.

பாடசாலையில் நாங்கள் புனித திருத்தொண்டர்களின் வாழ்வியல்களையும், அனைத்து வகையான பிரார்த்தனைகளையும் கற்றுக் கொண்டோம். ஒவ்வொரு ஞாயிற்றுக்கிழமைகளிலும் திருப்பலிக்குச் சென்று வந்ததோடு, புனித வாரங்களில் விரதமிருந்தோம்.

வீட்டிலோ நான் அயலில் வசித்த பிள்ளைகளோடு விளையாடினேன். என்றாலும் எனக்கு அரை மணித்தியாலம் அளவுதான் விளையாட நேரம் கிடைத்தது. காரணம் நான் எனது தாயின் வேலைகளில் உதவ வேண்டியிருந்தது. பணத் தேவைக்காக அவள் அரிசி, சக்கரையோடு தேங்காய்ப் பாலிட்டுச் செய்யும் பிகோ இனிப்பையும், பாற்சோற்றையும் தயாரித்து விற்று வந்தாள். அவளது தாயும், தந்தையும் காலமாகி விட்டார்கள் என்றாலும் அவள்தான் தொடர்ந்தும் தனது தம்பி, தங்கைகளுக்கு உதவிக் கொண்டிருந்தாள். எனது தந்தை எங்களுக்குத் தந்து கொண்டிருந்த பணத் தொகை கூட அனைவருக்கும் உணவளிக்கப் போதுமானதாக இருக்கவில்லை.

எனது பால்ய காலத்திலேயே எனது தாய் என்னிடம் தனது வாழ்க்கையில் நிகழ்ந்த அனைத்தையும் கூறியிருந்தாள்.

“நீ மட்டும் இல்லாமலிருந்தால் நான் எப்போதோ பைத்தியமாகியிருப்பேன், ரோஸா. காரணம் என்னுடைய பெற்றோரும், பண்ணைக்காரரும் எனது வாழ்க்கையின் எதிர்பார்ப்புகளையெல்லாம் மொத்தமாக சிதைத்து விட்டார்கள். நான் படித்தவளில்லைதான். ஆனால் எனக்கு வாழ்க்கையில் என்ன வேண்டுமென்று நான் தீர்மானிக்க எனக்கு இடமளிக்க வேண்டும்தானே” என்று எனது தாய் எப்போதும் என்னிடம் புலம்பிக் கொண்டிருப்பாள்.

“இருந்தாலும் எனக்கு வருத்தமில்லை. அதற்குக் காரணம் நீதான் ரோஸா. என்னுடைய தம்பிமாரும், தங்கைமாரும் கூட பண்ணைக்காரரால் பராமரிக்கப்படுவதற்குக் காரணமும் நீதான்.”

இதைச் சொல்லும் தருணமெல்லாம் அவள் அழுது விடுவாள். எனக்கு அவளைப் பார்க்க மிகவும் பாவமாக இருக்கும்.

'நான் நன்றாகப் படித்து மருத்துவராகும் எனது இலக்கை எட்டுவேன். என்னுடைய தாய் படிக்கவில்லை. காரணம் அவளது பெற்றோர் அவளைப் படிக்க வைக்கவில்லை. ஆனால் எனக்குப் படிக்க வாய்ப்பு கிடைத்திருக்கிறது' என்று அப்போதெல்லாம் நான் எனக்குள்ளேயே முணுமுணுப்பேன்.

அப்போதெல்லாம் நானும், எனது தாயும் ஒருவரையொருவர் கட்டியணைத்துக் கொண்டு அழுது தீர்ப்போம். அவள் பெற்றோருக்குக் கட்டுப்பட்ட மகள் என்பதால் எந்தளவு துயரத்தோடு வாழ்ந்தாள் என்பதை என்னால் பார்க்க முடிந்தது. அவள் எப்போதும் தனது தாய்க்குப் பயந்து கொண்டிருந்தாள். கார்மன் பாட்டி எப்போதெல்லாம் தனது குரலை உயர்த்துவாளோ அப்போதெல்லாம் எனது தாய் ஜூலியா அச்சத்தில் நடுங்குவாள்.

"சத்தியமாகச் சொல்கிறேன், ரோஸா. உன்னை நான் ஒருபோதும் அப்படி நடத்த மாட்டேன். என்னுடைய பெற்றோர் எனக்குச் செய்த எதையும் நான் உனக்குச் செய்ய மாட்டேன். இப்போது நான் தைரியமானவளாக ஆகியிருப்பதற்கும், சந்தோஷமாகவிருப்பதற்கும் காரணம் நீதான், ரோஸா" என்றாள் எனது தாய்.

தொடங்கியது யுத்தம்

அன்று 1941ஆம் ஆண்டு டிசம்பர் மாதம் ஐந்தாம் திகதி. அன்றுதான் எனது பதினான்காவது பிறந்த நாளைக் கொண்டாடினேன். அது ஒரு வெள்ளிக்கிழமை. பிறந்த நாளுக்காக எனது தாய் நூடுல்ஸ், க்றீம் கெரமல் இனிப்பு, சூப் போன்றவற்றைத் தயாரித்திருந்தாள். நாங்கள் எலுமிச்சம்பழச் சாற்றோடு அந்த உணவுகளை உண்டோம். எனது வகுப்புத் தோழிகள் மூவரும், எனது மாமாமார்களும், அத்தைகளும், சித்திகளும் இன்னும் சில அயலவர்களும் எனது வீட்டுக்கு வந்திருந்தார்கள்.

அன்றைக்கு இரண்டு தினங்களுக்குப் பிறகுதான் ஜப்பானியப் படையினரால் பேர்ள் ஹார்பர் என்றழைக்கப்படும் பேர்ள் துறைமுகம் குண்டு வைத்துத் தகர்க்கப்பட்டது. இரண்டாம் உலக மகா யுத்தம் தொடங்கியது.

அன்று 1941ஆம் ஆண்டு டிசம்பர் மாதம் எட்டாம் திகதி. நான் வழமை போலவே பாடசாலைக்குப் போனேன். அப்போது நான் ஏழாம் வகுப்பில் படித்துக் கொண்டிருந்தேன். நான் உயர் நிலைப் பள்ளிக்குப் போக இன்னும் சில மாதங்களே இருந்தன. அன்று பாடசாலையை அடைந்தபோது நுழைவாயிலுக்கு வெளியே பல மாணவர்கள் நின்று கொண்டிருப்பதைக் கண்டேன். யுத்தம் தொடங்கியிருப்பதால் பாடசாலை மூடப்படுகிறது என்று அவ்வேளையில்தான் கன்னியாஸ்திரிகள் அறிவித்தார்கள்.

ஆகவே நான் அரை கிலோமீற்றர் தூரத்திலிருந்த எனது வீட்டுக்குத் திரும்பி வந்து கொண்டிருந்தேன். யுத்தம் தொடங்கியிருப்பதால் இனி என்ன செய்வது என்று தெரியாத தடுமாற்றத்தோடு பலரும் தெருவில் அங்குமிங்கும் அல்லாடிக் கொண்டிருப்பதைக் கண்டேன்.

மறுநாள் காலையில் எனது தாயாரும், எமது உறவினர்களும், அயலவர்களும் என அனைவருமே பாதுகாப்பை முன்னிட்டு புலகான் மாகாணத்திலுள்ள இபோ அணைக்கட்டினருகேயுள்ள ஒரு கிராமத்துக்கு இடம்பெயர்ந்தோம். அதற்கு அடுத்த நாள், அதாவது டிசம்பர் மாதம் பத்தாம் திகதி மக்கள் தொகை செறிந்த, பிலிப்பைன்ஸின் மிகப் பெரும் தீவான லூஸோனில் ஜப்பானியப் படையினர் தரையிறங்கினார்கள்.

புலகான் மாகாணத்துக்கு நாங்கள் தப்பிச் சென்றதற்குக் காரணம் இருக்கிறது. அங்குள்ள அணைக்கட்டின் அருகிலிருந்த கற்குவாரியில் ஒரு சாரதியாக எனது மாமா வேலை பார்த்து வந்தார். அவர் தன்னுடைய ட்ரக் வாகனத்தில் எம் அனைவரையும் ஏற்றிக் கொண்டதோடு எமது உடைமைகளையும் ஏற்றிக் கொண்டார்.

நாங்கள் மணிலாவைக் கடக்கும்போது நான் எனது தந்தையை நினைத்துக் கொண்டேன். ஏனைய சிறுவர்கள் தமது தந்தையோடு இருப்பதைக் கண்டேன். எம்மைப் போலவே எனது தந்தையும் வெளியேற்றப்பட்டிருப்பாரோ என்று யோசித்தேன். அவரது மனைவியும், பிள்ளைகளும் அவருடன் கூடவே இருப்பார்களா? எனது தந்தை அப்போது முதியவராக இருந்தார். யுத்தம் தொடங்கியவேளையில் அவருக்கு எழுபத்திரண்டு வயது. என்னைப் போலவே எனது தாயும் மிகவும் பயந்து போயிருந்தாள். என்றாலும் எனது தந்தையை நினைத்துக் கவலைப்படாதே என்று அவள் என்னைத் தேற்றினாள்.

புலகான் மாகாணத்தின் நோர்ஸாகரே நகராட்சிக்குரிய பிக்டெ கிராமத்திலிருந்த ஒரு குடியிருப்பில் நாங்கள் அடுத்த மாதத்தைக் கழித்தோம். தேவாலயமொன்றைப் போல மிகவும் உயரமாகவிருந்த கற்குகையொன்றுக்குள் நாங்கள் தங்கியிருந்தோம். பளிங்கு போல பளபளத்த வெண்ணிறக் கற்பாறையிலிருந்த குகை அது.

நாங்கள் அங்கு பல குடும்பங்களோடு ஒரு மாதம் போல தங்கியிருந்திருப்போம். எனது மாமாமார்களான ஜுவான், எமில், ஃபெலினோ, அன்டோ மற்றும் அவருடைய மனைவிமார்கள், பிள்ளைகள், எனது சித்திகளான அப்போது திருமணம் முடித்திருக்காத கொன்சிங், லோரியா மற்றும் ட்ரக் வண்டிச் சாரதியான அவளது கணவன் என பலரும் அங்கிருந்தோம். அவர்களோடு எமது அயலவர்கள் பலரும் எம்முடன் இருந்தார்கள்.

அந்தக் கிராமத்தவர்களுக்கு அவர்களது வயல்களிலும், பயிர்நிலங்களிலும் உதவியவாறு நாங்கள் உயிர் வாழ்ந்தோம். ஆண்களோ அணையில் மீன் பிடிக்கவும் போனார்கள். நாங்கள் எமது துணிகளை அங்கிருந்த ஆற்றில் துவைத்ததோடு, பகலில் வெட்டவெளியில் உணவுகளைச் சமைத்துக் கொண்டோம்.

அவ்வாறு காலம் கழியும்போதுதான் எனது மாமாமார்களில் இருவரான ஜுவானும், அன்டோவும் எனது தந்தையின் வீட்டுக்குப் போய் வரத் தீர்மானித்தார்கள். அவர் எப்படியிருக்கிறார் என்பதைப் பார்த்து விட்டு வருவதற்கு மாத்திரமல்லாமல் அவரது வீட்டில் வேலை செய்து கொண்டிருந்த எனது மற்றைய மாமாவான பதினெட்டு வயதேயான பெத்ரோவைப் பார்த்து விட்டு வருவதும் அவர்களது நோக்கமாக இருந்தது. எனது தந்தையுடன் நான் தொடர்ந்தும் தொடர்பில் இருக்கலாம் என்ற ஒரே காரணத்துக்காக எனது பாட்டியின் மரணத்துக்குப் பிறகும் பெத்ரோ அந்தப் பெரிய வீட்டில் தொடர்ந்து வேலை செய்ய அறிவுறுத்தப்பட்டிருந்தார்.

நோர்ஸாகரேயிலிருந்து ஐம்பது கிலோமீற்றர்கள் தொலைவிலிருந்த ஏஞ்சலிஸுக்கு எனது மாமாமார் இருவரும் நடந்தே போனார்கள். எனது தந்தையின் வீட்டையடைய அவர்களுக்கு நான்கு நாட்கள் எடுத்திருந்தன.

எனது தந்தை தொன் பெப்பே, ஜுவான் மாமாவிடம் கொஞ்சம் பணம் கொடுத்தனுப்பியிருந்தார். எனது தாயையும், என்னையும் பத்திரமாகப் பார்த்துக் கொள்ள வேண்டும் என்றும், ஜப்பானிய ஏகாதிபத்தியப் படையினர் லிங்காயென், பங்காசினன் போன்ற பகுதிகளில் தரையிறங்கப் போவதால் நாம் இருக்கும் பகுதிக்கும் விரைவில் படையெடுப்பார்கள் என்று அறிவுறுத்தியிருந்தார்.

எனது மாமாமார் நாம் இருந்த பகுதிக்கு மீண்டும் நடந்தே வந்து சேர்ந்தார்கள். அது 1941ஆம் ஆண்டின் நத்தார் தினத்துக்கு முந்தைய நாள். அவர்கள் எனது தந்தை கொடுத்தனுப்பிய பணத்தை எம்மிடம் கையளித்ததோடு, எமது பெத்ரோ மாமா பத்திரமாக இருப்பதாகவும் கூறினார்கள்.

இவ்வாறான இடர் மிகுந்த காலங்களில் எனக்கு எனது தந்தையின் ஆதரவு தேவைப்படும் என்பதை உணர்ந்திருக்கும் முன்யோசனையுள்ள தந்தை எனக்கிருப்பதால் நான் மிகவும் அதிர்ஷ்டசாலி என்றுதான் நான் உணர்ந்தேன். என்னதான் நான் முறைகேடாகப் பிறந்த பிள்ளை என்றபோதிலும், எம்மைக்

யை விட்டு ஓடிப் போகாமல் இவ்வாறேனும் ஆதரவு தரும் தந்தையிருப்பது எவ்வளவு சிறந்தது என்று எனக்குத் தோன்றியது. ஆகவேதான் நான் எனது தந்தையை மிகவும் நேசித்தேன்.

நாங்கள் நத்தார் தினத்தையும், புத்தாண்டையும் குகையிலேயே கழித்தோம். அங்கு கடுங்குளிராக இருந்தது. அத்தோடு நுளம்புகளும் நிறைந்திருந்தன. ஆகவே அவற்றைத் துரத்தவென நாங்கள் ஆங்காங்கே தீ மூட்டியிருந்தோம். கொண்டாட்ட மனநிலையே எமக்கு இருக்கவில்லை. ஆகவே நாங்கள் எப்போதும் போல இருப்பதை உண்டு விட்டு, உறங்கிப் போனோம்.

ஒரு கிழமைக்குப் பின்னர்தான் நான் ஜப்பானியப் படையினரை முதன்முறையாகக் கண்டேன். கிட்டத்தட்ட இருபது படையினர் சைக்கிளில் போவதுதான் முதன்முதலாக எனது பார்வையில் பட்டது. அவர்களைத் தொடர்ந்து பெரும்படையொன்று அணிவகுத்துச் சென்றது.

அவ்வேளையில் நாங்கள் அந்தக் கிராமத்தில் நெல்லை அறுவடை செய்து கொண்டிருந்தோம். அவர்கள் எமது பார்வையில் பட்டதுமே நாங்கள் உயரமான கோரைப் புற்களிடையே ஒளிந்து மறைந்திருந்து அவர்களது அணிவகுப்பைப் பார்த்துக் கொண்டிருந்தோம். அவர்கள் கடந்து போனதும் உடனே குகைக்கு ஓடி வந்து விட்டோம்.

தூர கிழக்கிற்கான அமெரிக்க ஆயுதப்படைகளின் தளபதி டக்ளஸ் மெக்ஆர்தர், 1941ஆம் ஆண்டு டிசம்பர் மாதம் 26ஆம் திகதி, மணிலாவை 'திறந்த நகரம்' என பிரகடனம் செய்திருந்தார். ஆகவே, சர்வதேச சட்டங்களுக்கு இணங்க தலைநகரிலிருந்து ஆயுதங்கள் மீளப் பெறப்பட்டன.

இந்த அறிவித்தலைக் கேட்டதுமே பஸாயிலிருக்கும் எமது வீட்டுக்குத் திரும்பிப் போவது பாதுகாப்பானது என்று தீர்மானித்தோம். தவிரவும் நாங்கள் அனைவரும் நுளம்புகள் நிறைந்திருந்த அந்தக் குகைக்குள் நோய்வாய்ப்பட்டு விடுவோமோ என்று பயந்து தவித்துக் கொண்டிருந்தோம்.

ஆகவே நாங்கள் மலைகளினூடாக எமது வீடுகளுக்கு நடந்தே சென்றோம். அது மிகவும் கடினமான பாதை. என்றாலும், நாங்கள் ஜப்பானியப் படையினரின் பார்வையில் பட்டால் கொல்லப்பட்டு விடுவோம் என்று மிகவும் அஞ்சியதால் அந்தப் பாதையைத் தேர்ந்தெடுத்து நடந்தோம். வழியில் மலைவாசிகளின் குடில்களில்

தங்கி ஓய்வெடுத்தோம். அவர்கள் எம்மோடு தமது உணவுகளைப் பகிர்ந்து கொண்டார்கள்.

ஜப்பானியப் படைகள் 1942ஆம் ஆண்டு ஜனவரியில் மணிலாவைக் கைப்பற்றின. நகர வாழ்க்கையோ மிகவும் சிரமமானதாக இருந்தது. உணவோ, பணமோ வருவதற்கு வழியிருக்கவில்லை. ஆகவே எனது மாமாமாரும், அயலவர்களும் ஃபோர்ட் மக்கின்லியிலிருந்து விறகுகளை வெட்டியெடுத்துக் கொண்டு வந்து விற்று பணம் சம்பாதிக்கலாம் என்று தீர்மானித்தார்கள். அந்த இடம் முன்பு அமெரிக்கப் படையினருக்குச் சொந்தமாக இருந்து இப்போது ஜப்பானியரால் கைப்பற்றப்பட்டிருந்தது. நாங்கள் வசித்து வந்த இடத்திலிருந்து ஒரு மணித்தியால நடைப்பயண தூரத்தில் அந்த இடம் இருந்தது.

எனது மாமாமார் காய்ந்து விழுந்த மரங்களைத் துண்டுதுண்டாக வெட்டி, ஒன்றாகக் கட்டிச் சுமந்து எடுத்துக் கொண்டு வந்து விறகுக்காக விற்றார்கள். மாமாமாருடன் போய் எமது வீட்டுத் தேவைக்காக விறகுகளைச் சேகரித்துக் கொண்டு வரட்டுமா என்று நான் எனது தாயிடம் ஒரு நாள் அனுமதி கேட்டேன். ஆரம்பத்தில் அனுமதி தர மறுத்தவள் எனது தொடர்ச்சியான வற்புருத்தலின் பின்னர் சம்மதித்தாள்.

ஒரு வார காலம், நான் தினந்தோறும் எனது மாமாமாருடன் விறகுகளைச் சேகரித்து வரப் போய் வந்தேன். என்னதான் வழி நெடுகவும் எறும்பு மற்றும் பூச்சிக் கடிகளாலும், முள் மரங்கள் மற்றும் கூரிய புற்கள் கிழித்தும் உடம்பில் காயங்கள் ஏற்பட்ட போதிலும், எமக்கு சமைப்பதற்குத் தேவையான விறகுகள் கிடைத்ததால் நான் அந்தப் பயணத்தை விரும்பினேன்.

அன்று 1942ஆம் ஆண்டு பெப்ரவரி மாதத்தில் ஒரு நாள். காலை பதினொரு மணியிருக்கும். நான் சேகரித்திருந்த காய்ந்த கொள்ளிகளை ஒன்றாகச் சேகரித்துக் கட்ட முயற்சி செய்து கொண்டிருந்த வேளையில், ஜப்பானியப் படையினர் இருவர் பின்னால் வந்து எனது இரண்டு கைகளையும் இழுத்து முறுக்கிப் பிடித்ததில் நான் அதிர்ந்து போனேன். என்னை விட்டு விடுமாறு கதறி அழுதேன். அவர்கள் என்னை விட மறுத்தார்கள்.

அப்போது யாரோ “பகா!” என்று கத்தும் சத்தம் எனக்குக் கேட்டது. பகா என்றால் எமது தகலொக் மொழியில் ‘பசு மாடு’ என்று அர்த்தம். ஆகவே யாரோ பசு மாடு என்று கத்துகிறார்கள்

என்றுதான் நான் அப்போது நினைத்தேன். ஆனால் பின்னர்தான் அந்த வார்த்தைக்கு ஜப்பான் மொழியில் 'முட்டாள்' என்று அர்த்தம் என்பதை அறிந்து கொண்டேன். அந்தக் குரல் ஜப்பானிய படையைச் சேர்ந்த வேறொருவனிடமிருந்து வந்திருந்தது.

அவன் எங்களை நெருங்கி வந்து என்னைப் பிடித்திருந்த இருவரினதும் கன்னத்தில் அறைந்தான். நீண்டதும், வளைந்ததுமான வாளை வைத்திருந்த அவன் மேலதிகாரியொருவனைப் போல காணப்பட்டான். என்னைக் காப்பாற்றவே அவன் வந்திருப்பதாகத்தான் நான் கருதினேன். ஆனால் அவனோ என்னை அவர்களிடமிருந்து இழுத்தெடுத்து பாலியல் வல்லுறவு செய்தான்.

அவன் முடித்ததும் என்னை அந்த இரு படையினருக்கும் விட்டுக் கொடுத்தான். அவர்களும் என்னை வல்லுறவுக்குள்ளாக்கினார்கள். எல்லாம் முடிந்ததும் அவர்கள் அங்கேயே என்னைப் போட்டு விட்டுப் போய்விட்டார்கள்.

அது வேதனை மிகுந்தவோர் அனுபவமாக இருந்தது. எனது அந்தரங்க உறுப்பிலிருந்து குருதி பெருக்கெடுத்துக் கொண்டிருந்ததோடு, மிகவும் வலித்தது. என்னால் எழுந்து கொள்ளக் கூட முடியவில்லை.

அதிர்ஷ்டவசமாக அந்த வழியால் சென்ற விவசாயி ஒருவர் விழுந்து கிடந்த என்னைக் கண்டு என்னை அவரது குடிசைக்குக் கொண்டு சென்றார். எனது பாவாடை முழுவதும் இரத்தத்தில் நனைந்திருந்ததால், அந்த விவசாயியின் மனைவி எனக்கு அணிந்து கொள்ள ஓர் ஆடையைத் தந்தார். எனக்கு என்ன நடந்தது என்பதை அவர்களிடம் என்னால் மறைக்காமல் இருக்க முடியவில்லை. அவர்களுடனே இரண்டு நாட்கள் தங்கினேன். என்னால் நடக்க முடியுமானதன் பிறகு நான் புகையிரத தண்டவாளம் வழியே நடந்து நடந்து எனது வீட்டை வந்தடைந்தேன். நான் காணாமல் போய் விட்டேன் என்று அப்போதும் எனது மாமாமார் என்னை எல்லா இடங்களிலும் தேடிக் கொண்டிருந்தார்கள்.

எனக்கு என்ன நடந்தது என்பதை நான் எனது தாயிடம் கூறினேன். அவள் அழுதாள். படையினர்கள் என்னைக் கொல்லாமல் விட்டது எனது அதிர்ஷ்டம் என்றாள். இந்த அசம்பாவிதம் குறித்து யாரிடமும் எதுவும் கூறாதே என்று அறிவுறுத்தினாள்.

என்றாலும் நான் மிகுந்த கவலையோடு இருந்தேன். எனக்குள்ளே மிகுந்த வலியை எப்போதும் உணர்ந்து கொண்டிருந்தேன். அப்போது எனக்கு பதினான்கு வயது. பருவமடைந்துமிருக்கவில்லை. ஏன் எனக்கு இவ்வாறு நடந்தது என்றுதான் எப்போதும் யோசித்துக் கொண்டிருந்தேன். பண்ணைக்காரர் எனது தாயையும் இவ்வாறுதானே நடத்தியிருப்பார் என்பது எனக்கு ஞாபகம் வந்து கொண்டேயிருந்தது.

நான் எனது தாயின் தலைவிதியை மரபுரிமையாகப் பெற்றிருக்கிறேனோ?

இரண்டு வார காலம் வீட்டுக்குள்ளேயே அடைபட்டிருந்தேன். பிறகு எனது தாயின் அனுமதியில்லாமலேயே நான் மீண்டும் எனது அயலவர்களுடனும், மாமாமாருடனும் விறகு சேகரிக்கப் புறப்பட்டேன். 'இனிமேல் எனது மாமாமாரினதும், அயலவர்களினதும் பார்வை எல்லைக்குள்ளேயே நானிருப்பேன்' என்று எனக்குள்ளேயே உறுதிபூண்டேன்.

என்றாலும் நாங்கள் வழமையாகப் போகும் அந்த இடத்துக்குப் போன பிறகுதான் அங்கு ஜப்பானியப் படையினர்கள் நிறைந்திருப்பதைக் கண்டோம். என்னைப் பாலியல் வல்லுறவுக்குட்படுத்திய அந்த மேலதிகாரி அவர்களுள் இருந்தான்.

எனது மாமாமாரினதும், அயலவர்களினதும் கண் முன்னாலேயே அவன் என்னைப் பிடித்திழுத்தான். எல்லோரும் கொல்லப்படுவோம் என்ற அச்சத்தில் அவர்களாலும் அவனை எதிர்த்து எதுவும் செய்ய முடியவில்லை. எனக்கு உதவ முடியாமலிருப்பதையெண்ணி எனது மாமாமார் கதறியழுது கொண்டிருந்தார்கள். அன்றும் அவன் என்னை வல்லுறவுக்குட்படுத்தினான். பிறகு என்னை அப்படியே போட்டுவிட்டு எதுவும் நடக்காதது போல அங்கிருந்து போய் விட்டான்.

தொடர்ந்து பாலியல் வல்லுறவுக்குள்ளாக்கப்படுவது என்பது எவ்வளவு துரதிஷ்டமானது?! மீண்டும் எனக்கு அது நடந்ததென்பதை அறிந்து கொண்டதுமே எனது தாய் என்னைத் தனது பிறந்த ஊருக்கு அழைத்துச் செல்லத் தீர்மானித்தாள். அது 1942ஆம் ஆண்டு மார்ச் மாதத்தின் கடைசி நாள்.

பம்பாங்கா மாகாணத்தின் ஏஞ்சலிஸ் நகரத்திலுள்ள பம்பாங் எனும் கிராமத்தில் எனது தாத்தாவின் குடியிருப்பில் நாங்கள்

வசித்தோம். எமது வீடு காட்டின் மத்தியில் இருந்தது. மூங்கிலாலான சிறிய குடிசையொன்று அது. கோரைப் புற்களால் அதன் கூரை வேயப்பட்டிருந்தது. நாங்கள் அங்கு எனது மாமாமார்களுடனும், ஏனைய உறவினர்களுடனும் தங்கியிருந்தோம்.

அந்த வீடு எனது தாயின் உடன்பிறவாச் சகோதரன் ஒருவருக்குச் சொந்தமானதாக இருந்தது. அவர் கமாண்டர் பினட்டுபோ என்று அழைக்கப்பட்டதோடு ஹுக்பலஹப் இயக்கத்தின் தலைவராக இருந்தார். 'ஜப்பானுக்கு எதிரான மக்கள் படை' எனும் பெயரில் அழைக்கப்பட்ட அந்த இயக்கம், பிலிப்பைன் கம்யூனிச கெரில்லா அமைப்பாக இருந்தது.

இயக்கக் கூட்டங்கள் பலவும் அவரது வீட்டில்தான் நடைபெற்று வந்தன. இயக்கத்தில் சேர விரும்புகிறாயா என்று ஒரு நாள் அவர் என்னிடம் கேட்டார். எனக்கு நிகழ்ந்தவற்றின் காரணமாக நான் ஜப்பானியப் படையினர் மீது கடுங்கோபமுற்றிருந்த காரணத்தால் அவரிடம் ஆமாம் என்றேன். எவரிடமும் எனக்கு நிகழ்ந்தவை பற்றிய எதையும் நான் கூறவேயில்லை. எனது தாயும், மாமாமாரும் மாத்திரமே அதை அறிந்திருந்தார்கள்.

இயக்கத்தினருக்காக நகரவாசிகளிடம் உணவு, மருந்து மூலிகைகள், ஆடைகள் போன்றவற்றைச் சேகரிப்பதே எனக்கு இடப்பட்ட பொறுப்பாக இருந்தது. பெரும்பாலான நகரவாசிகள் பலரும் இயக்கத்துக்கு ஆதரவளித்ததோடு, தமது உதவிகளையும் வழங்கினார்கள்.

எனக்கு இடப்பட்ட பொறுப்பு மிகவும் அபாயகரமான ஒன்றாக இருந்தது. காரணம் ஜப்பானியப் படையினரின் ஒற்றர்கள் எல்லா இடங்களிலும் இருந்தார்கள். ஏகாதிபத்திய ஜப்பானிய இராணுவத்திற்கு இராணுவ உதவிகளை வழங்கிய பிலிப்பைன்ஸின் இராணுவமான மகபிலி இராணுவத்தினரும் எங்கும் பரவியிருந்தார்கள்.

இயக்கத்தின் மாதாந்தக் கூட்டம் சில சமயங்களில் எமது வீட்டிலும், சில சமயங்களில் வேறு இடங்களிலும் நடைபெற்றது. பெரும்பாலும் நான் இயக்கத்தின் அனைத்து உறுப்பினர்களையும் சந்தித்திருக்கிறேன்.

இயக்கத்தில் பெரும்பாலானவர்கள் ஆண்களாக இருந்தார்கள். ஒரு சில பெண்களும் உறுப்பினர்களாக இருந்தார்கள். பதினெட்டிலிருந்து

நாற்பத்தைந்து வயதுவரையானவர்கள் இயக்கத்தில் உறுப்பினர்களாக இருந்தார்கள். அவர்களுள் பெரும்பாலானவர்களிடம் துப்பாக்கிகள் இருந்தன. என்றாலும் என்னிடம் துப்பாக்கியொன்றாவது இருக்கவுமில்லை. நான் போருக்குச் சென்றதுமில்லை.

இயக்க ஆதரவாளர்கள் சிலருக்குச் சொந்தமாக மருந்தகங்கள் இருந்தன. மாதாந்தம் நான் அவர்களிடம் போய் மருந்துகளைச் சேகரித்துக் கொண்டு வருவேன். எனது தந்தையும் மருந்துகளைக் கொடுத்துதவினார். அவருக்கு ஏஞ்சலிஸ் நகரத்தில் ஒரு மருந்தகம் இருந்தது. நான் இயக்கத்திலிருப்பதையும் அவர் அறிவார்.

சில சமயங்களில் நான் அவருடைய பிள்ளைகளையும் கண்டேன். ஆனால் அவர்கள் ஒருபோதும் நானும் அவர்களது சகோதரிதான் என்பதைக் கண்டறியவில்லை.

என்னதான் எனக்கு தொன் பெப்பேயின் சாயல் இருந்தபோதிலும், நான் அதைக் கூறியிருந்தால் தனது தந்தைக்கு இவ்வாறு ஒரு முறைகேடாகப் பிறந்த மகள் இருக்க முடியும் என்பதை அவர்கள் நம்ப மறுத்திருப்பார்கள். அவர்கள்தான் எமது நகரத்திலேயே மிகவும் பிரபலமான செல்வந்தக் குடும்பத்தினர்கள். அவர்கள் தமது தந்தையைக் குறித்து எப்போதும் பெருமிதப்பட்டுக் கொண்டிருந்ததோடு அவரது கௌரவத்துக்கு இழுக்கு ஏற்படுவதை ஒருபோதும் விரும்ப மாட்டார்கள். நான் ஏதோ அவர்களது சொத்துகளில் பங்குகேட்க முயற்சிப்பதாகத்தான் நிச்சயமாக அவர்கள் கருதியிருப்பார்கள்.

அவர்களது அணுகுமுறை எவ்வாறிருப்பினும் அது என்னை வருந்தச் செய்யவேயில்லை. நான் இயக்கத்திலிருந்த காலங்கள்தான் நான் சந்தோஷமாக இருந்த காலங்கள். நான் சேகரித்துக் கொடுத்த மருந்துகள் போராளிகளுக்கு பெரும் உதவியாக அமைந்தன.

இயக்கத்தில் பலரும் இணைந்து கொண்டேயிருந்தார்கள். அவர்களுள் ஆகவும் இளையவள் நானல்ல. ஏழு முதல் பத்து வயதுகளிலிருந்த சிறுவர்கள் இயக்கத்தின் தகவல்களை எடுத்துச் செல்பவர்களாக பணி புரிந்தார்கள். அவர்கள் தைரியசாலிகளாக இருந்தார்கள். எமது வீட்டுக்கு வந்து போன கெரில்லாப் போராளிகளுடனும், பெண் போராளிகளுடனும் நான் நட்பாகியிருந்தேன். துப்பாக்கிகளையும், வெடிமருந்துகளையும் கைப்பற்றுவதற்காக அவர்கள் ஜப்பானியப் படையினருடன் மோதல்களைத் தொடங்கியிருந்தார்கள்.

இயக்கத்தில் ஒரு பாடல் இருந்தது. அதை இன்றும் கூட என்னால் பாடிக் காட்ட முடியும். பம்பாங்கோ மொழியில் அந்தப் பாடல் இருந்தது.

Pamisan metung a panig mitatag ya

Lalam nang bandila ning balen tang sinta
Bang mayatbus lubus ing katimawan na
Ning panga bansang Pilipinas.

Lalaki't babai, matua't kayanakan
Misan metung tamo king pamakilaban
Harapan ta lang Hapones a yalung paylakuan
Lalo na itang kayanakan,

Dapat lang itabi ding pasistang Hapones
A berdugo ning lahi
Kinamkam king pibandian
Lepastangan do puri deting babai

Viva Hukbalahap! makanian tang igulisak

King puri nang mesintang ning balen tang meduhagi.
Dakal lang taong mengayalang kalma
Karing penabtab da batal
Kaybat depatan ngara e tala kalaban
Hiling kabalat tula naman.

எங்கள் தேசமான பிலிப்பைன்ஸை அடிமைத்தனத்திலிருந்து விடுவிக்க எங்கள் அன்பான தேசத்திலோர் குழு உருவாக்கப்பட்டுள்ளது.

ஆண்களும் பெண்களும் இளைஞர்களும் முதியவர்களுமென அனைவரும் ஒன்றிணைவோம் ஜப்பானியர்களை எதிர்த்துப் போராட.

எம்மை ஒடுக்கி எமது மண்ணின் மாண்பைச் சிதைக்கிறார்கள் அவர்கள். எமது மக்களுக்கு இடையூறு விளைவித்துச் சீரழிக்கிறார்கள் அவர்கள். எதிர்த்து நிற்பவர்களைக் கொல்கிறார்கள் அவர்கள் - இவ்வளவையும் செய்த பிறகு எதிரிகளல்ல நாங்கள்; எல்லோரும் ஓரினம் என்கிறார்கள்.

எங்கள் செல்வங்களையெல்லாம் அபகரிக்கும்,
எங்கள் பெண்களைப் பாலியல் வல்லுறவு செய்யும்,

எங்கள் ஆண்களைக் கொன்றழிக்கும்,
எமதினத்துக்குக் கொடுமையிழைக்கும் பாசிஸ ஜப்பானியர்களை நாம் வெல்ல
எழுப்புவோம் எமது குரலை.

இயக்கத்தில் எவரும் தமது சொந்தப் பெயரைப் பயன்படுத்தவில்லை. அனைத்து உறுப்பினர்களும் மாற்றுப் பெயர்களையே பயன்படுத்தினார்கள். என்னுடைய பெயர் மரியா ரோஸா என்பதனால், மரியாவின் புனைப்பெயரான பயாங் எனும் பெயரை எனக்குச் சூட்டினார்கள்.

ஓர் அமெரிக்கக் காலனி என்பதனால்தான் ஜப்பானிய ஏகாதிபத்திய இராணுவம் நமது நாட்டை ஆக்கிரமித்துள்ளது என்று இயக்கம் தெளிவுபடுத்தியது. அமெரிக்கப் படை தனது இரண்டாவது மிகப்பெரிய இராணுவத்தளத்தை பம்பாங்காவில் அமைத்திருந்தது. அது எமது குடியிருப்பிலிருந்து வெறும் ஆறு கிலோமீற்றர்கள் தொலைவிலேயே இருந்தது.

எம்மை அமெரிக்கக் காலனியாதிக்கத்திலிருந்து விடுவிக்க வேண்டும் என்றார்கள் ஜப்பானியர்கள். ஆகவேதான் அவர்கள் எங்களைப் போன்ற நாடுகளின் மீது படையெடுத்தார்கள். ஆனால் அவர்கள் தாம் ஆக்கிரமித்த நாடுகளில் நல்லவற்றைச் செய்யத் தவறினார்கள். அவர்கள் அடக்குமுறையாளர்களாகவும், துஷ்பிரயோகம் செய்பவர்களாகவும் இருந்தார்கள்.

இயக்கமானது போரின் போது அமெரிக்காவையும் நம்பவில்லை. அமெரிக்கா வெகு தொலைவில் இருந்தது. பிலிப்பைன்ஸ் மக்கள் தமது எதிரியை வீழ்த்த தம்மால் இயன்றதைச் செய்தார்கள். அப்போதெல்லாம் அமெரிக்கர்கள் எங்கே இருந்தார்கள்?

1942ஆம் ஆண்டு, ஏப்ரல் மாதம் ஒன்பதாம் திகதி, பட்டான் மாகாணத்தின் வீழ்ச்சிக்குப் பிறகு, பிலிப்பைன்ஸ் மீதான பாதுகாப்புக்குப் பொறுப்பான அமெரிக்கத் தளபதி மெக்ஆர்தர், ஜனாதிபதி மானுவல் எல்.கியூஸன் மற்றும் பிலிப்பைன்ஸின் ஏனைய அரச உயரதிகாரிகள் அனைவருமே கொரேகிடர் தீவிலிருந்து ஒரு நீர்மூழ்கிக் கப்பலில் அவுஸ்திரேலியாவுக்குத் தப்பிச் சென்றார்கள். அமெரிக்கத் தளபதி மெக்ஆர்தரின் பிரசித்தி பெற்ற வாக்குறுதியான ‘நான் மீண்டும் வருவேன்’ என்ற வசனத்தை பிலிப்பைன்ஸை விட்டு வெளியேறும்போதுதான் அவர் கூறினார். பிறகொரு காலத்தில்

அவரும், ஏனைய பிலிப்பைன்ஸ் தலைவர்களும் அமெரிக்காவுக்குப் போய் விட்டார்கள்.

அதே சமயம், பிலிப்பைன்ஸ் மக்கள் தமது எதிரிக்கு எதிராக தாங்களே போரிட்டுக் கொண்டிருந்தார்கள். ஜப்பானியப் படையினருக்கு, பிலிப்பைன்ஸ் இராணுவமும் உதவிக் கொண்டிருந்ததால் பொதுமக்கள் எல்லோரும் பேரச்சத்துடனே வாழ்ந்து வந்தார்கள்.

பிலிப்பைன்ஸ் இராணுவமானது எவனையாவது சுட்டிக் காட்டி, அவனொரு கெரில்லா என்றால், அவன் இயக்கத்தைப் பற்றி ஏதுமறியா அப்பாவியாக இருந்தாலும் கூட, ஜப்பானியப் படையால் சுட்டுக் கொல்லப்பட்டான். ஆகவே பொதுமக்கள் தமது வீடுகளை விட்டு வெளியிறங்க, பயிர்நிலங்களுக்குச் செல்லக் கூட அஞ்சினார்கள்.

பட்டானின் வீழ்ச்சியைக் கேள்விப்பட்டதுமே நாங்கள் அனைவருமே கதறியழுதோம். அந்த வீழ்ச்சியைத் தொடர்ந்துதான் பிரபலமான 'டெத் மார்ச்' எனப்படும் மரண அணிவகுப்பு நடைபெற்றது.

கைது செய்யப்பட்டிருந்த, கிட்டத்தட்ட எழுபத்தையாயிரம் பிலிப்பைன்ஸ் மற்றும் அமெரிக்கப் படையினரை பட்டான் மாகாணத்திலுள்ள மரிவெல்ஸ் பிரதேசத்திலிருந்து பம்பாங்கா மாகாணத்திலுள்ள சான் ஃபெர்ணான்டோ புகையிரத நிலையம் வரை அண்ணளவாக நூற்றி ஐந்து கிலோமீற்றர்கள் தூரத்தை நடைப்பயணமாக அனுப்பி வைத்ததே அந்த அணிவகுப்பாகும். அவர்களுள் உயிர் பிழைத்தவர்கள் அந்தப் புகையிரத நிலையத்திலிருந்து டார்லாக் மாகாணத்தின் கபஸ் பிரதேசத்திலுள்ள கேம்ப் ஒடொன்னல் எனப்படும் தடுப்பு முகாமுக்கு புகையிரதங்களில் அனுப்பி வைக்கப்பட்டார்கள்.

அந்த மரண அணிவகுப்பில் தமது மகனோ, சகோதரனோ இருக்கிறார்களா என்று பார்த்து வருவதற்காக எனது உறவினர்கள் சிலர் சான் ஃபெர்ணான்டோ புகையிரத நிலையத்துக்குப் போகத் தீர்மானித்தார்கள். அவர்களுடன் நானும் போக விரும்பி அதற்காக எனது தாயின் அனுமதியையும் பெற்றுக் கொண்டேன்.

விடிகாலையிலேயே எழுந்து தயாரான நாங்கள் ஒரு மாட்டு வண்டியில், கிட்டத்தட்ட இருபது கிலோமீற்றர் தொலைவிலிருந்த புகையிரத நிலையத்தை காலை எட்டுமணியளவில்

சென்றடைந்தோம். மத்தியான வேளையில், படையினரின் அணிவகுப்பை நேரில் பார்த்தோம்.

அவர்களைக் கண்ட அனைவருமே அதிர்ச்சியில் கதறியழுதார்கள். காரணம் அந்தப் படையினர்கள் அனைவருமே மிகவும் மெலிந்து ஒல்லியாகி, வெளிறிப் போயிருந்ததோடு நடக்கச் சிரமப்பட்டுக் கொண்டிருந்தார்கள். சிலருக்கோ நடப்பதை விட்டு எழுந்து நிற்கக் கூட சக படையினரின் உதவி தேவைப்பட்டது. எந்தப் படையினராவது தெருவில் மயங்கி விழுந்தால் உடனே ஜப்பானியர் அவரைச் சுட்டுக் கொன்றார்கள்.

இவ்வாறாக நூற்றுக்கணக்கான படையினர்கள் எம்மைக் கடந்து சென்றார்கள். அவர்களுள் எமது உறவினர்கள் எவரையும் எம்மால் கண்டறிய முடியவில்லை. ஆகவே நாங்கள் வீட்டுக்குத் திரும்பி வந்தோம். வழி நெடுகவும் எனக்குள் அந்த மரண அணிவகுப்பு பற்றிய யோசனையே மிகைத்திருந்தது.

நாங்கள் எமது குடியிருப்புக்குத் திரும்பிய வேளையில், பத்து வயதுச் சிறுவன் ஒருவனைக் கண்டோம். அவனும் எமது இயக்கத்தைச் சேர்ந்தவன்தான். ஜப்பானியப் படையினர் பலரும் எமது குடியிருப்பை ஆக்கிரமித்து கோழிகளையும், முட்டைகளையும், பழங்களையும், இன்னும் என்னவெல்லாம் கொண்டு போக முடியுமோ அவற்றையெல்லாம் கொள்ளையடித்துச் சென்றதாக அவன் கூறினான்.

ஜப்பானியப் படையினர் தரையிறங்கி அப்போதுதான் மூன்று மாதங்கள் ஆகியிருந்தன. அதற்குள்ளேயே அவர்களால் எமக்கு ஏற்படவிருக்கும் இன்னல்கள் குறித்து எம்மால் எதிர்வுகூற முடிந்தன.

போர் தொடங்கிய சிறிது காலத்துக்குள்ளேயே ஜப்பானியர்கள் அவர்களது மொழியையும், கலாசாரத்தையும் எமக்குக் கற்றுக் கொடுக்கத் தொடங்கி விட்டார்கள். பிலிப்பைன்ஸ் தேசத்து சஞ்சிகைகள் ஜப்பானிய வார்த்தைகளை பிலிப்பைன்ஸ் மொழிக்கு மொழிபெயர்த்து வெளியிடத் தொடங்கின. பாடசாலைகளில் மாணவர்களுக்கான பாடங்கள் ஜப்பானிய மொழியில் கற்பிக்கப்பட்டன. அப்போது நான் படிப்பை நிறுத்தி விட்டிருந்த போதிலும், லிவைவே, புலக்லக் போன்ற பிலிப்பைன்ஸ் சஞ்சிகைகளில் பிரசுரமாகியிருந்தவற்றின் மூலம் சில ஜப்பான் மொழிச் சொற்களை நான் அறிந்திருந்தேன்.

ஒவ்வொரு மாதமும் எனது தந்தையைச் சந்தித்து அவர் எமக்குத் தரும் உதவித் தொகையை வாங்கிக் கொண்டு வர நான்தான் போய் வந்து கொண்டிருந்தேன். முன்பு போலவே நெல் களஞ்சியசாலையில் அவருக்காகக் காத்திருப்பேன். என்னதான் யுத்தம் நடந்து கொண்டிருந்தபோதிலும், அவர் எமக்கு உதவுவதைத் தட்டிக் கழிக்கவேயில்லை. அந்தச் சமயத்தில் அந்தத் தொகை எமக்கு மிகவும் தேவையாகவிருந்தது. அவரது அந்த ஆதரவுக்கு நான் என்றும் நன்றியுடையவளாக இருப்பேன். அந்தச் சமயத்தில் பாவனையிலிருந்த ஜப்பானியப் பணத்தையே அவர் எமக்கும் தந்துதவினார்.

ஒரு நாள், எனது தந்தை தொன் பெப்பேயின் பெரிய வீட்டில் பணி புரிந்துவந்த எனது மாமா பெத்ரோ எம்மிடம் வருகை தந்து, நாங்கள் வசித்து வந்த இடத்திலிருந்து ஐம்பது கிலோமீற்றர்கள் தொலைவிலிருந்த பம்பாங்கா நகரத்துக்கு தொன் பெப்பேயும், அவரது குடும்பத்தினரும் இடம்பெயரப் போவதாகத் தெரிவித்தார். இராணுவத் தலைமையகமாக மாற்றுவதற்காக அவரது பெரிய வீட்டை ஜப்பானியப் படையினர்கள் கேட்டிருந்தார்கள். எனது தந்தை இடம்பெயரும்போது எனது மாமாவையும் தன்னுடன் கூட்டிக் கொண்டு போக விரும்புவதாகக் கூறினார்.

எனது தாயும், நானும் மிகுந்த கவலையில் ஆழ்ந்தோம். எனது தாயோ தனது தம்பி எங்கோ தொலைவுக்குப் போகப் போவதை விரும்பவில்லை. என்றாலும் தான் போனால்தான் எனது தந்தையுடனான எமது குடும்பத்தின் தொடர்பைத் தொடர்ந்து பேண முடியும் என்று எனது மாமா வலியுருத்திச் சொன்னார்.

'பெத்ரோ, ஒருபோதும் ஆண்டவனைப் பிரார்த்திக்க மறக்காதே" என்று அவர் எம்மிடமிருந்து விடைபெறும்போது எனது தாய் கூறினாள்.

அந்த நாட்கள் கடும் அச்சத்தால் நிரம்பியிருந்தன. காரணம் மகாபிலி உளவாளிகளுடன் ஜப்பானியப் படையினரும் எமது குடியிருப்புக்குள் நடமாடிக் கொண்டிருந்தார்கள். எமது குடியிருப்பில் எமது இயக்க கெரில்லாப் போராளிகளும் பலர் இருந்தார்கள்.

அந்தச் சமயத்தில் ஆங்கிலம் கூட அபூர்வமாகவே பேசப்பட்டது. மக்கள், குறிப்பாக மாணவர்கள் ஜப்பானிய மொழியிலேயே உரையாடினார்கள். வாகனங்களும் அபூர்வமாகவே காணப்பட்டன.

எமக்கு எங்கேயாவது போகத் தேவைப்பட்டால், நடந்தோ, மாட்டு வண்டியிலோ போய் வந்தோம். புகையிரதங்கள் எப்போதும் ஜனங்களால் நிரம்பி வழிந்து கொண்டிருந்தன. புகையிரதங்களின் மேற்கூரைகளிலும் பயணிகள் செறிந்திருந்தார்கள்.

ஜப்பானியப் படையினரிடம் மாத்திரமே தமது ட்ரக் வண்டிகளையும், தமது வாகனங்களையும் செலுத்தத் தேவையான எரிபொருள் இருந்தது. மின்சார வசதிகள் கூட அவர்களுக்கு மாத்திரமேயானதாக இருந்தது.

இராணுவச் சட்டம் பிறப்பிக்கப்பட்டு அமுலில் இருந்தது. தினமும் மாலை ஆறு மணியிலிருந்து காலை ஆறு மணி வரை ஊரடங்குச் சட்டம் கடுமையாகப் பின்பற்றப்பட்டு வந்தது. மக்களும் ஜப்பானியப் படையினரின் உத்தரவைப் பின்பற்றி வந்தார்கள். காரணம் எவரேனும் அவற்றை மீறினால் பகிரங்கமாகத் தண்டிக்கப்பட்டார்கள். சிலர் கடும் வெயிலில், கடியெறும்புகள் நிறைந்த இடங்களில் கம்பங்களில் கட்டி வைக்கப்பட்டார்கள்.

அந்திவேளைகளில் இருள் சூழும் முன்பே நாங்கள் இரவுணவை அருந்தி விடுவோம். காரணம் இரவுகளில் எண்ணெய் விளக்குகளை ஏற்றக் கூட எமக்கு அனுமதியிருக்கவில்லை. ஜப்பானியப் படை அதையும் தடை செய்திருந்தது. ஆகவே இரவுகள் எப்போதும் கடும் அந்தகாரம் நிறைந்தவையாக இருந்தன. எவரேனும் விளக்கையோ, மெழுகுவர்த்தியையோ, மின் சூளையோ எடுத்துக் கொண்டு நடமாடினால் அவர்கள் கெரில்லா இயக்கப் போராளிகள் என்று சந்தேகிக்கப்பட்டார்கள். இரவில் எமக்குப் பசித்தால் நாங்கள் அவித்த வற்றாளைக் கிழங்குகளை இருளிலிருந்து கொண்டே உண்டு வந்தோம்.

எனது தாய் கோழிகளை வளர்த்து வந்தாள். ஆகவே எமக்கு முட்டைகளும், சில சமயங்களில் இறைச்சியும் கிடைத்துக் கொண்டிருந்தன. எம்மிடம் ஒரு சிறிய பன்றிக் குட்டியும் இருந்தது.

ஒரு நாள் மகாபிலி உளவாளி ஒருவன் வந்து எம்மிடமிருந்த கோழிகளையும், முட்டைகளையும், பன்றிக் குட்டியையும் எடுத்துச் சென்றான். எம்மிடமிருக்கும் விலங்குகளையெல்லாம் கைப்பற்றுமாறு ஜப்பானியர் தனக்கிட்டிருக்கும் கட்டளை அது என்றான். என்றாலும் நாங்கள் அவனுடன் எந்த ஜப்பானியரையும் காணவில்லை. எனது தாயோ அவனைத் தடுக்கவுமில்லை. ஒரு வார்த்தை கூட அவனை எதிர்த்துப் பேசவுமில்லை. எம்மிடமிருந்த

அனைத்தையும் அவன் கொண்டு போவதைப் பார்த்துக் கொண்டிருந்தோம். எமது குடியிருப்பில் இவ்வாறுதான் விடயங்கள் நடந்து கொண்டிருந்தன.

காட்டுக்குள்ளிருந்த எமது வீட்டுக்கு அந்த மகாபிலி உளவாளி மீண்டும் ஒரு நாள் வந்தான். கெரில்லா இயக்கப் போராளிகள் அவ்வப்போது எமது வீட்டுக்கு வந்து போய்க் கொண்டிருந்ததால் நான் மிகவும் பயந்து போனேன். அவர்கள் இந்த உளவாளியை இங்கு வைத்துக் கொன்று விட்டால் நானும், எனது தாயும்தான் சிரமத்துக்குள்ளாவோம் என்று வருந்தினேன்.

அவன் வந்து போனதும், கிட்டத்தட்ட ஒரு மணித்தியாலத்தின் பின்னர் இயக்கத்தினரிடமிருந்து தகவல் கொண்டு வரும் சிறுவன் ஒருவன் வந்து சில இயக்கப் போராளிகள் எமது வீட்டுக்குத் தங்கிப் போக வரப் போவதாகத் தெரிவித்தான். மகாபிலி உளவாளியொருத்தன் இப்போதுதான் வந்து விட்டுப் போயிருப்பதால், அது அபாயகரமானது என்று அந்தச் சிறுவனிடம் தெரிவித்து அனுப்பி வைத்தேன்.

மறு நாள் காலையில் ஒரு பெண் போராளி எமது வீட்டுக்கு வந்து எனது தாயைச் சந்தித்தாள்.

"நீங்கள் இந்த வீட்டை விட்டு வெளியேற வேண்டும். மகாபிலி உங்களை உளவு பார்த்துக்கொண்டிருக்கிறது. உங்களுக்கு இயக்கத்தோடு ஏதாவது தொடர்பிருக்கலாம் என்று அது சந்தேகிக்கக் கூடும்" என்று எமக்குக் கட்டளையிட்டாள்.

ஆகவே அன்றே அந்த வீட்டில் வசித்து வந்த நானும், எனது தாயும், அவளது தம்பியும், எமது சொந்தக்காரர் ஒருவரும் அங்கிருந்து வெளியேறினோம். நாங்கள் எமது உடைமைகளை எடுத்துக் கொண்டு போய் அந்தப் பகுதியிலிருந்த அம்மாவின் உறவினர் ஒருவரது வீட்டில் தங்கினோம். ஒரு கிழமைக்குப் பிறகு எனது தாயும், மாமாவும் நாங்கள் முன்பு குடியிருந்த குடிலுக்குப் போய்ப் பார்த்தபோது அது முற்றுமுழுதாக எரித்துச் சாம்பலாக்கப்பட்டிருப்பதைக் கண்டார்கள். அதை யார் செய்தார்கள் என்பதை நாமறியோம்.

நாங்கள் மிகவும் மோசமான நிலைக்குத் தள்ளப்பட்டிருந்தோம். எந்தப் பாதுகாப்பும் இல்லாமல் நம்மை நாமே தற்காத்துக் கொள்ள வேண்டிய நிலைமைக்கு ஆளாகியிருந்தோம். பெத்ரோ மாமாவோ

எனது தந்தையுடன் இருந்தார். எனது ஏனைய மூன்று மாமாமாரும் பஸாயில் தங்கியிருந்தார்கள். எனது இளைய மாமாவான எமிலும், நானும் சம வயதுடையவர்களாக இருந்தோம்.

அந்தப் பகுதியிலிருந்த விவசாயிகள் வற்றாளைக் கிழங்கை அறுவடை செய்யும்போது நாங்களிருவரும் அவர்களுக்கு உதவி வந்தோம். ஆகவே எமக்கு அறுவடையில் ஒரு பங்கு கிடைத்து வந்தது. சில சமயங்களில் மேலதிகமாக இருக்கும் வற்றாளைக் கிழங்குகளை எனது தாய் சந்தையில் விற்று வந்தாள். அந்தப் பணத்தின் மூலம் எமக்கு சமையல் எண்ணெய்யையும், துணிகளைக் கழுவத் தேவையான சவர்க்காரங்களையும் வாங்கிக் கொள்ள முடிந்தது.

நெல் அறுவடைக் காலங்களில் எனது தாயும், எமில் மாமாவும், நானும் என மூவருமே வயல் நிலங்களில் வேலை செய்து வந்தோம். வெட்டப்படும் முற்றிய நெற்கதிர்களைச் சேகரிப்பது எமது வேலையாக இருந்தது. அந்தக் காலத்தில் அறுவடையை வெட்டுவது ஆண்களின் வேலையாகவும், வெட்டிச் சேகரிக்கப்பட்ட முற்றிய நெற்கதிர்களைக் கால்களால் மிதித்து நெல்லை வேறாக்குவது பெண்களின் வேலையாகவும் இருந்தது. கொடும் வெயிலில் நின்றுகொண்டு நீண்ட மணித்தியாலங்கள் நாங்கள் வேலை செய்ய வேண்டியிருந்தது. அப்போதுதான் எமக்குக் கூலியாக அறுவடையில் ஒரு பங்கு கிடைக்கும்.

இதற்கிடையில் எம்மைச் சுற்றி போர் தொடர்ந்தும் நடைபெற்றுக் கொண்டேயிருந்தது. கண்டுபிடிக்கப்படுவேன் என்ற பயம் உள்ளுக்குள் இருந்தபோதிலும் நான் தொடர்ந்தும் இயக்கத்தினருக்கு மருந்துகளையும், பழைய ஆடைகளையும் சேகரித்துக் கொடுத்துக் கொண்டிருந்தேன்.

ஜப்பானியப் படையினரால் எமது இயக்கத்தினர் சிலர் சித்திரவதை செய்யப்படுவதாகவும், சிலர் தலை சீவப்பட்டதாகவும் கெரில்லா இயக்கப் போராளிகள் மூலமாக எனக்குக் கேள்விப்பட்டுக் கொண்டேயிருந்தது. இயக்கத்தோடு தொடர்புடையவர் என்று எவரேனும் ஜப்பானியப் படையினரால் சந்தேகிக்கப்பட்டால், அவர் தாக்கப்பட்டு, காவலரணுக்குக் கொண்டு செல்லப்பட்டு, சித்திரவதை செய்யப்பட்டுக் கொல்லப்படுவார். நாம் வசித்து வந்த குடியிருப்புக்கு அருகாமையில் அவ்வாறு ஐந்து கெரில்லா இயக்கத்தினரை ஜப்பானிய ஏகாதிபத்திய இராணுவம் கொன்று போட்டிருந்தது.

ஆகவே நாங்கள் ஜப்பானியப் படையினரால் கண்டுபிடிக்கப்பட்டு விடக் கூடாது என்பதில் மிகவும் கவனமாக இருந்தோம். எமது இயக்கக் கூட்டங்கள் வெவ்வேறு இடங்களில், வெவ்வேறு குடியிருப்புகளில் நடைபெற்றன. எமது தளபதிகள் நிலைமையை எமக்கு விளக்கிச் சொன்னார்கள். நாங்கள் அமெரிக்கத் தளபதி மெக்ஆர்தரில் தங்கியிருக்கக் கூடாது என்றார்.

"நாங்கள் பிலிப்பினோ மக்கள். இது எங்கள் தேசம். எமது சுதந்திரத்துக்காக நாங்கள்தான் போராட வேண்டும். நாங்கள் அமெரிக்காவை எதிர்பார்க்கக் கூடாது. எம்மைக் காப்பாற்றுவார்கள் என்று நாங்கள் யாரிடமும் தங்கியிருக்கக் கூடாது. நாங்கள் எப்போதும் ஆண்டவனைப் பிரார்த்திக்க வேண்டும். அத்தோடு நிச்சயமாக ஒரு நாள் எமக்கு சுதந்திரம் கிடைக்கும் என்று உறுதியாக நம்ப வேண்டும்" என்றார்,

நான் படையினராலோ, உளவாளிகளாலோ சுற்றிவளைக்கப்பட்டால் என்ன செய்ய வேண்டும் என்பதை தளபதி எனக்குக் கற்றுத் தந்தார். மருந்தைச் சேகரித்து வர நான் போய் வரும்போதெல்லாம் வெற்றிலை, பாக்கை மென்று கொண்டிருக்குமாறு அறிவுறுத்தப்பட்டேன்.

எமது குடியிருப்பிலிருந்த முதியவர்கள் பலரும் வெற்றிலை பாக்கை வாயிலிட்டுக் குதப்பிக் கொண்டிருப்பார்கள். அவர்கள் வெற்றிலையோடு பாக்குத் துண்டுகளையும், சிறிது எலுமிச்சையையும் கலந்து வாயிலிட்டுக் குதப்பிக் கொண்டிருப்பார்கள். அதிலிருந்து உருவாகும் சிவப்புச் சாறு அவர்களது உதடுகளுக்கு செவ்வர்ணம் பூசியிருக்கும்.

ஒரு நாள், ஏஞ்சலிஸ் நகரத்திலுள்ள இயக்க ஆதரவாளர் ஒருவரது கடைக்குப் போய் மருந்துகளை எடுத்துக் கொண்டு வருமாறு நான் கட்டளையிடப்பட்டேன். அந்த நபரிடம், நான் இயக்கத்தைச் சேர்ந்தவள் என்பதை நிரூபிப்பதற்குத் தேவையான நிரூபணக் கடிதத்தையும் தளபதியிடமிருந்து பெற்றுக் கொண்டிருந்தேன். அந்த நபரிடம், அவரிடம் வரப் போகும் நபர், வரப் போகும் நேரம் ஆகிய விபரங்கள் ஏற்கெனவே அனுப்பி வைக்கப்பட்டிருந்தன.

போகும் வழியில் நான் இரண்டு ஜப்பானியப் படையினர்களையும், ஒரு மகாபிலி உளவாளியையும் கண்டேன். எனது கூந்தல் கற்றைகளுக்குள் தளபதியின் கடிதத்தை மறைத்து வைத்திருந்தேன். உடனடியாக அதை வெளியே எடுத்து, எனது வாயிலிருந்த வெற்றிலை பாக்கோடு சேர்த்து மென்றேன். அவர்களால் சுற்றி

வளைக்கப்பட்டதும் மகாபிலி உளவாளி நான் எங்கே போய்க் கொண்டிருக்கிறேன் என்று விசாரித்தான். நான் தலையில் சுமந்திருந்த கூடையை சந்தேகத்தோடு எடுத்துக் குடைந்து பார்த்தான்.

"வற்றாளைக் கிழங்கை சந்தையில் விற்கப் போய்க் கொண்டிருக்கிறேன்" என்றேன்.

அவர்கள் கூடையிலிருந்த வற்றாளைக் கிழங்குகளை ஒவ்வொன்றாகப் பரிசோதித்தார்கள். பிறகு, கூடையை என்னிடம் தந்தவர்கள்,

"இங்கே கெரில்லாக்கள் யாரையாவது கண்டாயா?" என்று கேட்டார்கள்.

"இல்லை" என்று பதிலளித்தேன்.

பிறகு அவர்கள் என்னைக் கடந்து போனார்கள். நான் நடக்கத் தொடங்கினேன். நான் சந்திக்கப் போகும் நபரிடம் காட்ட வேண்டிய கடிதம் என்னிடம் இருக்கவில்லை. அதையிட்டு வருந்தினேன். அதற்குப் பதிலாக நான் ஒரு மரத்திலிருந்து காய்ந்த குச்சியொன்றை எடுத்துக் கொண்டு நடந்தேன்.

நான் அங்கே போய்ச் சேர்ந்ததுமே அங்கிருந்த நபரிடம் அவருக்குரிய கடிதத்தை மென்று விழுங்க நேர்ந்ததைத் தெரிவித்தேன். பிறகு அந்தக் காய்ந்த குச்சியை ஏழு துண்டுகளாக உடைத்துக் காட்டினேன். அதுவொரு முன்னேற்பாடு. நான் அதைச் செய்து காட்டியதுமே அந்த நபர் நான் இயக்கத்தால் அனுப்பப்பட்டவள் என்பதை நம்பினார். மலேரியாவுக்கும், வயிற்றுப்போக்குக்கும் அருந்தும் மாத்திரைகளையும், காயங்களின் தொற்றுநீக்கி மருந்து ஒரு போத்தலையும் என்னிடம் தந்தார்.

பழைய சாக்குத் துணியினாலான எனது சால்வையில் நான் அந்த மருந்துகளை சுற்றியெடுத்து எனது வயிற்றைச் சுற்றிக் கட்டிக் கொண்டேன். அதனால் நான் கர்ப்பிணியொருத்தி போலத் தெரிந்தேன். அன்று எனது வீடு வரைக்கும் எந்தவொரு ஆபத்துமில்லாமல் பத்திரமாக வந்து சேர எனக்கு யோகமிருந்தது. அன்றிரவு ஐந்து கெரில்லாக்கள் என்னைத் தேடி வந்து அந்த மருந்துகளை என்னிடமிருந்து வாங்கிக் கொண்டு போனார்கள்.

எனது நடவடிக்கைகளை எனது தாய் அறிந்திருந்ததோடு, இயக்கத்தினர் மீது அவளுக்கு அனுதாபமும் இருந்தது. எமது

குடியிருப்பிலிருந்த பெரும்பாலானோர் இயக்கத்தோடு தொடர்பு வைத்திருந்ததோடு ஆதரவாளர்களாகவும் இருந்தார்கள்.

ஒரு நாள் மூன்று பெண்கள் அவர்களது வீட்டுக்கு முன்னாலிருந்த படிகளில் ஒருவர் பின் ஒருவராக கிழக்குத் திசையை நோக்கி அமர்ந்திருப்பதைக் கண்டேன். சாதாரணமாக யாராவது பார்த்தால் அவர்கள் பேன் பார்த்துக்கொண்டிருப்பதாகத்தான் தோன்றும். ஆனால் அது ஒரு குறியீடு. அன்று கிழக்கு நோக்கி கெரில்லாக்கள் போயிருக்கிறார்கள் என்பதற்கான குறியீடு அது.

இயக்கத்தினர் சாப்பிட போதுமான அளவு உணவிருக்கிறதா என்று பார்ப்பது எனது வேலையாக இருந்தது. ஆகவே நான் பலதரப்பட்ட வீடுகளுக்கும் போய் அவர்களிடமிருக்கும் மேலதிக உணவுகளைக் கேட்டு வாங்கி சேகரித்துக் கொண்டு வருவேன். அவ்வாறு குடியிருப்பில் சேகரித்த உணவுகளை வாழையிலைகளில் கவனமாகச் சுற்றிப் பொதி செய்து சணல் சாக்கில் இட்டு வைப்பேன். வெகுநேரம் செல்லும் முன்பே யாராவது வந்து அந்த உணவுகள் அடங்கியிருக்கும் சாக்குப் பொதியை இயக்கத்தினரிடம் கொண்டு சேர்ப்பார்கள்.

இவ்வாறாக கிட்டத்தட்ட ஒரு வருட காலம் நான் இயக்கத்திற்காக இரகசியமாக வேலை பார்த்திருப்பேன். அந்த வேலைதான் எனக்கு ஓரளவேனும் மன நிறைவைத் தந்தது. என்றாலும் சில சமயங்களில் நான் மிகுந்த கவலையை உணர்ந்தேன். எனக்கு என்னவெல்லாம் நடந்திருக்கின்றன என்பதை நினைத்து இரகசியமாக அழுதேன்.

இயக்கத்தினரோடு சேர்ந்து எப்போதெல்லாம் இயக்கப் பாடலைப் பாடுகிறேனோ அப்போதெல்லாம் உள்ளுக்குள் நான் பெருவலியை உணர்ந்தேன். அந்தப் பாடலில் பெண்கள் கடத்தப்படுவதைக் குறிக்கும் ஒரு வரி உள்ளது. அது,

எமது உடைமைகளை அபகரித்து
எமது பெண்களைப் பாலியல் பலாத்காரம் செய்து
எமது இனத்தை வதை செய்யும் பாசிச ஜப்பானியர்கள்
எம்மால் தோற்கடிக்கப்படவே வேண்டும்

அந்த வரிகளைப் பாடிய வேளையில், 'நானும் அந்தப் பெண்களில் ஒருத்திதான்' என்று எனக்குள்ளே முணுமுணுத்தேன். என்றாலும் இயக்கத்திலிருந்த எவருமே எனது இரகசியத்தை அறியவில்லை.

வேட்கையைத் தணிக்கும் பெண்கள்

அன்று 1943ஆம் ஆண்டு ஏப்ரல் மாதத்தில் ஒரு நாள். அருகாமையிலிருந்த மகலங் நகரத்திலிருந்து காய்ந்த சோளங்கள் அடங்கிய சாக்கு மூட்டைகள் சிலவற்றை எடுத்துக் கொண்டு வருமாறு இயக்கத்தினரால் கேட்டுக் கொள்ளப்பட்டேன். ஒரு மாட்டு வண்டியில் மேலும் இருவரோடு நான் அங்கு சென்றேன்.

ஓர் இயக்கத் தோழர் என்னுடன் வண்டியில் அமர்ந்திருந்ததோடு மற்ற இயக்கத் தோழர் வண்டியைச் செலுத்திக் கொண்டிருந்தார். அது கோடை காலத்தின் உச்சகட்டம் என்பதால் அன்று கடும் வெப்பம் நிறைந்த நாளாக இருந்தது.

சாக்கு மூட்டைகளை வண்டிகளில் ஏற்றிக் கொண்ட நாங்கள் எமது குடியிருப்புக்குத் திரும்பி வந்து கொண்டிருந்தோம். ஏஞ்சலிஸ் நகர மருத்துவமனையருகே இருந்த ஜப்பானியப் படையின் சோதனைச் சாவடியை நாங்கள் நெருங்கியிருந்தோம்.

“கவனம். சாக்குகளில் சோளங்களுக்குள்ளே சில துப்பாக்கிகளும், ஆயுதங்களும் ஒளித்து வைக்கப் பட்டிருக்கின்றன” என்று அப்போதுதான் எனதருகே அமர்ந்திருந்த இயக்கத் தோழர் என்னிடம் இரகசியமாக முணுமுணுத்தார்.

நான் அதிர்ச்சியிலும், பயத்திலும் உறைந்து போனேன். அதுவரையில் நாங்கள் அமர்ந்து கொண்டிருப்பது துப்பாக்கிகளின் மீது என்பதை நான் அறிந்திருக்கவில்லை. நான் மிகுந்த பதற்றத்துக்குள்ளானேன். ஜப்பானியப் படையினர் இந்த ஆயுதங்களைக் கண்டறிந்தால் நாங்கள் அனைவருமே கொல்லப்பட்டு விடுவோம் என்று பயந்தேன்.

நான் வண்டியிலிருந்து இறங்கி எமது பயண அனுமதிச் சீட்டுகளை சோதனைச் சாவடியில் காட்டினேன். அந்தச் சமயத்தில் அங்கு வசித்த அனைவருமே அவ்வாறான அனுமதிச் சீட்டுகளை வைத்திருக்க வேண்டியிருந்தது. படையினரோ எதுவும் பேசாமல் எமது சாக்குமூட்டைகளை ஆங்காங்கே அழுத்தி அழுத்திப் பார்த்துக் கொண்டிருந்தார்கள்.

கடைசியில், அவர்கள் எம்மைப் போக அனுமதித்தார்கள். நாங்கள் அங்கிருந்து அண்ணளவாக முப்பது மீற்றர்கள்தான் போயிருப்போம். படையினர்களில் ஒருவன் விசிலடித்து எம்மை மீண்டும் வருமாறு சைகை செய்தான். நாங்கள் ஒருவரையொருவர் பார்த்தவாறு பயத்தில் வெளிறிப் போயிருந்தோம். அவன் மட்டும் எமது சாக்குமூட்டையைக் கொட்டிப் பார்த்தால் உள்ளேயிருக்கும் ஆயுதங்களைக் கட்டு உடனடியாக எம்மைக் கொன்று விடுவான்.

அவன் மீண்டும் கையை உயர்த்தி என்னை மாத்திரம் வருமாறு சைகை செய்ததோடு, எனது இயக்கத் தோழர்களுக்குப் போக அனுமதித்தான்.

துப்பாக்கிகள் பாதுகாப்பாக இருந்தன. நான்தான் ஆபத்துக்குள்ளாகப் போகிறேன் என்பது தெரிந்தும் வேறுவழியில்லாமல் நான் சோதனைச் சாவடிக்குள் போனேன். அவர்கள் என்னை பாலியல் வல்லுறவு செய்யக் கூடும் என்று எனக்குத் தோன்றியது.

அந்தப் படையினன் என்னைத் தனது துப்பாக்கி முனையில் அந்தக் கட்டடத்தின் இரண்டாம் மாடிக்கு அழைத்துப் போனான். நகர மருத்துவமனைக்குச் சொந்தமாக இருந்த அந்தக் கட்டடம் அந்தச் சமயத்தில் ஜப்பானியப் படைத் தலைமையகமாகவும், காவலரணாகவும் மாற்றப்பட்டிருந்தது. நான் அங்கு மேலும் ஆறு பெண்களைக் கண்டேன்.

மூங்கில் படுக்கையுடன் கூடிய மிகச் சிறிய ஒரு படுக்கையறை எனக்குத் தரப்பட்டது. அந்த அறைக்கு கதவுகள் இருக்கவில்லை. ஒரு திரைச்சீலை மாத்திரமே இருந்தது. ஜப்பானியப் படையினர் வெளியே இருந்து எம்மைக் கண்காணித்துக் கொண்டிருந்தார்கள். அன்றிரவு எனக்கு எதுவும் நடக்கவில்லை.

மறுநாள்தான் நரகமாக இருந்தது. நானிருந்த அறைக்குள் எந்தவொரு முன்னெச்சரிக்கையும் இல்லாமல் உள்ளே நுழைந்த ஜப்பானியப்

படையினன் ஒருவன் தன்னிடமிருந்த துப்பாக்கி முனைக் கத்தியை எனது நெஞ்சில் வைத்தான்.

அவன் என்னைக் கொல்லப் போவதாகத்தான் நான் நினைத்தேன். ஆனால் அவனோ அந்தக் கத்தியைக் கொண்டு நான் அணிந்திருந்த ஆடையைக் கிழித்தான். நான் கத்தக் கூட முடியாமல் அதிர்ந்து போயிருந்தேன். தொடர்ந்து அவன் என்னைப் பாலியல் வல்லுறவு செய்தான். அவன் முடித்ததும் அங்கு காத்திருந்த ஏனைய படையினர்கள் ஒவ்வொருவராக உள்ளே வந்து என்னைப் பாலியல் வல்லுறவுக்குள்ளாக்கினார்கள்.

அவ்வாறாக பன்னிரண்டு படையினர்கள் என்னைப் பாலியல் பலாத்காரம் செய்து முடித்த பிறகு எனக்கு அரை மணித்தியாலம் ஓய்வு தரப்பட்டது. அதன் பிறகு மேலும் பன்னிரண்டு படையினர்கள் வரிசையாக உள்ளே வந்தார்கள். அவர்கள் அனைவருமே தமது முறை வரும்வரை அறைக்கு வெளியே வரிசையில் காத்திருந்தவர்கள். நான் மிகுந்த உடல்வேதனையை உணர்ந்ததோடு அதிகளவு இரத்தமும் என்னிலிருந்து வெளியாகிக் கொண்டிருந்தது. என்னால் படுக்கையை விட்டு எழுந்து கொள்ளக் கூட முடியவில்லை.

மறுநாள் காலைவேளையில் என்னால் படுக்கையிலிருந்து எழும்பவே முடியவில்லை. ஒரு கோப்பைத் தேநீரையும், கொஞ்சம் சோற்றோடு, கருவாட்டுக் கறியையும் பெண்ணொருத்தி எனக்குக் கொண்டு வந்து தந்தாள். அவளிடம் எனக்கு சில கேள்விகளைக் கேட்டுத் தெரிந்து கொள்ள வேண்டியிருந்தது. என்றாலும் அங்கிருந்த காவலன் நாம் இருவரும் ஒருவரோடு ஒருவர் உரையாடிக் கொள்வதைத் தடை போட்டவாறு எம்மைக் கண்காணித்துக் கொண்டிருந்தான்.

என்னால் சாப்பிட முடியவில்லை. எனது பெண்ணுறுப்பு கடுமையாக வீங்கிப் போயிருந்ததால் நான் மிகுந்த வலியில் துடித்துக் கொண்டிருந்தேன். அம்மா, அம்மா என்று எனது தாயை அழைத்தவாறு அழுது கொண்டேயிருந்தேன். படையினர் என்னைக் கொன்று விடக் கூடும் என்ற பயத்தில் என்னால் அவர்களை எதிர்த்து நிற்கக் கூட முடியவில்லை. ஆகவே நான் வேறு என்னதான் செய்வது?

ஒவ்வொரு நாளும் பிற்பகல் இரண்டு மணியிலிருந்து இரவு பத்து மணி வரை எனது அறைக்கும், ஏனைய ஆறு பெண்கள் இருந்த அறைகளுக்கும் வெளியே படையினர்கள் வரிசையாக தமது

வேட்கை தணிக்கும் பெண்ணின் சுயசரிதை | 95

முறை வரும்வரை காத்திருப்பார்கள். ஒவ்வொரு வல்லுறவுக்குப் பிறகும் என்னைக் கழுவிக் கொள்ளக் கூட எனக்கு அவகாசம் தரப்படவில்லை. ஒவ்வொரு நாளின் முடிவிலும் கண்களை மூடியவாறு அழுது கொண்டேயிருந்தேன். எனது கிழிந்த ஆடையானது தினந்தோறும் படையினரின் விந்து பட்டுப்பட்டே மென்மையிழந்து முரட்டுத்தனமாக மாறி வெடவெடப்பாக ஆகியிருந்தது. இரவில் வெந்நீரில் ஒரு கந்தல் துணித் துண்டை நனைத்து அதன் மூலம் எனது உடலைத் துடைத்து என்னைச் சுத்தமாக்கிக் கொண்டேன். பின்னர் அந்தத் துணியைச் சுருட்டி எனது பெண்ணுறுப்பில் வைத்து அழுத்தியவாறு அதிலிருந்து எழும் வலியிலிருந்தும், வீக்கத்திலிருந்தும் என்னைத் தற்காத்துக் கொள்ள முயன்றேன்.

ஒவ்வொரு புதன்கிழமையும் ஒரு ஜப்பானிய மருத்துவர் எங்களைப் பரிசோதிக்க வந்து போனார். சில சமயங்களில் ஒரு பிலிப்பினோ மருத்துவர் வருவார். ஏனைய பெண்களுக்கோ மாதாந்தம் அவர்களுடைய மாதவிடாய் நாட்களில் நான்கைந்து நாட்கள் ஓய்வு வழங்கப்பட்டது. அப்போது நான் பருவமடைந்திருக்காத காரணத்தால் அந்த ஓய்வு கூட எனக்கு மறுக்கப்பட்டது.

அந்தக் காவலரணில் எமது உணவுக்கும் கட்டுப்பாடு இருந்தது. எமக்கு மூன்று வேளைகள் உணவு வழங்கப்பட்ட போதிலும் ஒரு சிறிய கோப்பையில் கொஞ்சம் சோறும், சில கறுப்பு மொச்சை விதைகளும், ஓரிரு முள்ளங்கித் துண்டுகளுமே எமக்குத் தரப்பட்டன. எப்போதாவது அவித்த முட்டையொன்றோ, வறுத்த கோழியிறைச்சித் துண்டொன்றோ வழங்கப்பட்டது. சில சமயங்களில் செந்நிறச் சர்க்கரை கொஞ்சமும் தந்தார்கள். நான் அதை ஒரு மிட்டாயெனக் கருதியவாறு உள்ளங்கையிலிட்டு கொஞ்சம் கொஞ்சமாக நக்கிச் சுவைப்பேன். அல்லது சோற்றோடு கலந்து சாப்பிடுவேன். அது எனக்குக் கொஞ்சம் ஆறுதலைத் தரும். ஆகவே கொஞ்சம் சர்க்கரையை எனது அறையிலேயே எப்போதும் ஒளித்து வைத்திருந்தேன்.

படையினர்களில் ஒருவன் எப்போதும் நாங்கள் தங்க வைக்கப்பட்டிருந்த ஏழு அறைகளுக்கும் வெளியேயிருந்த விறாந்தையில் அமர்ந்து காவல் புரிந்து கொண்டிருந்தான். நாங்கள் கேட்கும்போதெல்லாம் அவன்தான் எமக்குத் தேநீரைக் கொண்டு வந்து தருவான். எனது முகத்தைத் தேநீரால் கழுவிக்

கொள்ளுமாறும் அப்போதுதான் எனது தோல் மென்மையானதாக, மெருகேறிக் காணப்படும் என்று அவன்தான் கூறினான். அங்கு தடுத்து வைக்கப்பட்டிருந்த அனைத்துப் பெண்களுடனும் அவன் மாத்திரம்தான் அன்பாக நடந்து கொண்டான்.

ஒவ்வொரு நாளும் காலை உணவுடன் எமது நாள் ஆரம்பித்தது. பிறகு நாங்கள் எமது அறையைக் கூட்டிப் பெருக்கி சுத்தமாக்க வேண்டும். சில சமயங்களில் அந்தக் காவலனும் அதற்கு எமக்கு உதவுவான். அவன் எனது படுக்கையைச் சீராக்கி, கிருமிநாசினி கலந்த தண்ணீரைக் கொண்டு தரையைத் துடைத்துத் தருவான்.

அது முடிந்ததும் எம்மிடமிருந்த ஒரேயொரு ஆடையைக் கழுவித் துவைத்துக் கொள்வதற்காகவும், குளிப்பதற்காகவும் நாங்கள் கீழ்த்தளத்திலிருந்த குளியலறைக்கு அழைத்துச் செல்லப்படுவோம். அந்தக் குளியலறைக்கு கதவுகள் ஏதும் இருக்கவில்லை. ஆகவே படையினர்கள் எப்போதும் எம்மைப் பார்த்துக் கொண்டேயிருப்பார்கள். நாங்கள் அனைவருமே அவ்வேளையில் நிர்வாணமாக இருக்க நிர்ப்பந்திக்கப்பட்டோம். அங்கிருந்த அனைவருமே எம்மைப் பார்த்து, குறிப்பாக என்னையும், எம்முடனிருந்த மேலுமொரு பருவமடையாத சிறுமியையும் பார்த்து நக்கலாகச் சிரிப்பார்கள். காரணம், அந்தச் சமயத்தில் எமது தேகங்களில் மாத்திரம் மயிர்களே இருக்கவில்லை.

என்னைப் போலவே ஏனைய ஆறு பெண்களும் கூட ஜப்பானியப் படையினரை வெறுப்பதை நான் உணர்ந்தேன். ஆனால், என்னைப் போலவே அவர்களாலும் அவர்களை எதிர்த்து எதுவும் செய்ய முடியவில்லை. எனக்கு அவர்களோடு அறிமுகப்படுத்திக் கொள்ள வாய்ப்பு கிடைக்கவேயில்லை. நாங்கள் ஒருவரையொருவர் பார்த்துக் கொண்டோம் என்றாலும் பேசிக் கொள்ள அனுமதிக்கப்படவில்லை. அவர்களுள் இருவர் சீனப் பெண்கள் போல தெரிந்தார்கள். அவர்கள் எப்போதும் தலைகுனிந்தே இருந்ததோடு எனது கண்களை நேருக்கு நேராகச் சந்தித்ததேயில்லை.

தினமும் குளியலுக்காகக் கூட்டிச் செல்லப்படும்போதும், இரண்டு கிழமைகளுக்கு ஒரு தடவை கொஞ்சம் வெயில் காய்வதற்காக முற்றத்துக்கு அழைத்துச் செல்லப்படும்போதும் மாத்திரம்தான் அவர்களை நான் கண்டேன். குளித்து முடித்ததுமே நாங்கள் எமது அறைகளுக்கு அனுப்பி வைக்கப்பட்டோம்.

அறைக்குள் போனதுமே நான் எனது ஆடையை அறைக்குள்ளேயே காயப் போட்டு விட்டு, எனது நீண்ட கூந்தலை வாரிக் கொள்வேன். பிறகு எனது மூங்கில் படுக்கையில் அமர்ந்திருந்து, அதுவரை எனக்கு என்னவெல்லாம் நடந்தன என்பதை நினைவுகூர்ந்து எவ்வாறு அங்கிருந்து தப்புவது அல்லது தற்கொலை செய்து கொள்வது என்று யோசிப்பேன். எனது தாயைப் பற்றிய எண்ணங்கள் மாத்திரமே என்னைத் தற்கொலை செய்து கொள்ள விடாமல் தடுத்துக் கொண்டிருந்தன.

முற்பகல் பதினொரு மணியளவில் காவலன் எமது பகலுணவை எடுத்துக் கொண்டு வந்து தருவான். ஒரு மணித்தியாலத்திற்குப் பிறகு அவனே மீண்டும் வந்து தட்டுகளை எடுத்துக் கொண்டு போவான். பின்னர் இரண்டு மணிக்கு சிறிது முன்பு வெந்நீரையும், சில கந்தல் துணித் துண்டுகளையும் எடுத்துக் கொண்டு வந்து அறையில் வைத்து விட்டுப் போவான்.

இரண்டு மணியிலிருந்து படையினர்கள் வரிசையாக அறைக்குள் பிரவேசிப்பார்கள். சிலர் தூர இடங்களிலிருந்து இராணுவ வண்டிகளில் அழைத்து வரப்பட்டவர்கள்.

எனது வேலை தொடங்கும். ஒவ்வொரு படையினராக என்னை வல்லுறவு செய்து முடிக்கும்வரை நான் அந்தப் படுக்கையில் படுத்துக் கொண்டிருப்பேன். ஆறு மணிக்கு வழங்கப்படும் ஓய்வு இடைவேளையில் இரவுணவை அருந்துவேன். எமக்கு சிறிதளவே உணவு வழங்கப்பட்டது என்பதால் எப்போதும் நான் பசியுடனே இருந்தேன்.

முப்பது நிமிட ஓய்வுக்குப் பிறகு மீண்டும் படுக்கையில் படுத்துக் கொள்வேன். அடுத்த மூன்று, நான்கு மணித்தியாலங்களுக்கு தொடர்ச்சியாக வல்லுறவுக்குள்ளாகுவேன்.

இவ்வாறாக ஒவ்வொரு நாளும் பத்திலிருந்து இருபதுக்கும் மேற்பட்ட படையினரால் நான் பலாத்காரம் செய்யப்பட்டேன். சில சமயங்களில் முப்பதுக்கும் மேற்பட்ட படையினர்கள் என்னிடம் வருவார்கள். அவர்கள் அனைவருமே தொலைதூர இடங்களிலிருந்து இராணுவ வண்டிகளில் அந்தக் காவலரணுக்கு வந்த படையினர்கள். எப்போதாவது மாத்திரம் சில படையினர்கள் மாத்திரம் என்னிடம் வருவார்கள். அவ்வேளைகள் எனது வேலை சீக்கிரம் முடிந்து விடும்.

பெரும்பாலான படையினர்கள் மிகவும் இளமையானவர்களாகத் தெரிந்தார்கள். கிட்டத்தட்ட பதினெட்டு வயதுதான் ஆகியிருக்கும். அவர்களது தலைமயிர் அரை அங்குல நீளத்துக்கு குட்டையாக வெட்டப்பட்டிருந்தன. என்னதான் அவர்கள் வெளிப்பார்வைக்குத் தூய்மையானவர்களாகவும், நல்ல தோற்றத்திலும் இருந்தாலும் அவர்களுள் பெரும்பாலானவர்கள் முரடர்களாக இருந்தார்கள்.

நான் படுக்கையில் படுத்துக் கொண்டதுமே பிரசவிக்கக் காத்திருப்பது போல எனது முழங்கால்களை உயர்த்தி உள்ளங்கால்களைப் பாயில் பதித்திருப்பேன். ஒரு தடவை படையினன் ஒருவன் என்னிடம் வரும் அவசரத்தில் இருந்தான். அவன் என்னை நெருங்குவதற்கு முன்பே ஸ்கலிதமாகி விட்டான். அதனால் கோபமடைந்தவன் எனது கையைப் பிடித்திழுத்து முறுக்கி அவனது உறுப்பைத் தடவச் செய்தான். ஆனால் அதனால் எந்தப் பயனும் இருக்கவில்லை. அதேவேளை தனது முறை வரும்வரை வெளியே காத்திருந்த வேறொரு படையினன் சுவரில் தட்டத் தொடங்கினான். ஆகவே இவனுக்கு எனது அறையை விட்டுப் போவதைத் தவிர வேறு வழியிருக்கவில்லை. ஆகவே அவன் அங்கிருந்து போகும்போது கோபத்தில் எனது கூந்தலைப் பிடித்திழுத்து மார்புகளைத் தாக்கினான்.

இவ்வாறான அனுபவங்களை நான் அடிக்கடி எதிர்கொண்டேன். எப்போதெல்லாம் படையினர்கள் பூரண திருப்தியை உணரவில்லையோ அப்போதெல்லாம் அவர்களது கோபத்தை என்னிடம்தான் காட்டினார்கள். சில சமயங்களில் படையினர்கள் அவர்களது உறுப்பைத் தொடச் செய்வார்கள். நான் அவர்களை வழிநடத்த வேண்டியிருக்கும். அதுதான் அவர்களைத் திருப்திப்படுத்தும் வழி என்பதையும், எனக்கு ஆபத்தில்லாத வழி என்பதையும் நான் பின்னர்தான் அறிந்து கொண்டேன்.

ஆனால் அதுவும் பிடிக்காத ஒருவன் இருந்தான். அவனது உறுப்பை என்னைத் தொடச் செய்து, அதை நான் தொட்டால் அவன் எனது கன்னத்தில் அறைந்தான். அவன் மிகவும் மோசமான ஒரு முரடன். அவன் செய்த சித்திரவதைகளால் எனது பெண்ணுறுப்பு தொடர்ச்சியாக மூன்று நாட்கள் வீங்கிக் காயமாகியிருந்ததோடு மிகுந்த வலியையும், வேதனையையும் நான் அனுபவித்தேன். வெந்நீர் ஒத்தடத்தால் கூட அந்த வலியை நீக்க முடியவில்லை.

சில படையினர்கள், அவர்களது காற்சட்டைகளிலேயே துரித ஸ்கலிதமான காரணத்தினால் கோபத்தோடு எனது கால்களிலும், வயிற்றிலும் ஓங்கிக் குத்தினார்கள். படையினன் ஒருவன் என்னை வல்லுறவுக்குக்குள்ளாக்கியதன் பின்னர் தனது உறுப்பைத் தடவச் சொன்னான். அவனுக்கு மீண்டும் என்னை வல்லுறவுக்குள்ளாக்கும் நோக்கம் இருந்தது. என்றாலும் விறைப்பு ஏற்படவேயில்லை. ஆகவே அவன் கோபத்தோடு எனது முழங்கால்களையும், தலையையும் சுவரில் மோதினான். அது எனக்கு மிகுந்த வலியைத் தந்தது. அவன் அவ்வாறு என்னை மாறி மாறி மோதித் தாக்கிக் கொண்டிருந்த வேளையில், வெளியே காத்திருந்த படையினர்கள் பொறுமையிழந்து சுவரில் தட்டிக் கொண்டேயிருந்தார்கள். மெல்லிய திரைச்சீலை வழியே பொறுமையற்ற அவர்களது உருவங்கள் எனக்கு நிழல் போலத் தென்பட்டுக் கொண்டிருந்தன.

ஒவ்வொரு நாளும் இவ்வாறான வன்முறைச் சம்பவங்களும், மானபங்கப்படுத்தல்களும் நடைபெற்றுக் கொண்டேயிருந்தன. இவை எனக்கு மாத்திரம் நடந்தவையல்ல. அங்கிருந்த ஏனைய பெண்களுக்கும் இவையெல்லாம் நடந்து கொண்டிருந்தன. எமது அறைகளுக்கிடையே மறைப்பாக மூங்கில் தட்டிகளே இருந்த காரணத்தால் சில நேரங்களில் அவர்கள் கதறியழுவதுவும், யாராலோ தாக்கப்படுவதுவும் எனக்குக் கேட்கும்.

படையினர் என்னைப் பாலியல் பலாத்காரம் செய்த போதெல்லாம் நான் என்னை ஒரு பன்றியைப் போலத்தான் உணர்ந்தேன். சில சமயங்களில் அவர்கள் எனது காலைத் தமது இடுப்புப் பட்டியால் கட்டி சுவரிலிருந்த ஆணியில் தொங்கவிட்டு வல்லுறவு செய்தார்கள். இந்த அனைத்து நேரங்களிலும் நான் எப்போதும் கோபத்துடனேயே இருந்தேன்.

என்றாலும் எனக்கு எதுவும் செய்ய வழியிருக்கவில்லை. இன்னும் எத்தனை நாட்கள் இப்படியே இருக்க வேண்டியிருக்கும் என்று யோசிப்பேன். இன்னும் எத்தனை மாதங்கள்? எப்போதாவது ஒரு நாள் நாங்கள் விடுதலையடைவோம்தான். ஆனால் அது எப்போது என்று யோசிப்பேன்.

இயக்கத்தில் எனது செயற்பாடுகள் குறித்தும், எனது இயக்கத் தோழர்களைப் பற்றியும் யோசித்துக் கொண்டேயிருப்பேன். ஜப்பானியப் படையினர்கள் என்னைக் காண நேர்ந்த சோதனைச் சாவடிக்கு அன்று ஏன்தான் வந்தேனோ என்று நினைத்து

வருந்துவேன். நான் இன்னும் உயிரோடு இருப்பதையும், இவ்வாறான பயங்கரமான சித்திரவதைக்கு நான் முகங்கொடுத்துக் கொண்டிருப்பதையும் எனது சக இயக்கத் தோழர்கள் அறிந்திருப்பார்களா? அறிய வாய்ப்பில்லை. அறிந்து கொண்டாலும் அவர்களால் என்னதான் செய்ய முடியும் என்று யோசிப்பேன். அவ்வாறான சமயங்களில் எனது எல்லா நம்பிக்கைகளையும் நான் இழந்திருந்தேன்.

அவ்வாறு அந்த மருத்துவமனைக் கட்டடத்தில் மூன்று மாத காலம் நான் தடுத்து வைக்கப்பட்டிருந்தேன். பின்னர், 1943ஆம் ஆண்டு ஆகஸ்ட் மாதத்தில் நாங்கள், அந்த மருத்துவமனையிலிருந்து நான்கு கட்டடத் தொகுதிகளுக்கு அப்பாலிருந்த அரிசி ஆலையொன்றுக்கு இடம் மாற்றப்பட்டோம். ஹென்ஸன் வீதியிலிருந்த அந்த ஆலையானது எனது தந்தைக்குச் சொந்தமானதாக இருந்த ஒன்று. எமக்காக அங்கு ஏழு சிறிய அறைகள் தயார் செய்யப்பட்டிருப்பதைக் கண்டோம்.

தினசரி வல்லுறவு நடவடிக்கைகள் அங்கேயும் தொடர்ந்தன. இந்தச் சோதனைக் காலம் முழுவதும் நான் எப்போதும் எனது தாயையே நினைத்துக் கொண்டிருந்தேன். நான் இன்னும் உயிருடன்தான் இருக்கிறேன் என்பதை அவள் அறிவாளா? அவளை எவ்வாறு தொடர்புகொள்வது?

அந்த ஆலையை 1943ஆம் ஆண்டு டிஸம்பர் மாதத்தில் புதிய அதிகாரிகள் குழுவொன்று பொறுப்பேற்றது. ஒரு நாள் நான் அதன் தளபதியை நேரில் கண்டேன். அவனது முகம் எனக்குப் பரிச்சயமானதாக இருந்தது. அவனை அதற்கு முன்பு எங்கேயோ கண்டிருப்பதாகத் தோன்றியது. அவன் என்னை அருகில் அழைத்து,

“நான் ஃபோர்ட் மெக்கின்லியில் சந்தித்த சிறுமி நீயா?” என்று கேட்டான்.

நான் ஆமாம் என்று தலையசைத்தேன். அவன்தான் என்னை இரண்டு வருடங்களுக்கு முன்பு முதன்முதலாக பாலியல் பலாத்காரம் செய்தவன். கேப்டன் தனகா என்பது தனது பெயர் என்றான்.

அந்த அதிகாரிகளுக்கும் கூட எமது சேவை தேவைப்பட்டது. ஒரு தடவை அவர்கள் எங்கள் ஏழு பேரையும் அவர்கள் தங்கியிருந்த ஒரு பெரிய வீட்டுக்குக் கொண்டு சென்றார்கள். எனது தந்தைக்குச்

சொந்தமாக இருந்த அந்த வீட்டில்தான் எனது தாய் தனது பதின்ம வயதுகளில் பணி புரிந்து வந்தாள்.

அங்கு நாங்கள் ஒரு மணித்தியாலம் போல இருந்திருப்போம். அங்கும் நாங்கள் வல்லுறவுக்குள்ளாக்கப்பட்டோம். தனகாவும் அங்கிருந்ததோடு அவனது கட்டளைத் தளபதி, உப தளபதி ஆகியோர் என்னை இரண்டு தடவைகள் வேட்டையாடினார்கள்.

படையினரால் பாதுகாப்பு அளிக்கப்பட்ட இராணுவ வண்டியொன்றில் நாங்கள் மீண்டும் அரிசி ஆலைக்கு வந்து சேர்ந்தோம். இவ்வாறாக சில சந்தர்ப்பங்களில் நாங்கள் படையினர்கள் தங்கியிருந்த வேறொரு பெரிய வீட்டுக்கும் அனுப்பி வைக்கப்பட்டோம். அங்கும் நாங்கள் மீண்டும் மீண்டும் பாலியல் வல்லுறவுக்குள்ளானோம்.

தனகா என் மீது நெருக்கம் காட்ட முற்படுவதாகத் தெரிந்தது. என்றாலும் எனக்கு அவனைப் பிடிக்கவேயில்லை. அவன் என் மீது பரிதாபப்பட்டான். படையினர் என்னைப் பாலியல் பலாத்காரம் செய்வதைத் தன்னால் தடுக்க முடிந்தால் அதையும் செய்திருப்பேன் என்பது போல காட்டிக் கொண்டான்.

உப தளபதி தனதருகில் இல்லாத சமயங்களில் அவன் தனக்கு தேநீர் தயாரித்துத் தருமாறு என்னைக் கேட்டுக் கொள்வான். தான் ஜப்பானில், ஒஸாகா எனும் இடத்தைச் சேர்ந்தவன் என்றான். அப்போது அவனுக்கு முப்பத்திரண்டு வயதிருக்கும். அவனது கண்கள் மிகவும் சிறியவையாக இருந்தன. அவன் புன்னகைக்கும்போது அவை காணாமல் போய்விடும்.

ஃபோர்ட் மெக்கென்லியில் அவன் பாலியல் வல்லுறவுக்குள்ளாக்கிய சிறுமி நான்தான் என்பதை அவன் இனங்கண்டுகொண்ட நாளிலிருந்து அவன் என்மீது மிகவும் ப்ரியம் காட்டத் தொடங்கினான். அவனுக்குக் கொஞ்சம் ஆங்கிலம் பேசத் தெரிந்திருந்தது என்பதனால் என்னுடன் அடிக்கடி பேசுவான். அவன் எனது பெயரைக் கேட்டான்.

“எனது பெயர் ரோஸா” என்றேன்.

“ரோஸா என்பது ஒரு பூ, ரோஜாப் பூ” என்றான்.

அந்தக் கணத்திலிருந்து அவன் என்னை ‘பரா’ என்றழைக்கத் தொடங்கினான். ஜப்பான் மொழியில் அதற்கு ‘ரோஜா’ என்று

அர்த்தம் என்றான். எனக்கு எத்தனை வயது என்றும் விசாரித்தான். சைகையாலும், விரல்களால் எண்ணிக் காட்டியும் பதினைந்து என்றேன்.

இவ்வாறாக நாட்கள் கழிந்தன. எனது அறைக்கு வெளியே தொங்க விடப்பட்டிருந்த காலண்டரை நான் தற்செயலாகப் பார்த்தபோதுதான் இன்னும் ஒரு கிழமையில் நத்தார் பண்டிகை வரவிருப்பதை அறிந்தேன். நான் எனது தாயை நினைத்து மௌனமாக அழுதேன். நான் எனது தாயையும், தந்தையும் இழந்து தவித்துக் கொண்டிருந்தேன். எனக்கு என்ன நடந்து கொண்டிருக்கிறது என்பதை அவர்கள் எவரும் அறிந்திருக்க மாட்டார்கள்.

சில நேரங்களில் நான் இரவு முழுவதும் விழித்திருந்து எனது பெற்றோரைப் பற்றியே யோசித்துக் கொண்டிருப்பேன். விடிந்ததும் வழமைபோலவே மோசமான காரியங்கள் நடந்தேறும்.

என்னதான் வாராவாரம் ஜப்பானிய மருத்துவர் ஒருவர் என்னைப் பரிசோதித்த போதிலும், அவரும் கூட என்னைக் காப்பாற்றவில்லை. ஒரு தடவை பரிசோதனைகள் அனைத்தும் முடிந்த பிறகும் அவர் என்னை அறையின் ஓரமாக காத்திருக்கச் சொன்னார். பின்னர் அவரும் என்னை வல்லுறவுக்குள்ளாக்கினார். அது உடல்ரீதியாகவும், மனரீதியாகவும் மிகுந்த வேதனையளித்ததால் நான் கதறியழுது கொண்டேயிருந்தேன்.

அப்போதுவரையில் நான் ஆயிரக்கணக்கான படையினரால் வேட்டையாடப்பட்டிருப்பேன். சில சமயங்களில் எனது அறையிலிருந்த சிறிய கண்ணாடியில் என்னைப் பார்க்கும்போதெல்லாம் கடந்த காலத்தின் வடுக்கள் எவையும் எனது முகத்தில் பிரதிபலிக்காததைக் கண்டேன். நான் மிகவும் அழகானவளாகவும், இளமையானவளாகவும் தெரிந்தேன். ஆண்டவனே, இப்படியிருந்தால் இந்த நரகத்திலிருந்து நான் எப்படித் தப்புவது? தயவு செய்து என்னையும், ஏனைய பெண்களையும் இங்கிருந்து காப்பாற்றி உதவுவீராக என்று பிரார்த்தித்துக் கொண்டேயிருந்தேன்.

அப்போதும் நாங்கள் படையினர்கள் தங்கியிருந்த பெரிய வீடுகளுக்கு அனுப்பப்பட்டுக் கொண்டேயிருந்தோம். வயதான உப தளபதியோ எல்லாப் பெண்களிலும் என்னை மாத்திரம் தேர்ந்தெடுத்து இரண்டு தடவைகள் பாலியல் வல்லுறவுக்குள்ளாகுவதை வழக்கமாகக்

கொண்டிருந்தார். அவர் என்னுடன் பேசவே மாட்டார் என்றாலும் சர்க்கரையுடன் ஒரு கோப்பைத் தேநீரையும், ஒரு பெரிய வாழைப்பழத்தையும் தந்து சாப்பிடுமாறு சைகை செய்வார்.

ஒரு நாள் காலைவேளையில், நான் எனது அறையைச் சுத்தம் செய்து, என்னிடமிருந்த ஒரே ஆடையைத் துவைத்துக் குளித்து விட்டு வந்த பிறகு தனகா தனது அறைக்கு என்னை வரச் சொன்னான். அப்போது நான் கூந்தலை வாரிக் கொண்டிருந்தேன்.

"பரா, இங்கே வா" என்றான். நான் போய் அவனது மேசைக்கருகில் தரையில் அமர்ந்தேன்.

மையைத் தொட்டெழுதும் பேனையால் ஏதோவொரு கடிதத்தை எழுதிக் கொண்டிருந்தவன் எனது தாடையைப் பிடித்து நிமிர்த்தினான். தனது பேனையை மையில் தொட்டு எடுத்தவன் அந்தப் பேனா முனையை எனது தாடையில் வைத்து அழுத்தினான். ஊசியொன்றால் துளைப்பது போல அது எனக்கு மிகவும் வலித்தது. இன்று வரையிலும் அந்தத் தழும்பு எனது தாடையில் இருக்கிறது.

அவன் ஏன் அப்படிச் செய்தான் என்று எனக்குத் தெரியவில்லை. பின்னர் அவன் எனது கூந்தலுக்குள் தனது விரல்களை நுழைத்து தடவிக் கொடுத்தான். பிறகு தனது மேசையில் சிறியதொரு கரப்பான் பூச்சியைக் கண்டதுமே அதை முரட்டுத்தனமாகத் தாக்கி அதனை எரிந்து கொண்டிருந்த சிகரட் ஒன்றால் 'மொயாஸு' என்று கூறியவாறே சுட்டான். அதன் அர்த்தம் 'சுடுதல்' என்பதாகும்.

அந்த வேளையில்தான் வெளியே வாகனமொன்று வந்து நிற்கும் ஓசை கேட்டது. தனகா உடனடியாக எழுந்து நின்றதோடு, என்னையும் எனதறைக்குப் போகுமாறு கட்டளையிட்டான். நான் அங்கிருந்து கிளம்பும் முன்பு புதினாச் சுவையுள்ள இரண்டு மிட்டாய்களையும் எனக்குக் கொடுத்தான்.

உப தளபதி வந்திருந்தான். அவன் நேராக தனகாவின் அறைக்குள் நுழைந்தான். அப்போது காலை பதினொரு மணியிருக்கும். காவலன் எனக்கான உணவை எடுத்துக் கொண்டு வந்தான். அன்று எனக்கு நல்ல உணவு அனுப்பி வைக்கப்பட்டிருந்தது. சோற்றோடு வறுத்த கோழியிறைச்சி ஒரு துண்டும், கொஞ்சம் காய்கறியும், ஒரு அவித்த முட்டையும் அதிலிருந்தன. இரவு உறங்கச் செல்வதற்கு முன்பு சாப்பிடலாம் என்ற எண்ணத்தில் நான் முட்டையை மாத்திரம் தனியாக எடுத்து வைத்தேன்.

நான் அந்தப் பகலுணவை அருந்தி முடித்ததுமே அந்த உப தளபதி எனது அறைக்குள் நுழைந்து என்னை மோசமாக வல்லுறவு செய்தான். அவன் என்னிடம் மிகக் குரூரமாக நடந்து கொண்டதால் நான் மிகவும் பயந்து போயிருந்தேன். எல்லாம் முடிந்து இறுதியில் அவனும் எனக்கொரு புதினா மிட்டாயைத் தந்து விட்டுப் போனான்.

எமது இந்த நிலைமையிலிருந்து மீள எமக்கு எதுவுமே செய்ய வழியிருக்கவில்லை. சில காலத்திற்குப் பிறகு நான் மிகவும் கடுமையாக நோய்வாய்ப்பட்டேன். எப்போதும் கடுமையான குளிரை உணர்ந்தேன். எனது விரல் நகங்கள் கருமையாக மாறிக் கொண்டு வந்தன. எப்போதும் தாகமாகவும் உணர்ந்தேன். என்னை மலேரியா நோய் தாக்கியிருப்பதை என்னால் உணர முடிந்தது.

ஆனால், என்னதான் நான் கடுமையான காய்ச்சலில் இருந்தாலும் படையினர் என்னை வல்லுறவு செய்வதைத் தொடர்ந்து கொண்டேயிருந்தார்கள். நான் மிகுந்த உடல் வருத்தத்தோடு இருப்பதைக் கண்டால் அவர்கள் என்னை மேலும் தாக்குவார்கள் என்று நான் எப்போதும் உள்ளுக்குள் பயந்து கொண்டேயிருந்தேன்.

ஒரு நாள், எனது காய்ச்சல் உச்ச கட்டத்தை எட்டியது. படுக்கையில் நான் அழுவதையும், எனது உடல் பதறிக் கொண்டிருப்பதையும் கண்டு நான் சுகவீனமடைந்திருக்கிறேன் என்பதை தனகா கண்டுகொண்டான். அவன் என்னைத் தனது அறைக்கு அழைத்துச் சென்று காய்ச்சலுக்கான மாத்திரையொன்றை அருந்தத் தந்தான். உப தளபதியும் எனது நிலைமையை அறிந்து கொண்டான். அவன் தனகா அறைக்கு வந்து என்னைப் பார்த்து விட்டு, அன்றைய தினம் படையினருக்கு என்னை வழங்கக் கூடாது என்று கட்டளையிட்டான்.

தனகாவின் அறைக்கே அன்று எனக்கான இரவுணவும் வந்தது. என்றாலும், எனக்குப் பசியெடுக்கவில்லை. கண்ணீர் மாத்திரம் எனது கண்களிலிருந்து வழிந்து கொண்டேயிருந்தது. தனகா கவலையோடு என்னையே பார்த்துக் கொண்டிருந்தான்.

இரவு பத்து மணியளவில் நான் எனது அறைக்குத் திரும்பினேன். அன்றைய இரவு முழுவதும் என்னால் உறங்க முடியவேயில்லை. நான் ஓசையெழாமல் அழுது கொண்டேயிருந்தேன். அன்றைய இரவு முழுவதும் எனது தாயும், என்னை அதுவரை வல்லுறவு செய்த அனைத்து படையினரும் எனக்கு ஞாபகம் வந்து

கொண்டேயிருந்தார்கள். என்னை வல்லுறவு செய்யும் தருணங்களில் அவர்களுக்குத் திருப்தி வராவிட்டால் என்னைச் சித்திரவதை செய்யும் விதங்களும், என் மீது நிகழ்த்தப்பட்ட தாக்குதல்களும் என்னை உறங்க விடாமல் மீண்டும் மீண்டும் நினைவுக்கு வந்துகொண்டேயிருந்தன. நான் மிகவும் களைப்பாக உணர்ந்தேன்.

தளபதி தனகாவினால் மாத்திரமே எனது உணர்வுகளைப் புரிந்து கொள்ள முடியுமென நான் உணர்ந்தேன். அதுவரையில் அவ்வளவு படையினர்களுள் அவன் மட்டும்தான் என்னை நோவிக்கவோ, என்னைக் குரூரமாக நடத்தவோ இல்லை. என்றாலும் எனது ஆழ்மனதில் நான் அவன் மீது கோபத்துடனே இருந்தேன்.

சில சமயங்களில் அதாவது உப தளபதி அந்தக் காவலரணில் இல்லாத சந்தர்ப்பங்களில் தனகா எனது அறைக்கு வந்து பேசிக் கொண்டிருப்பான். மலேரியா நோய்க்கு ஆளானதன் பின்னர் எனது உடல்நலம் எப்படியிருக்கிறது என்று விசாரிப்பான். எனது முகத்தைத் தனது உள்ளங்கைகளில் தாங்கி எனது கண்களையே பார்த்துக் கொண்டிருப்பான். நான் அவனை ஏறெடுத்தும் பார்க்க மாட்டேன். அவ்வேளைகளில் எனக்கு அவனைப் பார்க்க பாவமாகவும் இருக்கும்.

அவனுக்குக் கொஞ்சம் ஆங்கிலம் தெரியும் என்பதால் என்னைத் தப்பிச் செல்ல அனுமதிக்குமாறு அவனிடம் கெஞ்சிக் கேட்டேன். அது தான் எடுத்திருக்கும் சத்தியப் பிரமாணத்துக்கு எதிரானது என்பதால் அதைத் தன்னால் செய்ய முடியாது என்றான். தலைமைக்கு எதிராக அவனால் எதுவும் செய்ய முடியவில்லை. பின்னர் அவன் என்னைத் தழுவி எனது கன்னங்களிலும், கழுத்திலும் ஆதரவாக முத்தமிட்டான். ஒருவேளை அவன் என்னைப் பார்த்து பரிதாபப்பட்டிருக்கக் கூடும்.

இப்போதும் கூட எனக்கு சில சமயங்களில் தனகா எனக்குச் செய்ததெல்லாம் ஞாபகம் வருகிறது. அவன் என்னை அழைக்கும் 'பரா' எனும் பெயர் கூட எனக்கு இப்போதும் நினைவிருக்கிறது. நான் அந்தப் பெயரைக் குறித்து எனது பேத்தியிடம் பகிர்ந்து கொண்டேன். அவளும், எனது மகளும் சில சமயங்களில் என்னை 'ரோஸாப் பாட்டி' என்று அழைக்காமல் 'பரா பாட்டி' என்று அழைப்பார்கள்.

ஒரு நாள் காலை ஒன்பது மணியளவில் நான் எனது கூந்தலைச் சீவியவாறு வாசலோரமாக அமர்ந்திருந்தேன். திடீரென்று யாரோ

எனது இடையைப் பிடிப்பதை உணர்ந்தேன். நான் திடுக்கிட்டுப் போனேன். அது தனகா. அவன் எனது கூந்தலை முத்தமிடத் தொடங்கினான். பிறகு அவன் என்னைப் படுக்கையில் கிடத்தி என்னை வல்லுறவு செய்தான்.

நான் கடுமையாகக் கோபமடைந்தேன். அப்போதும் கூட மலேரியாவிலிருந்து நான் மீண்டிருக்கவில்லை. என்னதான் அவன் ஏனையவர்களைப் போல குரூரமாக நடந்து கொள்ளவில்லையெனினும், எனது நிலைமையை சாதகமாகப் பயன்படுத்திக் கொண்டிருந்தான். எல்லாம் முடிந்ததும் 'அரிகாடோ' என்று கூறி விட்டுப் போனான். அவன் கூறியதன் அர்த்தத்தை நான் அறிவேன். 'நன்றி' என்ற சொல்லை முதன்முறையாக அவன் என்னிடம் கூறியிருந்தான்.

ஒரு தடவை படையினன் ஒருவன் என்னை வல்லுறவு செய்து கொண்டிருக்கும்போது நான் சட்டென்று மலேரியாவால் தாக்கப்பட்டேன். எனது உடல் பலமாக நடுங்கி உதறத் தொடங்கியது. அதனால் கோபப்பட்ட படையினன் என்னைக் கடுமையாக உதைத்தான். நான் எனது படுக்கையிலிருந்து தரையில் விழுந்தேன். சுகவீனமுற்றதாக நான் நடிப்பதாக இருக்கக் கூடும் என்று அவன் கருதியிருப்பான். என்றாலும் நான் தொடர்ந்தும் உடல் உதறி நடுங்கிக் கொண்டிருந்தேன். எனது உள்ளுறுப்புகள் கூட நடுங்குவதை என்னால் உணர முடிந்தது.

உள்ளே என்ன நடந்து கொண்டிருக்கிறது என்பதை வெளியே காத்திருந்த ஏனைய படையினர்கள் கண்டார்கள். வழமைக்கு மாறாக என்னவோ நடக்கிறது என்பதை தளபதி தனகாவும் அறிந்து கொண்டான். அவன் எனது அறைக்கு வந்து என்னைத் தூக்கி கட்டிலில் கிடத்தினான். பிறகு போர்வையால் என்னைப் போர்த்தி விட்டு எனது அறைவாசலிலிருந்த திரைச்சீலையைத் திறந்து விட்டுப் போனான். பிறகுதான் வெளியே காத்திருந்த ஏனைய படையினர்கள் அங்கிருந்து கிளம்பினார்கள்.

மறுநாள் மருத்துவர் வந்து என்னைப் பரிசோதித்துப் பார்த்து விட்டு என்னை மலேரியா தாக்கியிருப்பதை உறுதி செய்தார். நான் ஒரு வாரம் ஓய்வாக இருக்க அனுமதியளிக்கப்பட்டேன். ஒரு நாளைக்கு இரண்டு தடவைகள் குடிக்கவென என்னிடம் இரண்டு மஞ்சள் நிற மாத்திரைகள் தரப்பட்டன. என்றாலும் ஒரு நாள் விட்டு ஒரு நாள் என்னை மலேரியா காய்ச்சல் தாக்கிக் கொண்டேயிருந்தது.

ஒரு வார காலம் அந்த மாத்திரைகளைக் குடித்ததன் பிறகு எனது பெண்ணுறுப்பிலிருந்து கடுமையாக இரத்தம் வெளியேறத் தொடங்கியது. ஜப்பானிய மருத்துவர் அன்று இருக்கவில்லையாதலால், தளபதி தனகா ஒரு பிலிப்பினோ மருத்துவரை அழைத்து வந்தான். எனக்குள் உருவான கருவொன்று கலைந்திருப்பதாக அவர் என்னிடம் கூறினார். எனக்குள் ஒரு குழந்தை உருவாகியிருந்ததை நான் அறிந்து கொண்டதும், இன்னும் பருவமடையாமலும், மாதவிடாய் வராமலும் இருந்த எனக்கு எப்படி இவ்வாறு நிகழும் என்று நான் ஆச்சரியமடைந்தேன். அத்தோடு அந்தக் குழந்தைக்குத் தந்தை யாராக இருக்கும்?

அந்தக் கருச் சிதைவுக்கு ஒரு கிழமைக்குப் பிறகு நான் மீண்டும் பணியில் ஈடுபடுத்தப்பட்டேன். அப்போதும் என்னதான் நான் மலேரியா காய்ச்சலில் பாதிக்கப்பட்டிருந்த போதிலும், படையினர்கள் என்னைத் தொடர்ந்தும் வல்லுறவு செய்து கொண்டேயிருந்தார்கள்.

உப தளபதி இல்லாத சமயங்களில் தளபதி தனகா வந்து என்னைத் தனது அறைக்கு அழைத்துக் கொண்டு போனதோடு எனது அறையின் திரைச்சீலையையும் திறந்து விடுவான். அதனால் எனக்கு கொஞ்சம் ஓய்வு கிடைத்தது. திரைச்சீலை திறந்து கிடப்பதைக் கண்டால்தான் நான் எங்கோ வெளியே சென்றிருப்பேன் என்று படையினர்கள் கருதுவார்கள். நான் உடல்சுகவீனமுற்று மருத்துவமனையில் அனுமதிக்கப்பட்டிருப்பதாக தளபதி தனகா அவர்களிடம் கூறுவான். நான் அவனது அலுவலக அறைக்குள் இருக்கும்போது அவன் ஒரு போதும் என்னைத் தொட்டதோ, வல்லுறவு செய்ததோ இல்லை.

ஒரு நாள் மதியத்துக்குச் சற்று முன்னதான முற்பகல் வேளையில் தனகா தேநீர் இரண்டு கோப்பைகளைத் தனது அறைக்கு எடுத்து வருமாறு என்னிடம் கூறினான். நான் அங்கு செல்லும்போது அங்கு உப தளபதி பேசிக் கொண்டிருப்பது எனது காதில் விழுந்தது. அந்தக் காலகட்டத்தில் என்னதான் என்னால் ஜப்பான் மொழியைப் பேச முடியாவிட்டாலும், ஜப்பானியர்கள் பேசுவதை என்னால் கொஞ்சம் புரிந்து கொள்ள முடிந்தது.

எமது குடியிருப்பான பம்பாங்கில் ஒரு சோதனை நடவடிக்கையை மேற்கொள்ளப் போவதாக அவர்கள் இருவரும் பேசிக் கொண்டது எனக்குக் கேட்டது. அங்கு வசிப்பவர்களில் பெரும்பாலானோர்

இயக்கத்தினர்கள் என்றும், தமது படையினர்கள் சில இயக்கத்தினர்களைக் கைது செய்து கீழ்த்தளத்தில் தடுத்து வைத்திருப்பதாகவும் உப தளபதி கூறிக் கொண்டிருந்தான்.

அந்தச் சமயத்தில் நான் அமைதியாக உள்ளே நடந்து சென்று தேநீர்க் கோப்பைகளை மேசையில் வைத்தேன். நான் அங்கிருந்து வெளியேறும்போது, 'நாங்கள் பம்பாங்கைத் தீ வைத்து எரிப்போம்' என்று உப தளபதி கூறியது எனது காதில் விழுந்தது. அவன் 'மொயாஸு' எனும் சொல்லைப் பயன்படுத்தியதால் அவன் கூறியது எனக்குப் புரிந்தது. அது எரிப்பதைக் குறிக்கும் சொல் என்பதை நான் தனகாவிடமிருந்து முன்பு அறிந்து கொண்டிருந்தேன்.

நான் மனதிற்குள் அழுதேன். எனது தாய் அங்கு வசித்துக் கொண்டிருப்பதுதான் எனக்கு முதலில் ஞாபகம் வந்தது. நான் தடுத்து வைக்கப்பட்டிருந்த அரிசி ஆலையிலிருந்து வெறும் ஆறு கிலோமீற்றர்கள் தொலைவிலேயே பம்பாங்க் இருந்தது. அந்தக் குடியிருப்பு முழுவதும் எரியூட்டப்படவிருக்கும் தகவலை நான் எவ்வாறு எனது தாய்க்கு அறியத் தருவேன்?

ஜப்பானிய ஏகாதிபத்திய படையினர்கள் எவ்வளவு குரூரமானவர்கள் என்பதை நான் அறிவேன். அவ்வாறு அவர்கள் ஒரு குடியிருப்பை எரிக்கும்போது அவர்கள் தமது இயந்திரத் துப்பாக்கிகளையும் தயார் நிலையில் வைத்திருப்பார்கள். எவராவது தீயிலிருந்து தப்பியோட முயற்சித்தால், குறிப்பாக அவர்கள் இயக்கத்தினர்கள் என்று தெரிந்தால் நிச்சயமாக சுட்டுத் தள்ளுவார்கள். அங்கிருக்கும் எலிகளையும், பூனைகளையும் கூட விட்டு வைக்க மாட்டார்கள்.

நேரம் இரண்டு மணியானது. படையினர்களுடனான எனது அன்றாடப் பணி தொடங்கியது. அன்றிரவு எனக்கு உறக்கம் வரவேயில்லை. மறுநாள் காலை விடிந்தது. சூரியன் உதித்ததுமே படையினர்கள் தமது அன்றாட உடற்பயிற்சி நடவடிக்கைகளுக்காக திறந்த வெளிக்குப் போயிருக்கும் ஓசை கேட்டது.

அன்றைய நாள் எனக்கு சாதகமாக அமைந்தது. காரணம் காவலர்கள் எம்மை வெயில் காய்வதற்காக கீழ்த்தளத்துக்கு அழைத்துச் சென்றார்கள். நாங்கள் ஏழு பேரும் படையினர்கள் உடற்பயிற்சி செய்து கொண்டிருக்கும் திறந்த வெளிக்கு அழைத்துச் செல்லப்பட்டோம்.

அந்தத் திறந்த வெளியானது தெருவுக்கு முகம் காட்டிக் கொண்டிருந்தது என்றாலும் எவராலும் தப்பிக்க முடியாதவாறு ஜப்பானியப் படையினர்கள் தெருவோரமாக உயரமான முள்வேலியை அமைத்திருந்தார்கள். எம்முடனிருந்த மூன்று காவலர்களும் தமக்கிடையே வேடிக்கையாகப் பேசிச் சிரித்துக் கொண்டிருந்தார்கள்.

நான் மெதுவாக தெருவோர வேலியருகே நடந்து சென்றேன். தெருவில் ஒரு முதியவர் நடந்து செல்வதைக் கண்டேன். அவரது முகம் பரிச்சயமானதாகத் தெரிந்தது. அவர் எமது குடியிருப்பில் வசிப்பவர் என்பதை அறிவேன்.

"உங்கள் குடியிருப்பு இன்றிரவு எரிக்கப்படப் போகிறது. வேகமாக இங்கிருந்து போய் விடுங்கள்" என்று காவலர்கள் என்னை அவதானிக்காத கணத்தில் அவருக்கு மாத்திரம் கேட்கும் தொனியில் இரகசியமாகக் கூறினேன். பின்னர் எதுவுமே நடக்காதது போல நான் வேகமாகத் திரும்பி நடந்தேன். சற்று நேரத்துக்குப் பிறகு நாங்கள் கூட்டிப் பெருக்குதல், துவைத்தல், குளித்தல் போன்ற எமது அன்றாடப் பணிகளுக்காக எமது அறைகளுக்குத் திருப்பி அனுப்பி வைக்கப்பட்டோம்.

மதிய உணவு வேளையின் போது என்னால் உணவை விழுங்கக் கூட முடியவில்லை. நான் மிகுந்த பதற்றத்தோடு இருந்தேன். அன்றும் வழமைபோலவே படையினர்கள் எனது அறைக்கு வெளியே வரிசையாக நின்று கொண்டிருந்தார்கள். அன்றிரவு ஒன்பது மணிக்கெல்லாம் எனது வேலை முடிவடைந்து விட்டது. நான் எனது அறைக்குள் ஓய்வெடுத்துக் கொண்டிருக்கும்போது உப தளபதியும், தளபதியும் மேலும் சில படையினரோடு அந்தக் கட்டடத்தை விட்டு வெளியேறுவது கேட்டது. அவர்களது வாகனங்கள் கிளம்பிச் செல்லும் ஓசைகளும் எனக்குக் கேட்டன. எமக்குக் காவலாக சில படையினர்கள் மாத்திரமே அங்கு தரித்திருந்தார்கள்.

ஒரு மணித்தியாலத்துக்கு மேல் கடந்திருக்கும். உப தளபதியும், தனகாவும் அவசர அவசரமாக படிகளில் ஏறி வரும் சத்தம் எனக்குக் கேட்டது. நேராக எனது அறைக்கு வந்த உப தளபதி என்னைப் படுக்கையிலிருந்து இழுத்தெடுத்து பலமாக எனது முகத்தில் அறைந்தான்.

எனது கண்கள் வீங்கத் தொடங்கியதோடு முகத்திலிருந்து இரத்தமும் கசிந்தது. அவன் கடுங்கோபத்தோடு இருந்தான்.

காரணம், அவர்கள் பம்பாங்கைச் சென்றடைந்தபோது அங்கு எவருமே இருக்கவில்லையாம். அவர்களது திட்டங்களையெல்லாம் சீர்குலைத்தது நான்தான் என்று அவன் என்னைச் சந்தேகித்தான். அவர்கள் போட்ட திட்டங்களெல்லாம் எனது காதில்தான் விழுந்திருக்கும் என்பதை அவனால் கணிக்க முடிந்திருந்தது.

நான் உடனடியாக அந்தக் காவலரணின் கீழ்த்தளத்துக்கு இழுத்துச் செல்லப்பட்டேன். அங்கு வைத்து நான் அவனது கடுமையான தாக்குதலுக்கு உள்ளானதோடு, எனது கைகளிரண்டும் ஒரு கயிரால் கட்டப்பட்டு சுவரில் தொங்கவிடப்பட்டேன்.

கண்களைத் திறந்து கொண்டேயிருக்க நான் நிர்ப்பந்திக்கப் பட்டதோடு, என்னைச் சூழவும் நடப்பதையெல்லாம் பார்க்கவும் நிர்ப்பந்திக்கப்பட்டேன். இயக்கத்தினர்கள் சிலர் அங்கு தடுத்து வைக்கப்பட்டிருப்பதைக் கண்டேன். என்னைப் போலவே அவர்களும் கட்டித் தொங்க விடப்பட்டிருந்ததோடு அவர்களது தேகங்களிலும் பல காயங்கள் இருப்பதைக் கண்டேன்.

விடிந்தபோது நான் கடுமையான தாகத்தை உணர்ந்தேன். நான் அனுபவித்துக் கொண்டிருந்த சித்திரவதையின் காரணமாக எனது மொத்த உடலும் கடுமையான வலியைத் தந்து கொண்டிருந்தது.

மதிய வேளையில் உப தளபதி கைதிகளைப் பார்வையிடவென காவலரணின் கீழ்த்தளத்துக்கு வந்தான். அவன் எமது முகங்களில் தண்ணீரை ஊற்றினான். எனது வெடித்த உதடுகளில் வந்து வீழ்ந்த ஒவ்வொரு துளி நீரையும் நான் வரவேற்றேன். எனது தொண்டை வரண்டிருந்தது. நான் ஆவலோடு அந்த நீர்த் துளிகளால் உதடுகளை ஈரமாக்கிக் கொண்டேன்.

அப்போது திடீரென்று கடும் குளிரை நான் உணர்ந்தேன். மீண்டும் மலேரியாவால் தாக்கப்படப் போவதன் அறிகுறி அது என்பது எனக்குத் தெரியும். நான் நடுங்கிக் கொண்டிருந்தேன். எனது கைகள் அப்போதும் மேலே உயர்த்திக் கட்டப்பட்டிருந்தன. எனது மொத்த உடலும் நடுங்கித் துடித்துக் கொண்டிருந்ததால் எனக்குக் கொஞ்சம் சாய்ந்து படுத்துக் கொள்ளத் தேவைப்பட்டது.

'இப்பொழுதே நான் செத்துப் போக வேண்டும்' என்று கதறியழுதேன். தொடர்ந்து உக்கிரமாக காய்ச்சலடிக்கத் தொடங்கியதால், இன்னும் வெகுநேரம் உயிரோடிருக்க மாட்டேன் என்றும் எனக்குத் தோன்றியது. எனது தலையும் கடுமையாக வலித்துக்

வேட்கை தணிக்கும் பெண்ணின் சுயசரிதை | 111

கொண்டிருந்ததோடு மிகவும் கனத்தது. என்னால் அதை நேராக வைத்திருக்கவே முடியவில்லை.

யாரோ எனது தாடையைப் பிடித்து உயர்த்தினார்கள். எனது வீங்கிய கண்களைத் திறக்க நிர்ப்பந்திக்கப்பட்டேன். தளபதி தனகா ஒரு கோப்பைத் தேநீரை எனக்கு பருக்க முயற்சிப்பதைக் கண்டேன். அவன் எனது உதடுகளருகே கோப்பையை வைத்துப் பிடித்துக் கொண்டிருந்தான். திடீரென்று உப தளபதி கத்தியவாறே கீழே வந்தான். அந்த அரிசி ஆலையின் கரடுமுரடான இரும்புச் சுவரில் எனது தலையைப் பிடித்து மிக வேகமாக மோதினான். நான் மயங்கிப் போனேன்.

இயக்கத்தினர்கள் ஒன்றாகச் சேர்ந்து அந்தக் காவலரணைத் தாக்கியபோதும் நான் மயக்கத்திலேயே இருந்தேன். அங்கு தடுத்து வைக்கப்பட்டிருக்கும் தமது சக இயக்கப் போராளிகளைக் காப்பாற்றுவதற்காகத்தான் அன்றிரவு இயக்கத்தினர்கள் அந்த அரிசி ஆலையைச் சுற்றி வளைத்துத் தாக்குதல் நிகழ்த்தினார்கள் என்பதைப் பின்னர்தான் நான் எனது தாயிடமிருந்து அறிந்து கொண்டேன்.

அங்கு நானும் கட்டித் தொங்க விடப்பட்டிருப்பதைக் கண்ட அவர்கள் என்னையும் அவிழ்த்து விட்டிருக்கிறார்கள். ஒரு கெரில்லா இயக்கப் போராளி என்னைத் தனது தோளில் சுமந்துகொண்டு வெளியே வந்திருக்கிறான். ஜப்பானியப் படையினர் துரத்தி வரும்போது அவனால் வெகுதூரம் என்னைச் சுமந்து கொண்டு ஓட முடியாமல், தெருவோரமாக இருந்த மறைவான ஓரிடமான ஆழமற்ற பள்ளமொன்றில் அவன் என்னை விட்டுச் சென்றிருந்தான்.

அதிர்ஷ்டவசமாக அன்று நிலா வெளிச்சம் இருந்தது. எனது தாயின் உறவுக்காரப் பெண்ணான அன்னாவின் வீடு அந்த இடத்துக்கு அருகாமையில் இருந்தது. மறுநாள் சந்தையில் விற்பனை செய்வதற்காக வற்றாளைக் கிழங்குகளை வேக வைத்தவாறு அவள் அன்று நள்ளிரவிலும் விழித்திருந்தாள். அவளது வீட்டுக்கு அருகாமையில், நிலவு வெளிச்சத்தில் நான் தெருவோரமாக சுருண்டு கிடப்பதை அவள்தான் முதலில் கண்டு, எனது தாய்க்கு தகவல் அனுப்பினாள். எனது தாய் உடனடியாக அங்கு வந்து என்னைப் பொறுப்பேற்றாள்.

தளபதி தனகா எதையோ எனக்குப் பருகத் தந்ததுவும், உடனடியாகக் கத்தியவாறே உப தளபதி எனது தலையை சுவரில்

மோதியதுவும்தான் மயத்திலிருந்து நான் கண்விழித்ததுமே எனக்கு ஞாபகம் வந்தது. நான் கதைப்பதற்கு சிரமப்பட்டேன் என்றாலும் எனது தாயிடம் நான் கேட்ட முதல் கேள்வி 'என்னுடன் தடுத்து வைக்கப்பட்டிருந்த ஏனைய ஆறு பெண்களுக்கும் என்னவாயிற்று? அவர்கள் கொல்லப்பட்டார்களா? அவர்களால் தப்பிக்க முடிந்ததா?" என்பதுதான். ஆனால் எனது தாய்க்கு எதுவும் தெரிந்திருக்கவில்லை.

அது 1944ஆம் ஆண்டு ஜனவரி மாதத்தில் ஒரு நாள். அப்போதுவரையில் ஒன்பது மாத காலங்கள் நான் பாலியல் அடிமையாக தடுத்து வைக்கப்பட்டிருந்திருக்கிறேன்.

வலியும், மீட்சியும்

நான் அந்தக் காவலரணிலிருந்து மீட்கப்பட்டு இரண்டு மாதங்களுக்குப் பிறகுதான் சுய நினைவுக்குத் திரும்பினேன்.

நான் எனது தாய்வீட்டிலிருப்பதைக் கண்டேன். எனது தாயின் முகத்தைக் கண்டதுமே நான் விம்மியழுதேன். எனக்குக் கதைக்க வேண்டியிருந்தது. என்றாலும் எனது வாயிலிருந்து வார்த்தைகள் வெளியே வரவில்லை. வெகுகாலத்துக்கு நான் ஒரு வார்த்தை கூட பேசவில்லை.

ஒரு குழந்தைக்கு ஊட்டுவது போல கரண்டியால் எனக்கு உணவும், நீரும் ஊட்டியவாறு, நான் மீண்டும் நலம் பெற வேண்டி எனது தாய்தான் என்னை முழுவதுமாகப் பராமரித்தாள். என்னால் எழுந்து நிற்கவோ, நடக்கவோ முடியவில்லை. நான் ஒரு குழந்தையைப் போல தவழ்ந்தேன். என்னால் எனது கண்களை மையப்படுத்த முடியவில்லை. எனக்கு எல்லாமே மங்கலாகத்தான் தெரிந்தன.

எனது தாயிடம் தவிர வேறெவரிடமும் என்னைக் காண்பிக்க நான் மறுத்தேன். எப்போதும் அறையின் மூலையில் ஒடுங்கிக் கொண்டிருந்தேன். மெதுமெதுவாகத்தான் எனக்கு நடந்தவைகள் அனைத்தும், எனக்கு ஞாபகம் வரத் தொடங்கின. தளபதி தனகா, உப தளபதி மற்றும் என்னுடனிருந்த ஆறு பெண்களின் முகங்களை என்னால் தெளிவாக நினைவுகூர முடிந்தது. நான் எப்போதும் அழுது கொண்டேயிருந்தேன். எனது தாய் என்னைத் தேற்றிக் கொண்டேயிருந்தாள்.

நான் பேசத் தடுமாறும் ஒவ்வொரு தடவையும் எனது வாயின் ஒரு மூலையிலிருந்து எச்சிலானது, ஒரு நாயினது போல, வெளியே சொட்டியது. என்னைப் பார்த்து

எனது தாய் மிகவும் பரிதாபப்பட்டாள். எனது வலிகளுக்காக மாத்திரமல்லாமல், நான் அவளுக்காகவும் அழுதேன். எனக்கு என்ன நடந்ததென்று அவளுக்கு விளங்கப்படுத்த நான் காகிதத்தில் வரைந்து காட்டவும் முயற்சித்தேன். என்றாலும் பென்சில் எனது விரல்களில் நிற்காமல் விழுந்ததோடு, நான் எழுதிய சொற்கள் கூட இனங்காண முடியாமல் இருந்தன.

அதற்குப் பிறகான பல வருடங்களுக்கு எழுதுவதில் எனக்கு சிரமம் இருந்தது. எனது எழுத்தை செம்மைப்படுத்த நான் கடினமாக பயிற்சி செய்தேன். என்றாலும், இப்போதும் கூட சில நேரங்களில் பேனா எனது கையிலிருந்து நழுவி, எழுத்துகள் சிதைந்து விடுகின்றன.

பல ஆண்டுகளுக்கு நான் சமநிலை தவறி, தட்டுத் தடுமாறி தள்ளாடித்தான் நடந்து கொண்டிருந்தேன். அவ்வப்போது மலேரியா நோய்த் தாக்குதலுக்கும் ஆளானேன். எனது தாய்தான் மூலிகை மருந்துகளை அவித்துப் பருக்கி நான் குணமடைய உதவிக் கொண்டிருந்தாள்.

பேசுவதற்கு எனக்கு சிரமம் இருந்தபோதிலும், எனக்கு நடந்த அனைத்தையும் நான் பிறகொரு நாள் அம்மாவிடம் திக்கித் திணறிக் கூறினேன். அவளும் கதறியழுதாள். அவள் எனக்கு நெருக்கமானவளாக இருந்த காரணத்தால் எல்லா இரகசியங்களையும் கூட ஒளிவுமறைவின்றி அவளிடம் கூற என்னால் முடிந்தது.

ஒரு நாள் எனது தாயின் சொந்தக்காரப் பெண் எமது வீட்டுக்கு வந்தார். மரியாதை நிமித்தம் நான் அவரது முன்னங்கையை முத்தமிட்ட போது எனது வாயிலிருந்து உமிழ்நீர் அவரது கையில் சொட்டியது. அவர் என்னைப் பரிதாபமாகப் பார்த்தார்.

“மகளே, உனக்கென்ன வருத்தம்?” என்று அன்பாக விசாரித்தார். நான் மலேரியாவினாலும், கடுமையான காய்ச்சலாலும் பாதிக்கப்பட்டிருப்பதாக எனது தாய் அவரிடம் தெரிவித்தார். அத்தோடு நான் படையினரால் குரூரமாக சித்திரவதை செய்யப்பட்டதையும் கூறினார். என்றாலும் அவள் ஒருபோதும் நான் தொடர்ச்சியாக பாலியல் வல்லுறவுக்குள்ளாக்கப்பட்டதை எவரிடமும் கூறவேயில்லை.

“சிலவேளை இவளுடைய மூளை பாதிக்கப்பட்டிருக்கக் கூடும்” என்று கூறியவாறு அழுத அவர் என்னை அரவணைத்து

முத்தமிட்டார். எனக்கும் அழுகை வந்தது. எனது தாயும் அழுது கொண்டிருந்தாள்.

நான் எனது அறைக்கு ஓடி வந்து தேம்பித் தேம்பி அழுதேன். என்னுடனிருந்த அந்த ஆறு பெண்களும், அந்த ஜப்பானியப் படையினர்களும் எனக்கு ஞாபகம் வந்து கொண்டேயிருந்தார்கள். அன்று நான் அந்த ஜப்பானிய சோதனைச் சாவடியைக் கடந்து போனதையிட்டு நான் மீண்டும் மீண்டும் வருந்தினேன். என்னதான் இருந்தாலும் என்னுடைய தலைவிதியை நான் ஏற்றுக் கொள்ள வேண்டியிருந்தது.

ஜப்பானியப் படையினரால் நான் கண்டுபிடிக்கப்பட்டால் நாங்கள் இருவருமே கொல்லப்படுவோம் என்ற பயத்தில் எனது தாய் என்னை வீட்டினுள் எப்போதும் ஒளித்து வைத்திருந்தாள். தொடர்ச்சியாக பல வருடங்களுக்கு நான் பயங்கரமான கனவுகளைக் கண்டு கொண்டிருந்தேன். நான் இவ்வாறு வீட்டுக்குள் அடைபட்டிருக்கும்போது, எனது வயதொத்த சிறுமிகள் அனைவரும் எப்போதும் சிரித்தவாறும், வெள்ளந்தித்தனத்தோடு பாடல்களை ரசித்துக் கொண்டும், தமது நண்பர்களோடு ஆடிப் பாடிக் களித்தவாறும் மிகவும் சந்தோஷமாக இருப்பதைக் காணும்போதெல்லாம் எனக்கு அவர்களைப் பார்க்கப் பொறாமையாக இருக்கும்.

அடுத்து வந்த ஒரு வருட காலத்துக்கு எனது வாய் திறந்து உதடுகள் தொங்கியவாறும், எச்சிலானது வாயின் ஓர் ஓரமாக முகத்தில் வழிந்தவாறும் இருந்தது. கதைப்பதற்கு மிகவும் சிரமப்பட்டேன். எனது தலைமயிரும் உதிரத் தொடங்கியது.

ஆண்கள் யாரையாவது தொலைவில் கண்டால் கூட ஓடிச் சென்று ஒளிந்து கொண்டேன். எல்லா ஆண்களுமே ஜப்பானியப் படையினர்களைப் போல கொடிய அடக்குமுறையாளர்கள் என்று எனக்குத் தோன்றிக் கொண்டேயிருந்தது.

என்னை எந்தப் பெறுமதியுமற்றவளாக, எதற்கும் தகுதியற்றவளாக உணர்ந்தேன். காரணம் தொடர்ச்சியாக என் மீது நிகழ்த்தப்பட்ட பாலியல் பலாத்காரத்தால் எனது ஆழ்மனதில் நான் மிகவும் அழுக்கடைந்தவள் என்றும் கறைபடிந்தவள் என்றுமே பதிவாகியிருந்தது.

அன்று 1944ஆம் ஆண்டு செப்டம்பர் மாதம் முதலாம் திகதி. எனது தாய் என்னை எமது குடும்ப வைத்தியரிடம் காண்பிப்பதற்காக பலாய் நகரத்துக்கு மீண்டும் கூட்டிச் சென்றாள். புகையிரதமானது பயணிகளால் நிரம்பி வழிந்து கொண்டிருந்த காரணத்தால் நாங்கள் புகையிரதத்தின் கூரை மீது ஏறியமர்ந்து பயணம் செய்தோம்.

எனக்கு நேர்ந்த கொடுமைகளை எனது தாய் விவரித்ததைத் தொடர்ந்து வைத்தியர் என்னைப் பரிசோதித்துப் பார்த்தார். எனது தலை மோசமாக அடிபட்டதாலும், மலேரியா காய்ச்சல் காரணமாகவுமே நான் சுயநினைவிழக்கிறேன் என்று அவர் தெரிவித்தார். நான் அதிர்ஷ்டவசமாக உயிர் பிழைத்திருக்கிறேன் என்றார்.

"ரோஸா தன்னுடைய நினைவாற்றலையும், நல்லறிவையும் இழக்காதிருக்க பிரார்த்தித்துக் கொண்டேயிருங்கள். இல்லாவிட்டால், இவள் மிக மோசமாக தன்னிலை மறந்து, பைத்தியமாக ஆகி விடுவாள்" என்று அவர் எனது தாய்க்கு அறிவுருத்தினார்.

அவ்வாறான வார்த்தைகளை அந்த வைத்தியரின் வாயிலிருந்து கேட்டதும்தான் நான் எனது சித்தசுவாதீனத்தை இழக்காமலிருக்க என்னால் முடிந்த அனைத்தையும் செய்வேன் என்று எனக்கு நானே சபதம் செய்தேன்.

எனது பேச்சுச் சிரமம் காரணமாக நான் அப்போது எல்லோரதும் கேலி, கிண்டல்களுக்கும் ஆளாகிக் கொண்டிருந்தேன். எனது அயலவர்கள் எல்லோரும் எனக்கு பைத்தியம் பிடித்திருக்கிறது என்றுதான் கருதினார்கள்.

எனது சொந்தத் தாய் கூட எனக்கு பைத்தியம் பிடித்திருக்கிறது என்றுதான் நினைத்தாள். ஏனென்றால் நான் எப்போதும் 'ஏன் நான் அங்கிருந்து தப்பிக்க முயற்சிக்கவில்லை? அப்படிச் செய்திருந்தால் அவர்கள் என்னைக் கொன்றிருப்பார்கள்' என்று தனியாக முணுமுணுத்துக் கொண்டேயிருந்தேன்.

என்னை வெறுப்பவர்களாக இருக்கக் கூடும் என்றும், என்னைப் பற்றி புறம்பேசுபவர்களாக இருக்கக் கூடும் என்றும் நான் கருதியவர்களைக் கண்டு நான் பயந்தேன். என்னைக் குறித்து நானே வெட்கப்பட்டேன். எனது தன்னம்பிக்கையையும், சுய மரியாதையையும் நான் தொலைத்திருந்தேன்.

மனிதர்களிடமிருந்து ஒளிந்து கொள்ள வேண்டும் என்றுதான் எப்போதும் எனக்கு தோன்றிக் கொண்டேயிருந்தது. எனது தலையை பூமிக்குள் புதைத்துக் கொள்ள வேண்டும் என்றெல்லாம் தோன்றியது. உயிரோடு இருக்கவும், சித்த சுவாதீனத்தோடு இருக்கவும் நான் தொடர்ச்சியாக எனக்குள்ளேயே கடுமையாகப் போராட வேண்டியிருந்தது.

அன்று 1944ஆம் ஆண்டு செப்டம்பர் மாதம் 21ஆம் திகதி. ஒரு வான் தாக்குதல் நிகழ்ந்தது. போர் விமானங்கள் ஒன்றுக்கொன்று வானில் சுட்டுக் கொள்வதை நேரில் கண்டேன். தொடர்ந்து எமக்கு உணவுப் பஞ்சம் ஏற்பட்டது. யாருக்கும் சாப்பிட எதுவுமே இருக்கவில்லை.

ஆகவே நாங்கள் மீண்டும் ஏஞ்சலிஸ் நகரத்துக்கு நடந்தே பயணித்தோம். எம்மைப் போலவே இன்னும் பலரும் நடந்து கொண்டிருந்தார்கள். ஏஞ்சலிஸ் நகரத்தைச் சென்றடைய எமக்கு ஒரு கிழமைக்கு மேல் எடுத்தது.

லெய்தே பகுதியில் 1944ஆம் ஆண்டு ஒக்டோபர் மாதம் இருபத்திரண்டாம் திகதி அமெரிக்க மற்றும் நேச நாட்டுப் படைகள் தரையிறங்கின. செய்தி கேட்டு படைத் தளபதி ஜெனரல் மெக்ஆர்தர் தனது வாக்குறுதியை நிறைவேற்றி விட்டதாக நாங்கள் சிலிர்த்துப் போனோம். நூற்றுக்கணக்கான போர் விமானங்கள், போர்க் கப்பல்கள் மற்றும் நேச நாட்டுப் படையினர்களோடு அவர் லெய்தே பகுதியில் தரையிறங்கியிருந்தார்.

இந்தப் படையினருக்கும், ஜப்பானியப் படையினருக்கும் இடையே நடந்த போர் மிகவும் உக்கிரமாக இருந்ததோடு பல வாரங்கள் நீடித்தது. நாங்கள் அப்போது ஏஞ்சலிஸ் பிரதேசத்தில் இருந்தோம். இரவுகளில் குண்டுகள் விழும் ஓசை கேட்டு அதிர்ந்து எழுந்து, பங்கர்களுக்கு ஓடிச் சென்று ஒளிந்து கொண்டு உயிர் தப்பினோம்.

ஜெனரல் மெக்ஆர்தர் 1945ஆம் ஆண்டு ஜனவரி மாதம் ஒன்பதாம் திகதி மேலுமொரு இடத்தில் தரையிறங்கினார். அது லிங்காயென் கல்ஃப் பகுதி. யாரோ ஒருவரிடமிருந்து அந்தச் செய்தியைத் தான் அறிந்து கொண்டதாக எனது தாய் தெரிவித்தாள்.

அவ்வேளையில் பகலும், இரவுமென தொடர்ச்சியாக வான் தாக்குதல்கள் நடைபெற்றுக் கொண்டேயிருந்தன. சில சமயங்களில் நானும், எனது தாயும், எமில் மாமாவும் நாள் முழுவதும் பங்கருக்குள்ளேயே அடைபட்டுக் கிடப்போம்.

நாங்கள் இருந்த பகுதியில் ஜப்பானிய ஏகாதிபத்திய படையினர் இன்னுமின்னும் கடுமையானவர்களாகவும், குரூரமானவர்களாகவும் மாறியிருந்தார்கள். எல்லா இடங்களிலும் படுகொலைகள் நடந்து கொண்டிருப்பதைக் கேள்விப்பட்டுக் கொண்டேயிருந்தோம்.

நத்தார் தினத்துக்கு ஓரிரு நாட்கள் முன்பு பெத்ரோ மாமா எங்களைப் பார்த்துப் போக வந்தார். அவரைக் கண்டதில் எனது தாய் வெகுவாக மகிழ்ந்து போனாள். தொன் பெப்பே கொடுத்தனுப்பிய ஒரு தொகை ஜப்பானியப் பணம் அடங்கிய காகித உறையை அவர் எனது தாயிடம் கையளித்தார். பண்ணைக்காரர் எனது தாயையும், என்னையும் மிகவும் கவனமாக இருக்குமாறும், எப்போதும் பிரார்த்தித்துக் கொண்டிருக்குமாறும் கேட்டுக் கொண்டதாக அவர் கூறினார்.

நான் சுகவீனமுற்றிருப்பதைக் கண்டு அவர் மிகவும் வருந்தினார். புகையிரதங்களோ, வேறு வாகனங்களோ இருக்காத காரணத்தால் பெரும் சிரமத்துக்கு மத்தியில், தான் அங்கு வந்து சேர மூன்று நாட்கள் தொடர்ச்சியாக நடந்து வர நேர்ந்ததை நினைவு கூர்ந்தார். ஆகவே அவர் மீண்டும் எனது தந்தையிடம் போகாதிருக்க முடிவு செய்தார்.

ஜப்பானிய ஏகாதிபத்திய இராணுவத்துக்கும், நேச நாட்டுப் படையினருக்கும் இடையிலான போர்கள் இப்போது அடிக்கடி நடைபெறத் தொடங்கியிருந்தன. ஒரு நாள் விடிகாலையில் ஒரு ஜப்பானியப் படையினன் தனது துப்பாக்கியால் எமது வீட்டு வாசற்கதவைத் தட்டினான்.

'டெட்சுடாய்' என்றான். அதன் அர்த்தம் 'உதவி' என்பது எமக்குப் புரிந்தது. அதனால் கதவைத் திறந்தோம். அவன் என்னையும், எனது மாமாக்களையும் வெளியே இழுத்தெடுத்தான். எனது தலையில் பெரும்பாலான தலைமயிர் உதிர்ந்து போய் மொட்டையாகியிருந்ததாலும், ஆண்களைப் போல ஆடையணிந்திருந்ததாலும் அவன் என்னை ஒரு பையனென்று தவறாகப் புரிந்து கொண்டிருந்தான். அவனைத் தடுக்க எனது தாய்க்கு எதுவும் செய்ய வழியிருக்கவில்லை.

வாலிபர்களும், இளம்பெண்களும் நிறைந்திருந்த ட்ரக் வண்டியொன்றில் படையினர்கள் எங்களை ஏற்றினார்கள். அந்த ட்ரக் வண்டி எமது குடியிருப்பின் வழியாக ஃபோர்ட் ஸ்டொட்ஸன்பேர்க்குக்குப் பயணித்தது.

ஒரு மணித்தியாலப் பயணத்திற்குப் பிறகு நாங்கள் இராணுவ முகாமைச் சென்றடைந்தோம். அங்கு நாங்கள் வேலை செய்ய நிர்ப்பந்திக்கப்பட்டோம். பெரிய சுரங்கப் பாதைக்குள் ஆயுதங்களும், உணவுகளும் அடங்கியிருந்த கனமான பெட்டிகளைத் தூக்கிச் சுமந்து கொண்டு போய் வைப்பதுதான் எமக்கிடப்பட்ட வேலையாகவிருந்தது.

மதிய உணவாக எமக்கு ஒரு கோப்பைச் சோறும், கருவாட்டுத் துண்டொன்றும் வழங்கப்பட்டது. முன்பு நடந்தவைகளைக் குறித்த ஞாபகங்கள் எனக்கு மீண்டும் மீண்டும் வந்து கொண்டேயிருந்ததால் நான் மிகவும் பயந்து போய், பதற்றத்தோடு இருந்தேன். அதனால் எனக்கு அந்த உணவு உள்ளே இறங்கவேயில்லை.

பின்னேரமானதும் அவர்கள் எம்மை மீண்டும் ட்ரக் வண்டியிலேற்றி வீட்டுக்குக் கூட்டி வந்தார்கள். பொழுது சாயும் நேரத்தில் நாங்கள் வீடு வந்து சேர்ந்தோம். அந்தச் சமயத்தில் மின்சார விளக்குகளோ, வேறெந்த வெளிச்சமோ இருக்கவில்லை. இரவானால் எங்கும் இருள் சூழ்ந்திருக்கும். ஜப்பானியப் படையினரிடம் மாத்திரமே மின்சாரம் இருந்தது.

அன்றைய இரவு நாங்கள் பங்கரில்தான் படுத்துறங்கினோம். உண்மையில் நாங்கள் ஜப்பானியப் படையினரைத் தவிர்க்கும் எண்ணத்தோடு அதற்குள் ஒளிந்து கொண்டிருந்தோம். என்றாலும் மறுநாள் விடிகாலையில் மீண்டும் அதே படையினன் வந்து எமது பங்கரின் வாயிலை துப்பாக்கியால் தட்டினான். எங்களால் எதிர்க்க முடியாத காரணத்தால் நாங்கள் மீண்டும் ட்ரக் வண்டியில் ஏற்றப்பட்டோம்.

என்றாலும் நாங்கள் போகும் வழியில் அமெரிக்கப் போர் விமானங்கள் இரண்டு எம்மை நோக்கி தாழ்வாகப் பறந்து வருவதைக் கண்டோம். ஜப்பானியப் படையினர் எமது தலைகளிலிருந்த தொப்பிகளைக் கழற்றுமாறு உத்தரவிட்டார்கள். ஆகவே விமானிகள் நாங்கள் பிலிப்பினோக்கள் என்பதை இனங்கண்டு கொண்டு எமது ட்ரக் வண்டியைப் போக அனுமதித்தார்கள்.

அவர்கள் எம்மைச் சுட்டுக் கொல்வார்கள் என்றுதான் நாங்கள் எதிர்பார்த்திருந்தோம். எம்முடனிருந்த படையினன் ஏற்கெனவே தனது கண்களை இறுக மூடிக் கொண்டு, தனது காதுகளையும் பொத்திக் கொண்டிருந்தான். ட்ரக் வண்டியோ மெதுவாக நகரத் தொடங்கியது.

திடீரென்று எனது மாமா எனது கையைக் கிள்ளி விட்டு ஓசையெழுப்பாமல் வண்டியிலிருந்து இறங்கினார். அவரைப் பின்பற்றி நானும், எனது மற்றைய மாமாவும் வண்டியிலிருந்து இறங்கிக் கொண்டோம். ட்ரக் வண்டி வேகமெடுத்தது. நாங்கள் தப்பித்ததை படையினர்கள் அவதானிக்கவில்லை.

நாங்கள் வயல்வெளிகளூடாகவும், உயரமான கோரைப் புற்களினூடாகவும், புதர்களூடாகவும் ஒளிந்து மறைந்து பதுங்கிப் பதுங்கி நடந்தோம். எமது வீட்டை வந்தடையும் வரை நாங்கள் எமக்கிடையே எதுவும் பேசிக் கொள்ளக் கூட இல்லை. அப்போதும் எங்கும் இருளாகவே இருந்தது. வீட்டையடைந்த பிறகு நாங்கள் பாதுகாப்புக் கருதி வேறு வீடொன்றுக்குச் செல்லத் தீர்மானித்தோம்.

மறுநாள் காலையில் எம்முடன் ட்ரக் வண்டியில் ஏற்றிச் செல்லப்பட்ட தனது இரண்டு மகன்களும் எங்கே என்று ஒருவர் வந்து எனது மாமாவிடம் விசாரித்தார். அன்று கொண்டு செல்லப்பட்டவர்கள் எவரும் அதன்பிறகு ஒருபோதும் வீடு திரும்பவில்லை. அன்றைய தினம் ஜப்பானியப் படையினர்கள் சுரங்கப்பாதைக்கு உணவுகளையும், ஆயுதங்களையும் கொண்டு செல்ல தமக்கு உதவிய அனைவரையும் கொன்று போட்டிருந்த செய்தியை நாங்கள் பின்னர்தான் அறிந்து கொண்டோம்.

அன்று 1945ஆம் ஆண்டு ஜனவரி மாதம் 26ஆம் திகதி. விடிகாலையிலேயே எழுந்த துப்பாக்கிச் சூட்டுச் சத்தங்களால் நாங்கள் விழித்துக் கொண்டோம்.

காலை ஏழு மணியளவில் எனது தாயும், இரண்டு மாமாமாரும், நானும் அவித்த வற்றாளையை சாப்பிட்டுக் கொண்டிருந்தபோது மூன்று ஜப்பானியப் படையினர்கள் எமது வீட்டுக்குள் நுழைந்தார்கள். அவர்களுள் ஒருவன் எனது மாமாமாரைத் துப்பாக்கி முனையில் அறையொன்றுக்குள் தடுத்து வைத்தான். ஏனைய இருவரும் என்னையும், எனது தாயையும் வீட்டுக்குப் பின்னாலிருந்த முற்றத்துக்கு இழுத்து வந்து எமது கைகளை முதுகுக்குப் பின்னால் வைத்துக் கட்டினார்கள்.

மேலும் மூன்று படையினர்கள் முற்றத்திலிருப்பதையும், அவர்கள் அயலிலிருந்த ஆண்கள் ஒன்பது பேரை எதேச்சையாகச் சுட்டுக் கொல்வதையும் நாங்கள் கண்டோம். அந்தக் காலகட்டத்தில்

ஜப்பானியப் படை பின்வாங்கிக் கொண்டேயிருந்ததால், போர் முடிவுக்கு வரும் தருவாயில் இருந்தது.

ஆகவே ஜப்பானியப் படையினர்கள் நம்பிக்கையிழந்தவர்களாக மிகவும் மூர்க்கமாக நடந்து கொண்டார்கள். கண்ணில் படும் பொதுமக்களை கண்டபடி எல்லா இடங்களிலும் சுட்டுத் தள்ளினார்கள். எமது வீட்டின் பின்னாலிருந்த வயல்வெளி முழுவதும் ஆண்களின் சடலங்கள் பரந்து கிடப்பதைப் பின்னர்தான் நாங்கள் கண்டோம்.

அந்தப் படையினர்கள் எம்மை நெருங்கினார்கள். அடுத்ததாக நாங்கள்தான் சுடப்படப் போகிறோம் என்றுதான் நானும், எனது தாயும் கருதினோம். திடீரென்று பொதுமக்களில் இருவர் தமது முதுகுகளில் பாரங்களைச் சுமந்தவாறு தெருவில் ஓடினார்கள். படையினர்கள் அவர்களைக் கண்டு, அவர்களைத் துரத்திக் கொண்டு ஓடினார்கள். நாங்கள் இருவரும் அவ்வேளையில் தலையை மேலே உயர்த்தி வானத்தைப் பார்த்து பிரார்த்தித்துக் கொண்டிருந்தோம். உடனே,

"நாங்கள் தப்பிக்க வேண்டும்" என்று நான் எனது தாயைப் பார்த்துக் கூறினேன். அவளோ அங்கிருந்து நகர மறுத்தாள்.

"அவர்கள் வந்து பார்த்து, நாங்கள் இல்லையென்றால் தேடி வந்து கொல்வான்" என்றாள். நான் அதை மறுத்தேன்.

"ஒரு வேளை இது தப்பிப்பதற்காக ஆண்டவன் எமக்குத் தரும் வாய்ப்பாக இருக்கலாம்" என்றேன்.

ஆகவே நாங்கள் ஓடி வந்து, நாங்கள் தங்கியிருந்த வீட்டுக்குள் நாங்களே தோண்டி மறைவாக வைத்திருந்த பங்கருக்குள் ஒளிந்து கொண்டோம். உள்ளேயும் நாங்கள் இருவரும் ஒருவரோடொருவர் கைகளைக் கோர்த்தவாறே நெருங்கியிருந்தோம்.

வெகுநேரத்துக்குப் பிறகு எனது மாமாமாரும் வீடு திரும்பினார்கள். அவர்களைக் கண்டதும் எனது தாயும், நானும் கதறியழுதோம். இறைவனுடைய அருளால் நாங்கள் அனைவரும் தப்பிப் பிழைத்திருந்தோம்.

படையினர்கள் அவர்களை விசாரணை செய்வதற்காக அரிசி ஆலைக்குக் கொண்டு சென்றிருந்ததாக எனது மாமாமார் கூறினார்கள். அங்கிருந்து வெளியேறுவதென்றால் வடக்கு நோக்கிப் போகக்

கூடாது என்றும், அமெரிக்கப் படையினர்கள் அங்குள்ள தகுபான், பங்கசினான் போன்ற இடங்களில் நிலைகொண்டிருப்பதாகவும் அங்கிருந்த ஜப்பானிய உயரதிகாரியான உப தளபதி உத்தரவிட்டதைத் தாம் கேட்டதாக அவர்கள் கூறினார்கள். அதிர்ஷ்டவசமாக எனது மாமாமார்கள் விடுவிக்கப்பட்டிருந்தார்கள்.

நான் நன்றாகப் பயந்து போனேன். அப்படியென்றால் என்னைப் பாலியல் பலாத்காரம் செய்த உப தளபதியும், படையினர்களும் அங்கு இன்னும் இருக்கிறார்கள். எனக்கு தனகா குறித்து யோசனை எழுந்தது. அவன் இன்னும் அங்கிருப்பானா? பயத்தில் எனது தேகம் உதறிக் கொண்டிருப்பதை எனது தாய் கவனித்தாள்.

"எதற்கும் கவலைப்படாதே மகளே" என்று முணுமுணுத்தாள்.

சற்று நேரத்திற்குப் பிறகு இனி பங்கரை விட்டு வெளியே வருவது பாதுகாப்பானது என்று நாங்கள் தீர்மானித்தோம். வெளியே வந்த பிறகுதான் நாங்கள் அன்னாவைக் கண்டோம். எனது தாயின் சொந்தக்காரப் பெண்ணான அவள் எமக்கு மூன்று வீடுகள் தள்ளி வசித்து வந்தாள்.

"ஜூலியா, தயவுசெய்து எங்களுக்கு உதவி செய்" என்று கதறியவாறு அவள் எனது தாயை அழைத்துக் கொண்டிருந்தாள். போர் தொடங்குவதற்கு வெகுகாலத்துக்கு முன்பே அவள் திருமணம் முடித்திருந்த முன்னாள் அமெரிக்கப் படைவீரனும், அவளது கணவனுமான வில்லியமின் நிலைமையை அவள் எடுத்துக் கூறினாள்.

"எனக்கு உங்களுடைய உதவி தேவை. எப்படியாவது வில்லியமையும் கூட்டிக் கொண்டு இங்கிருந்து வெளியேறி காட்டுக்குள் போய் விட வேண்டும். ஜப்பானியப் படையினர்கள் அவரைக் கண்டால் கொன்று விடுவார்கள்" என்று கூறி அழுதாள்.

ஃபோர்ட் ஸ்டட்ஸன்பேர்க்கில் அமெரிக்கப் படையினர்கள் நிலைகொண்டிருந்த காலத்தில் அந்தப் படையிலிருந்த வில்லியம், பின்னர் அமெரிக்க இராணுவத்திலிருந்து ஓய்வுபெற்று பிலிப்பைன்ஸில் சொந்தமாக வியாபாரம் செய்து கொண்டிருந்தவர். அவருக்கும், அன்னாவுக்கும் குழந்தைகள் இருக்கவில்லை. ஆகவே அவர்கள் அன்னாவின் உடன்பிறப்புகளின் குழந்தைகளைத் தத்தெடுத்து வளர்த்துக் கொண்டிருந்தார்கள்.

போர் தொடங்கியதுமே அன்னா, வில்லியமைத் தனது வீட்டுக் கூரையின் கீழே உட்கூரைக்குள் மறைத்து வைத்திருந்தாள். இவ்வாறாக அவர் அதே இடத்தில் மூன்றாண்டுகள் இருந்திருந்தார். அதிகளவு வெப்பத்தாலும், உடற்பயிற்சியே இல்லாததாலும் அவர் உடல் நலம் குன்றியிருந்தார். அவரால் நடக்கவோ, பேசவோ கூட முடியவில்லை. அன்னாவைத் தவிர வேறெவருமே அவர் எங்கிருக்கிறார் என்பதை அறிந்திருக்கவில்லை.

போரின் ஆரம்பத்திலேயே ஜப்பானியப் படையினர்கள் அமெரிக்கர்கள் இருந்த இடங்களைச் சுற்றி வளைத்து அவர்களைக் கைது செய்து சிறையிலோ, தடுப்பு முகாம்களிலோ அடைத்து வைத்தார்கள். அன்று அன்னா, வில்லியமை அவ்வாறு ஒளித்து வைத்திருக்காவிட்டால் அவரும் அந்த முகாம்களிலொன்றில் சித்திரவதைகளை அனுபவித்துக் கொண்டிருந்திருப்பார்.

பல மாதங்கள் கடந்து, நிலைமை மேலும் மேலும் மோசமாகிக் கொண்டே போகப் போக அவர்களுக்கு சாப்பிடக் கூட எதுவுமில்லாத நிலைமை தோன்றியிருக்கிறது. அவளும், வில்லியமும் உயிரோடு இருக்க வேண்டுமானால் அவள் வேறொருவரிடம் தங்கி வாழ வேண்டும் என்ற நிலைமை உருவாகியிருக்கிறது. அவர்கள் தத்தெடுத்திருந்த பிள்ளைகள் கூட வளர்ந்து ஆளாகி திருமணம் முடித்து தனிக்குடித்தனம் போயிருந்தார்கள். எப்படியோ அவள் தனது கணவனுக்கு ஒளிவுமறைவாக உணவுகளைக் கொடுத்தே அவரை மூன்று வருடங்களாக உயிருடன் கூடவே வைத்திருக்கிறாள்.

இப்போது, இனியும் இந்தக் கிராமத்தில் தங்கியிருப்பது பாதுகாப்பானதல்ல எனும் நிலைமை உருவாகியிருந்ததால், அவரைக் காப்பாற்றுவதற்காக அவளுக்கு எமது உதவி தேவைப்பட்டிருக்கிறது. எனது மாமாமாரை அதற்குச் சம்மதிக்க வைக்க முடியவில்லை.

"வில்லியமோடு சேர்த்து எங்களைக் கண்டால் ஜப்பானியப் படையினர்கள் எங்களையும் சேர்த்துத்தான் கொன்று விடுவார்கள்" என்றார்கள். என்றாலும் நாங்கள் அன்னாவுடன் அவளது வீடு வரை வர சம்மதித்தோம்.

அங்கு வில்லியம் தரையில் சுருண்டு கிடப்பதை நாங்கள் கண்டோம். அவர் கூரை முகட்டிலிருந்து கீழே குதித்திருந்தார்.

“இவரை எங்களோடு கூட்டிக் கொண்டு போக முடியாது. நாங்கள் அனைவருமே கொல்லப்பட்டு விடுவோம்” என்று எனது மாமாமார் கூறினார்கள்.

வில்லியம் எனது தாயைத் தடுத்து நிறுத்த முயற்சித்ததோடு அவரது கண்ணீர் நிறைந்த கண்களால் எனது தாயைப் பார்த்து பார்வையிலேயே இறைஞ்சினார். எனது தாய் அழுதாள். அவளோடு நானும், அன்னாவும் அழுதோம். எனது மாமாமார்கள் இருவரும் கிளம்பத் தயாராக இருந்தார்கள். எனது தாயோ அங்கிருந்து அசையவில்லை.

“நான் வில்லியமை இங்கே விட்டுவிட்டுப் போக மாட்டேன். நான் செத்தாலும் பரவாயில்லை. நான் இங்கேயே இருக்கிறேன்” என்றாள். போகத் தயாரான எனது மாமாமார்கள் நின்றார்கள்.

“செத்துப் போவதென்றால் நானும், ரோஸாவும் எப்போதோ படையினரால் செத்துப் போயிருக்க வேண்டும். என்னையும், ரோஸாவையும் படையினரிடமிருந்து அந்த ஆண்டவன் காப்பாற்றியது கூட, இந்த வில்லியமை நாங்கள் காப்பாற்றுவதற்காகக் கூட இருக்கலாம்” என்றாள்.

ஆகவே ஒரு உறுதியானதும், நீண்டதுமான மூங்கில் தடியொன்றை எடுத்த எனது மாமாமார் அதில் படுக்கை விரிப்பைக் கொண்டு தொட்டில் போன்று கட்டினார்கள். அதற்குள் அவரை சுருண்டு படுக்க வைத்து, அவரின் மேலே தலையணைகளையும், சமையல் பாத்திரங்களையும் அடுக்கினார்கள்.

நாங்கள் அனைவருமே எங்கள் உயிரைப் பணயம் வைக்கிறோம் என்பதை அறிந்து கொண்டே இந்தக் காரியத்தைச் செய்தோம். எனது மாமாமார்கள் இருவரும் அந்தத் தொட்டிலைச் சுமந்து கொள்ள அவர்களின் பின்னால் நானும், எனது தாயும், அன்னாவும் நடந்தே அந்த ஊரை விட்டு வெளியேறினோம்.

கண்ணீர் வழிய வழிய நாங்கள் பதற்றத்தில் இருந்தோம். போகும் வழி நெடுகவும் நாங்கள் ஆண்டவனைப் பிரார்த்தித்துக் கொண்டேயிருந்தோம்.

அந்தி சாயும் நேரத்தில் நாங்கள் ஒரு சோதனைச் சாவடியை நெருங்கினோம். ஜப்பானியப் படையினர்கள் எம்மைத் தடுத்து நிறுத்தினார்கள். அவர்களுள் ஒருவன் தனது துப்பாக்கி முனைக் கத்தியால் தொட்டிலை ஆங்காங்கே குத்திப் பார்த்தான்.

அதிர்ஷ்டவசமாக அவனது கத்தி ஒரு தலையணையைக் கிழித்து அதனுள்ளிருந்து பஞ்சுத் துண்டுகள் வெளியே வந்து எம்மைச் சுற்றிப் பறந்தன. அதனால் எரிச்சலடைந்த அவன் எம்மைப் போக அனுமதித்தான்.

நாங்கள் மெதுவாக அங்கிருந்து நகர்ந்தோம். படையினர்களின் பார்வையிலிருந்து மறைந்த பிறகு எனது மாமாமார் தொட்டிலையும் சுமந்து கொண்டு வேகமாக ஓடத் தொடங்கினார்கள். அவர்களைப் பிடிக்க நாங்களும் பின்னால் ஓட வேண்டியிருந்தது.

அப்போது நன்றாக இருள் சூழ்ந்திருந்தது. வழியில் வைத்து அந்த மூங்கில் தடி உடைந்ததனால், நாங்கள் ஐந்து பேரும் அந்தத் தொட்டிலின் நான்கு முனைகளையும் பிடித்தவாறு வில்லியமைத் தூக்கிச் செல்ல வேண்டியிருந்தது. சுமையைக் குறைப்பதற்காக நாங்கள் தலையணைகளையும், மேலும் சில பொருட்களையும் அங்கேயே போட்டு விட்டு வந்தோம்.

கடைசியில், அன்றிரவு தங்கப்போகும் கிராமத்தை எட்டியதும்தான், இடம்பெயர்ந்தவர்கள் நிறையப் பேர் அங்கு தங்கியிருப்பதைக் கண்டோம். அவர்கள் வில்லியமைக் கண்டதுமே கோபமடைந்தார்கள்.

"நீங்கள் மூட்டைப் பூச்சியொன்றை சுமந்து கொண்டு வந்திருக்கிறீர்கள். ஜப்பானியர்கள் இவனைக் கண்டால் எங்களையும் சேர்த்துத்தான் கொல்வார்கள்" என்றார்கள்.

அவர்கள் அனைவருமே எங்களை விட்டுவிட்டு வேறு இடங்களுக்கு விலகிப் போனார்கள். எமக்கு முன்பே அங்கு வந்திருந்த, அன்னா தத்தெடுத்து வளர்த்த பிள்ளைகளும் கூட அவர்களுள் இருந்தார்கள்.

அன்றிரவு நாங்கள் பதுங்கியிருந்தோம். ஒரு பதுங்குகுழிக்குள் அன்னாவுடன், வில்லியம் சுருண்டுகொண்டிருந்தார். நானும், எனது தாயும், மாமாமார்கள் இருவரும் வேறொரு பதுங்கு குழிக்குள் பதுங்கியிருந்தோம்.

இரைச்சல்கள் காரணமாக இரவு முழுவதும் ஒருவரும் உறங்கவேயில்லை. துப்பாக்கிச் சூட்டுச் சத்தங்களும், போர் விமானங்கள் பறக்கும் ஓசைகளும், வீடுகள் உடைபடும், எரியும் ஓசைகளும் கேட்டுக் கொண்டேயிருந்தன. நேச நாட்டுப் படைகள், ஜப்பானியப் படையைத் துரத்தியடித்துக் கொண்டிருப்பதை நாங்கள் அறிந்திருந்தோம்.

மறுநாள் காலையில் நாங்கள் வற்றாளைக் கிழங்கை பச்சையாகச் சாப்பிட்டு பசியாறினோம். வெப்பம் மிகுந்ததாகவும், நுளம்புகள் நிறைந்தும் காணப்பட்ட அந்தப் பதுங்குகுழிகளிலிருந்து வெளியே வந்தோம்.

அந்தக் கிராமம் பாழடைந்து போயிருந்தது. ஒரு சிறிய ஓடையருகே உயரமாக வளர்ந்திருந்த கோரைப்புற்களினருகே வரும் வரைக்கும் நாங்கள் தரையோடு தரையாக தவழ்ந்து வந்தோம். வான் தாக்குதல்களையும், எல்லா இடங்களிலும் ஜப்பானியப் படையினர்கள் வீடுகளை எரிப்பதையும், ஜனங்களைச் சுட்டுக் கொல்வதையும் நாங்கள் நேரில் கண்டோம்.

நேச நாட்டுப் படைகள் 1945ஆம் ஆண்டு ஜனவரி மாதம் 27ஆம் திகதி ஏஞ்சலிஸ், பம்பாங்காவில் நிலைகொண்டது. அது ஒரு சனிக்கிழமை.

அன்றுதான் எல்லோரும் மகிழ்ச்சியாகக் காணப்பட்டார்கள். மக்கள் திரண்டு வந்து படையினரோடு புன்னகைத்து விக்டரி ஜோ என சல்யூட் அடித்து வணக்கம் செலுத்தினார்கள். அன்னாவும் மிகுந்த மகிழ்ச்சியுடன் காணப்பட்டதோடு, எனது தாயையும், எனது மாமாமாரையும் ஆனந்தக் கண்ணீரோடு முத்தமிட்டு அவள் தனது மகிழ்ச்சியை வெளிப்படுத்தினாள்.

பொதுமக்கள் அப்போது தமது ஊர்களுக்குத் திரும்பிக் கொண்டிருந்தார்கள். வில்லியமைக் கூடாரத்திலிருந்து வெளியே எடுக்க உதவுவதற்காக அவர் தத்தெடுத்த மகன்மார்கள் வந்திருந்தார்கள் என்றாலும் அவர்களை ஏறெடுத்துப் பார்க்கக் கூட வில்லியம் மறுத்து விட்டார்.

பின்னர் அவராகவே கூடாரத்தை விட்டு வெளியே வந்து எனது மாமாமார்களை ஆறத் தழுவிக் கொண்டார். அவரது கண்களிலிருந்து கண்ணீர் பெருக்கெடுத்து வழிந்தது. அவர் எனது தாயையும் நெருங்கி வந்து அரவணைத்து அவளது நெற்றியிலும் முத்தமிட்டார். இந்தக் காட்சியை நேரடியாகப் பார்த்துக் கொண்டிருந்த ஊரார்கள் சிலரும் கண்ணீர் சிந்தி அழுதார்கள்.

அமெரிக்கப் படையினர்கள் எமக்கு உணவுப் பொதிகளைப் பகிர்ந்தளித்தார்கள். அதுவரையில் நாங்கள் அனைவரும் கடும் பட்டினியில் இருந்தோம்.

இரவானதும் ஜப்பானியப் படையினரின் ஸ்னைப்பர் தாக்குதல்களுக்கு அஞ்சி அசைவுகள் எழாமலும், ஓசையெழாமலுமே அங்குமிங்கும் நாங்கள் நடமாட வேண்டியிருந்தது. ஜப்பானியப் படையினர்கள் தம்மைச் சுட்டுக் கொல்வார்கள் என்ற காரணத்தால் நேச படையினர்கள் பொது மக்களாகிய எம்முடனேயே படுத்துறங்கினார்கள். ஆகவே, விடிந்ததுமே நாங்கள் எமது ஊருக்குத் திரும்பிப் போய்விடத் தீர்மானித்தோம்.

காலை ஏழு மணியளவில் நானும், எனது தாயும், எனது மாமாமார் இருவரும் ஒரு மாட்டுவண்டியில் கிளம்பினோம். அன்னாவையும், வில்லியமையும் கூட எம்முடன் இணைத்துக் கொண்டோம். எமது வண்டியில் வெள்ளைத் துணித் துண்டொன்று கொடியொன்றைப் போல கட்டப்பட்டிருப்பதைக் கண்டோம். தெருக்கள் ஜனங்களால் நிரம்பியிருந்தது. எல்லோருமே தத்தமது வீடுகளுக்குத் திரும்பிக் கொண்டிருந்தார்கள்.

நாங்கள் அன்னாவையும், வில்லியமையும் அவர்களது வீட்டில் விட்டு வரச் சென்ற வேளையில், ஜப்பானியப் படையினர்கள் அங்கு தங்கிச் சென்றிருந்ததைக் காண முடிந்தது. இடம்பெயர முன்பு அன்னா சமைத்துவிட்டு சாப்பிடாமல் வந்திருந்த உணவுகள் எவராலோ சாப்பிடப்பட்டிருப்பதையும், ஜப்பானிய இராணுவத் தொப்பிகள் இரண்டையும், ஒரு துப்பாக்கியையும், சிறிய ஜப்பான் தேசக் கொடியொன்றையும் நாங்கள் அங்கு கண்டோம். அன்று வில்லியமை மாத்திரம் அந்த வீட்டில் விட்டு விட்டுப் போயிருந்தால் நிச்சயமாக அவர் கொல்லப்பட்டிருப்பார் என்பது எங்களுக்குப் புரிந்தது.

அமெரிக்கப் படையினர்கள் பலரும் எமது கிராமத்தில் நிலைகொண்டிருந்தார்கள். அவர்களில் பலர் வில்லியமைப் பார்த்துப் போக வந்தார்கள். அப்போதும் அவரால் பேச முடியவில்லை என்பதால் கை விரல்களைக் கொண்டு சைகையால் அவர்களுடன் உரையாடினார்.

நேச படையினர்கள் எமது வீட்டில் தங்கியிருப்பதைக் கண்டோம். அவர்கள் பேணிகளில் அடைக்கப்பட்ட உணவுகளையும், போர்வைகளையும் எமக்குத் தந்தார்கள். இரவுகளில், நுளம்பு வலை கட்டப்பட்ட ஊஞ்சற் படுக்கைகளில் எமது வீட்டுக்கு வெளியே முற்றத்தில் படுத்துறங்கினார்கள். அப்போதும் நான் அந்நியர்களைக்

கண்டு பயந்து நடுங்கிக்கொண்டிருந்தேன் என்பதனால் நான் எனது அறைக்குள்ளேயே ஒளிந்து கொண்டு முடங்கிக் கிடந்தேன்.

நேச படையினர்களுக்கு உதவியாளர்களாக எனது மாமாமார்கள் பணி புரிந்தார்கள். அதனால் அவர்கள் எமக்குக் கொஞ்சம் பணமும், உணவும் கொடுத்துதவினார்கள். அப்போதும் எனது தந்தை தொலைதூரப் பிரதேசத்திலேயே இருந்ததால், அவர் எப்படியிருக்கிறார் போன்ற விவரங்கள் எமக்குக் கிடைக்கவில்லை.

மணிலா பிரதேசம் 1945ஆம் ஆண்டு, பெப்ரவரி மாதம் ஐந்தாம் திகதி விடுவிக்கப்பட்ட செய்தி எமக்குக் கிடைத்தது. ஒரு திருவிழா நாள் போல அன்று எல்லோருமே மகிழ்ச்சியுடன் காணப்பட்டார்கள். எனக்கும் மகிழ்ச்சியாக இருந்ததுதான். என்றாலும் எனது கண்களிலிருந்து வழிந்த கண்ணீரை என்னால் நிறுத்த முடியவில்லை. எனக்கிழைக்கப்பட்ட சித்திரவதைகளிலிருந்து என்னைக் காப்பாற்ற அவர்கள் ஏன் இவ்வளவு தாமதமானார்கள் என்று எனக்குத் தோன்றியது.

அப்போதும் கூட நான் நள்ளிரவுகளில் விழித்து அழுது கொண்டிருந்தேன். எனது தாய்தான் எப்போதும் என்னைத் தேற்றிக் கொண்டிருந்தாள். எனது தலையில் உதிர்ந்த முடிகள் எல்லாம் மீண்டும் வளரத் தொடங்கியிருந்தன. என்றாலும் அவை அரை அங்குல நீளத்திலேயே இருந்தன. ஆட்கள் எவரும் எனது மொட்டைத் தலையைக் கண்டுவிடக் கூடாது என்று நான் எப்போதும் எனது தலையை ஒரு பெரிய கைக்குட்டையால் மறைத்துக் கட்டிக் கொண்டிருந்தேன்.

எனக்கும், எனது தாய்க்கும் ஏதாவது வேலையைத் தேடிக் கொள்ளலாம் என்ற காரணத்தால் நாங்கள் அந்தக் குடியிருப்பிலிருந்து மீண்டும் ஏஞ்சலிஸ் பிரதேசத்துக்கு வந்தோம். மூன்று மாத காலம் நான் சிறைப்படுத்தப்பட்டுத் தடுத்து வைக்கப்பட்டிருந்த மருத்துவமனைக்கு அருகிலேயே ஒரு வீட்டில் நாங்கள் தங்கினோம்.

அவ்வேளையில், எனது தந்தை, தான் போர் நடந்த வருடங்களின் பெரும்பகுதியைக் கழித்த தொலைதூரப் பிரதேசத்திலிருந்து தனது வீட்டுக்குத் திரும்பி வந்திருந்தார். எனது பெத்ரோ மாமா அவரது பெரிய வீட்டுக்கு அவரைப் பார்க்கப் போயிருந்தார். அவரிடம் எனது தந்தை என்னைப் பற்றியும், எனது தாயைப் பற்றியும்

விசாரித்திருக்கிறார். நான் அவரைப் பார்க்க வேண்டும் என்று கூறியதாக பெத்ரோ மாமா அவரிடம் தெரிவித்திருக்கிறார்.

"இப்போது வேண்டாம். எனக்கு வேறு செய்வதற்கு நிறைய வேலைகள் இருக்கின்றன. போதாதற்கு, ரோஸாவைப் பற்றி எனது பிள்ளைகளும் இப்போது அறிந்திருக்கிறார்கள். வேறொரு பெண்ணுடனான தொடர்பில் எனக்கொரு மகள் இருக்கிறாளா என்று அவர்கள் என்னிடம் விசாரித்தார்கள். அவர்களது கேள்விகளால் நான் கலங்கிப் போயிருக்கிறேன்" என்றாராம். அவரே தொடர்ந்து,

"ரோஸா இப்போது வளர்ந்து விட்டாள். அவளுக்கு இப்போது தனது தாயுடன் எப்படி வேண்டுமானாலும் வாழ்ந்து கொள்ளலாம்" என்று கூறியதும், அவரது வார்த்தைகளின் அர்த்தத்தை யோசித்தவாறே உடனடியாக அங்கிருந்து கிளம்பி வந்திருந்தார் பெத்ரோ மாமா.

எனது தந்தை கூறிய வார்த்தைகளைக் கேட்டு நான் கவலையில் ஆழ்ந்தேன். எனக்கு எது சரியென்று படுகிறதோ அதைச் செய்ய வேண்டும் என்பது புரிந்தது. அவர் என் மீது அன்பையையும், அக்கறையையும் காட்ட விரும்புகிறார் என்பது எனக்குத் தெரியும். என்றாலும் அது அவரது குடும்பத்தைப் பாதிக்கும் என்பதால் அதை அவரால் செய்ய முடியவில்லை. எனது தாயும் அவரது நிலைமையைப் புரிந்து கொண்டார்.

உண்மையில் எனது தந்தை எம்மைக் கை விட்டிருந்தார். எமக்குரிய கடமைகள் அனைத்தையும் நிறைவேற்றி விட்டதாகவே அவர் கருதினார். அவர் தனது பெயரை எனக்களித்தார். பல வருடங்களாக அவர் எமக்கு மாத்திரமல்லாமல் எனது தாயின் மொத்தக் குடும்பத்துக்கும் உதவிகள் செய்தார். அதற்குமேலும் அவரைச் சந்திக்க நான் எதிர்பார்க்கவில்லை.

எமக்கு வேறு எந்த வருமானமும் இருக்கவில்லை. இனியும் எனது தந்தையின் உதவிகளில் தங்கியிருக்கக் கூடாது என்று எனது தாயும் உறுதியாகச் சொன்னாள். ஆகவே ஏஞ்சலிஸ் பிரதேசத்தில் இராணுவ முகாமுக்கருகிலிருந்த வீடொன்றுக்கு நாங்கள் மாறினோம். ஆகவே அமெரிக்க மற்றும் பிலிப்பினோ படையினர்களின் துணிகளைத் துவைத்துக் கொடுப்பதன் மூலம் எனக்கும், எனது தாய்க்கும் கொஞ்சம் பணமீட்டிக் கொள்ள முடிந்தது.

நாங்கள் துணிகளை எமது கைகளாலேயே துவைத்தோம். அந்தச் சீருடைகளை அழுத்தியால் அழுத்தித் தேய்த்துக் கொடுப்பதுவும் எனது வேலையாகவிருந்தது. அந்தச் சீருடைகளைக் காணும்போதெல்லாம் எனக்கு எனது வாழ்க்கையைச் சீரழித்த ஜப்பானியப் படையினர்கள் ஞாபகம் வந்ததனால், எனது கண்களில் கண்ணீருடன்தான் அந்தச் சீருடைகளை அழுத்திக் கொடுத்தேன்.

நான் எப்போதும் கவலையுடனிருந்தேன். எனது உறவினர்களும், அயலவர்களும் கூட நான் தனியாக ஒதுங்கியே இருப்பதை அவதானித்திருந்தார்கள். நான் எவருடனும் பேசவும் ஆர்வம் காட்டவில்லை. எனக்கு என்னவெல்லாம் நடந்தன என்பதை இவர்கள் அறிந்து கொண்டால் அதன்பிறகு என்னிடம் எப்படி நடந்து கொள்வார்களோ என்றெல்லாம் எனக்குத் தோன்றியதால் நான் அவர்களிடமிருந்து விலகியே இருந்தேன்.

தமது சீருடைகளை வாங்கிச் செல்ல சில படையினர்கள் எமது வீட்டுக்கே வந்து போனார்கள். என்றாலும் அவர்கள் ஒருபோதும் என்னைக் காணவேயில்லை. காரணம் நான் எப்போதும் ஒளிந்து கொண்டிருந்தேன்.

“ரோஸா, நீ திருமணம் முடித்து வாழ்வதுதான் எனது விருப்பம்” என்று ஒரு நாள் எனது தாயார் என்னிடம் கூறினாள். எனக்கு ஆண்கள் மீது எவ்வித ஈர்ப்பும் இல்லை என்று அவளிடம் கூறினேன். காதல் என்ற எண்ணத்தையே நான் வெறுக்கிறேன் என்றேன். எனது பழைய காயங்களை மறக்க திருமணம்தான் உதவும் என்று எனது தாய் வேண்டுகோள் விடுத்தாள்.

“நாளடைவில் காதல் தானாக வந்து விடும்” என்றும் கூறினாள்.

‘காதலில் சிக்கிக் கொள்ள நான் விரும்பவில்லை’ என்று எனக்குள் முணுமுணுத்தேன். என்றாலும் தொடர்ந்து அதைப் பற்றியே யோசித்துக் கொண்டிருந்தேன்.

எனது நல்வாழ்வுக்காகத்தானே எனது தாய் இவ்வாறு சொல்கிறாள் என்பது எனக்குப் புரிந்தது. நான் முதியவளாகும்போது என்னுடன் கூடவே எனது பிள்ளைகள் இருந்தால் என்னைப் பார்த்துக் கொள்வார்கள்தானே என்றும் யோசித்தேன்.

நான் வீட்டுக்கு ஒரே பிள்ளை என்பதால் வயதாகும்போது யாருடைய ஆதரவையும், உதவியையும் நான் எதிர்பார்க்க முடியாது. நான் எனது கடந்த காலத்தையே நினைத்து நினைத்துப்

புலம்பியவாறும், அழுதுகொண்டும் இப்படியே இருந்தால் விரைவில் பைத்தியமாகி விடுவேன் என்று எனது தாய் அறிவுருத்தினாள். அது உண்மைதான். எப்போதும் நான் என்னையே கேள்விகள் கேட்டு முணுமுணுத்துக் கொண்டிருந்தேன். 'நான் ஏன் தப்பிக்க முயற்சித்திருக்கக் கூடாது?' என்று என்னைக் கேட்டுக் கொண்டேயிருந்தேன். பிறகு நானே அதற்குப் பதிலளிப்பேன். 'காரணம், முயற்சித்திருந்தால் அவர்கள் என்னைக் கொன்றிருப்பார்கள்.'

எனது திருமண வாழ்க்கை

நாட்கள் கழியக் கழிய நான் எனது வலிகளிலிருந்து மீள முயற்சித்துக் கொண்டேயிருந்தேன். எனது தாய் எப்போதும் எனக்கு மிகவும் ஆதரவாக இருந்தாள். படிப்படியாக, மெதுமெதுவாக நான் எனது வாழ்க்கையின் மீது நம்பிக்கை கொள்ளத் தொடங்கினேன்.

எனது தலைமயிரும் மீண்டும் வளரத் தொடங்கியதோடு நான் எனது தோற்றத்தில் கவனம் செலுத்தத் தொடங்கினேன். நேர்த்தியாக உடையணியவும், திருத்தமாக தலை சீவிக்கொள்ளவும் பழகினேன். எனது தோல் சிவப்பாகவும், மென்மையாகவும் மிளிர்ந்ததோடு எனது தலைமயிர் எனது காதுகளைத் தாண்டி நீளமாக வளர்ந்திருந்தது. அது 1945ஆம் ஆண்டின் நடுப்பகுதி. எனக்கு அப்போது பதினெட்டு வயது.

எப்படியோ எனது கடந்த கால பேரதிர்ச்சியிலிருந்து கொஞ்சம் கொஞ்சம் கொஞ்சமாக மீண்டு கொண்டிருந்தேன். அதனால் அந்தக் காலகட்டத்தில் எனது வீட்டுக்கு துணிகளை வழங்கவும், வாங்கவும் வந்து போய்க்கொண்டிருந்த படையினர்களுக்கு என்னால் நேருக்கு நேராக முகங்கொடுக்க முடிந்தது. என்றாலும் அவர்கள் ஜப்பானியப் படையினரை எனக்கு நினைவூட்டிக் கொண்டிருந்ததால் நான் அப்போதும் அவர்களுடன் கடுங்கோபம் கொண்டிருந்தேன்.

அவர்களுள் டொமிங்கோ என்ற பெயரைக் கொண்ட இளம்படையினன் ஒருவன் என்னுடன் உரையாட விரும்பினான். இருந்தாலும், என்னால் அவனுடன் சரளமாக உரையாட முடியவில்லை. காரணம் அப்போதும் எனக்கு பேசுவதில் சிக்கல் இருந்தது. திக்கித் திணறித்தான்

எனது வார்த்தைகள் வெளிப்பட்டதோடு, எனது வாயினோரமாக உமிழ்நீரும் வடிந்து கொண்டிருந்தது.

டொமிங்கோ எமது வீட்டுக்கு ஒவ்வொரு நாளும் வந்து போனான். அவன் ஒரு நாள் எனது தாயிடம் என்னை விரும்புவதாகவும், என்னைத் திருமணம் முடிக்க விரும்புவதாகவும் கூறினான். எனது தாய்க்கும் அவன் மேல் ப்ரியம் ஏற்பட்டிருந்தது. காரணம் அவன் அந்தளவுக்கு மிகவும் மரியாதைக்குரியவனாகவும், கண்ணியமானவனாகவும், நல்ல புத்திசாலித்தனமாகவும் நடந்து கொண்டான். அவன் நல்லவனாகத் தெரிந்ததாலும், எமக்கு மிகவும் உதவியதாலும் அவன் என்னையும் கவர்ந்திருந்தான்.

வழமையாக எனது தாய் இராணுவ முகாமுக்குப் போய் அழுக்குத் துணிகளைச் சேகரித்துக் கொண்டு வருவாள். அவனோ அதிலும் எமக்கு உதவுவதற்காக அவனே இராணுவத்தினர்களிடம் போய் அழுக்குத் துணிகளைச் சேகரித்துக் கொண்டு வந்து தரத் தொடங்கினான். அவ்வாறே, நாங்கள் தோய்த்து அழுத்தி வைத்திருக்கும் துணிகளையும் அவனே கொண்டு போய்க் கொடுத்து அவர்களிடம் பணத்தைச் சேகரித்துக் கொண்டு வந்து எனது தாயிடம் பத்திரமாகக் கொடுத்தான்.

அவனை நான் திருமணம் முடிக்க வேண்டும் என்று எனது தாய் விரும்பினாள். அவனும் எம்மைப் போலவே ஒரு ஏழை என்பதை அவள் கண்டுகொள்ளவில்லை.

டொமிங்கோ லகுனாவிலுள்ள அலமினோஸ் பிரதேசத்தில் 1925ஆம் ஆண்டு பிறந்தவன். என்னை விடவும் இரண்டு வருடங்கள் மூத்தவன். அவனது பெற்றோர்களோ விவசாயிகளாக இருந்தார்கள். அவர்களுக்குச் சொந்தமாக பயிர்நிலங்கள் எவையும் இருக்காத காரணத்தால் அவர்கள் அயலிலுள்ள வயல்வெளிகளிலும், தென்னந்தோட்டங்களிலும் கூலித் தொழிலாளர்களாக வேலை செய்துகொண்டிருந்தார்கள். அவர்களுக்கு மூன்று பிள்ளைகள். அவர்களுள் இரண்டாமவன்தான் டொமிங்கோ. அவன் அலமினோஸிலுள்ள அரசாங்கப் பாடசாலையில் ஏழாம் வகுப்பு வரை படித்திருந்தான். பிறகு தனது தந்தைக்கு விவசாய வேலைகளில் உதவுவதற்காக படிப்பை நிறுத்தியிருந்தான்.

அவனது தந்தை 1942ஆம் ஆண்டு இயக்கத்தில் இணைந்திருந்ததோடு 1944ஆம் ஆண்டு ஜப்பானியப் படையினரால் கொல்லப்பட்டிருந்தார். அவனது தந்தையின் மரணத்துக்குப் பிறகு

டொமிங்கோ தானாகவே இயக்கத்தில் இணைந்து கொண்டான். ஜப்பானிய இராணுவத்துக்கு எதிராக நேச நாட்டுப் படைகள் போர் புரிந்த காலத்தில் அவன் ரிஸாலிலுள்ள மொந்தல்பான், மரிகினா மற்றும் சென் மடோ மலைகளில் இருந்தான்.

பின்னர் 1945ஆம் ஆண்டு மே மாதத்தில் நேச நாட்டுப்படைகள் இங்கு ஏஞ்சலிஸில் தமது படை முகாமை அமைத்தார்கள். டொமிங்கோ அவர்களோடு இணைந்து கொண்டதோடு, பிலிப்பைன்ஸ் சாரணர்களின் அதிகாரிகளுக்கான உணவகத்தில் பரிசாரகராகப் பணியாற்றினான். அப்போது அது அமெரிக்க இராணுவத்தின் பன்னிரண்டாவது பிரிவாக இருந்தது.

அங்கிருந்தபோதுதான் அவன் என்னையும், எனது தாயையும் சந்திக்க நேர்ந்தது. அவனோ என்னைத் திருமணம் செய்துகொள்வதில் உறுதியாக இருந்தான். எனக்கோ அவன் மீது காதல் உணர்வுகளே வரவில்லை. ஆகவே அவனைத் திருமணம் முடிக்க நான் விரும்பவில்லை. என்றாலும், எனக்கு ஒரு குழந்தை தேவைப்பட்டது. அப்போதுதான் எனக்கு வயதாகும் போது, என்னைப் பார்த்துக் கொள்ள யாராவது இருப்பார்கள் என்று கருதினேன்.

நான் ஜப்பானியப் படையினரால் பாலியல் வல்லுறவுக்குள்ளாக்கப் பட்டதை அவனிடம் மறைக்காமல் கூறினேன் என்றாலும் நானொரு பாலியல் அடிமையாக இருந்தவள் என்பதை அவனிடம் ஒருபோதும் கூறவேயில்லை.

பாலியல் பலாத்காரம் கடந்த கால விடயம் என்று கூறியவன் தொடர்ந்தும் என்னைத் திருமணம் முடிக்க விரும்புவதாகக் கூறினான். நான் அவனது ஆலோசனையை ஏற்றுக் கொள்ளவில்லை. வேறு யாரையாவது திருமணம் முடித்துக் கொள்ளுங்கள் என்று அவரிடம் கூறினேன். அவனோ தொடர்ந்து வற்புருத்திக் கொண்டேயிருந்தான்.

நானோ எனது தாயிடம் ஏன் நான் திருமணத்தை வெறுக்கிறேன் என்பதைத் தெளிவுபடுத்திக் கொண்டேயிருந்தேன். எனக்கு நிகழ்ந்தவற்றின் காரணமாக அப்போதும் நான் உள்ளுக்குள் என்னை அழுக்காகவே உணர்ந்து கொண்டிருந்தேன். என்னை நானே ஜப்பானியப் படையினர்களின் எச்சிலாகக் கருதினேன்.

எப்படியோ, 1945ஆம் ஆண்டின் செப்டம்பர் மாதத்தில் ஒரு நாள் நான் ஏஞ்சலிஸில் டொமிங்கோவுடன் சேர்ந்து வாழ சம்மதம்

தெரிவித்தேன். ஒரு கிழமைக்குப் பிறகு நாங்கள் லகுனாவிலுள்ள அவனது தாயைப் பார்த்து வரப் போனோம்.

அவளும் எம்மை முறையாகத் திருமணம் முடிக்க வலியுருத்தினாள். அப்போதும் நான் திருமண வைபவங்கள் எதுவும் தேவையில்லை என்று மறுத்தேன். என்றாலும் நகர மண்டபத்தில் அவளே ஏற்பாடு செய்த எளிய திருமண வைபத்தை என்னால் தடுக்க முடியவில்லை.

என்னுடன் தாம்பத்திய உறவை மேற்கொள்ள டொமிங்கோ ஒருபோதும் என்னை வற்புருத்தவில்லை. எப்போதும் என்னிடம் மென்மையாகவும், தாழ்மையாகவும் கேட்பார்.

என்றாலும், நாங்கள் உடல் ரீதியாக ஒன்றுசேரும்போதெல்லாம் எனக்கு ஜப்பானியப் படையினர்கள் என்னை வல்லுறவு செய்த நிகழ்வுகள்தான் ஞாபகம் வந்து கொண்டேயிருந்தன. ஆகவே நான் அந்த சம்போகத்தை விரும்பவேயில்லை. எனது கணவனுடன் படுத்துறங்கும்போதும் ஜப்பானியப் படையினர்கள் என்னையே முறைத்துப் பார்ப்பது போன்ற கனவுகளை அடிக்கடி கண்டு கொண்டிருந்தேன்.

கனவுகளில் அவர்கள் என்னை ஏளனம் செய்து கூச்சலிட்டார்கள். அவர்களை ஏறிட்டுப் பார்க்குமாறு என்னைக் கட்டாயப் படுத்தினார்கள். அரிசி ஆலையில் வைத்து நான் இறுதியாக மயக்கமுறுவதற்கு முன்பதாக அந்த ஜப்பானிய உப தளபதி எனது தலையை சுவரில் பலமாக மோதச் செய்ததுவும் அதற்கு முன்பு தனகா எனக்குத் தேநீர் பருக்கியதுவும் தொடர்ச்சியாக எனது உறக்கத்தில் கொடுங்கனவுகளாக வந்துகொண்டேயிருந்தன.

அமெரிக்க இராணுவத்தின் 12ஆம் பிரிவானது 1946ஆம் ஆண்டு ஜப்பான், ஒகினாவாவுக்குச் செல்லும்வரை டொமிங் அதில்தான் பணியாற்றிக் கொண்டிருந்தார். அவர் அதிலேயே தொடர்ந்து நீடித்திருக்க விரும்பியபோதிலும், பின்னர் விலகினார்.

அதன் பிறகு நாங்கள் அனைவரும் பஸாய்க்கு இடம்பெயர்ந்தோம். அங்கு எனது கணவரும், எனது மாமாமாரும் நெடுஞ்சாலைத் துறையில் தொழிலாளர்களாக வேலை செய்தார்கள்.

ஒவ்வொரு நாளும் விடிகாலையிலேயே எழுந்துகொள்ளும் நான் டொமிங் எடுத்துச் செல்வதற்காக சோறும், மீன்கறியும் சமைத்துக் கொடுப்பேன். தெருவோரமாக வடிகான்களைத் தோண்டும் வேலைகளையும், தெருக்களைச் சீரமைக்கும் வேலைகளையும்,

கூட்டிப் பெருக்கித் துப்புரவாக்கும் வேலைகளையும் அவர் செய்து வந்தார்.

அவர் வேலை செய்யும் இடம் எமது வீட்டுக்கருகில் இருக்கும் சந்தர்ப்பங்களில் நான் மதிய நேரத்தில் சமைத்து மதிய உணவை நானே நேரில் கொண்டு போய்க் கொடுப்பேன். இந்த இடத்தில்தான் வேலை என்று அவரால் உறுதியாகக் கூறுவது கடினம். அவர் ஒரு சாதாரணத் தொழிலாளியாக இருந்தார். அதாவது மாதத்தில் இரண்டு வாரங்கள் வேலை இருந்தால், இரண்டு வாரங்கள் வேலையெதுவும் இருக்காது. பிறகு மீண்டும் வேலையிருந்தால் அழைக்கப்படுவார்.

குடும்பம் நடத்த அவரது வருமானம் மாத்திரம் போதாமல் இருந்தது. ஆகவே எனது தாயும் அவ்வப்போது அன்றாடத் தேவைகளுக்கு பணம் கொடுத்து உதவினார். அவர் அப்போது ஒரு பணக்கார வீட்டில் சமையல்காரியாக பணிபுரிந்து வந்தார்.

அன்று 1947ஆம் ஆண்டு பெப்ரவரி மாதத்தில் ஒரு நாள். அப்போது நான் எனது தலைப்பிள்ளையை வயிற்றில் சுமந்தவாறு கர்ப்பிணியாக இருந்தேன். எனது தாயின் உறவினர்களில் ஒருவர் வந்து எனது தந்தை இறந்து விட்டதாக அறியத் தந்தார். நானும், எனது தாயும் உடனடியாக ஏஞ்சலிஸுக்குப் புறப்பட்டோம்.

நாங்கள் அங்கு போய்ச் சேர்ந்தபோது எனது தந்தையின் நல்லடக்கம் முடிந்திருந்தது. ஒரு வாரத்துக்கு முன்பே அவர் இறந்து விட்டார் என்பதை பின்னர்தான் நாங்கள் அறிந்து கொண்டோம். நானும், எனது தாயும் இடுகாட்டுக்குச் சென்று அவரது கல்லறையில் பூக்களை வைத்து இறுதி மரியாதை செய்தோம்.

மறுநாள் துக்கம் விசாரிக்கவென நான் எனது தந்தையின் அந்தப் பெரிய வீட்டுக்குப் போனேன். என்னைக் கண்டதும் அவரது புதல்வர்களில் ஒருவர் எனக்கு மேல்மாடிக்குப் போகுமாறு வழிகாட்டினார். அங்கு ஜன்னலருகே ஒரு முதிய மாது அமர்ந்திருப்பதைக் கண்டேன்.

அவர்தான் தோனா சரிங். எனது தந்தையின் மனைவி. நான் அவரை நெருங்கி மரியாதை நிமித்தம் அவரது புறங்கையில் முத்தமிட்டேன். நான் யார் என்பதையோ, ஏன் அங்கு வந்திருக்கிறேன் என்பதையோ அவர் அறிந்திருக்கவில்லை.

வேட்கை தணிக்கும் பெண்ணின் சுயசரிதை | 137

பின்னர் எனது தந்தையின் புதல்வர்களில் ஒருவர் என்னை அங்கிருந்த அறையொன்றுக்குள் செல்லுமாறு வழிகாட்டினார். அங்கு வைத்து நான் எனது தந்தையின் மூத்த புதல்வியின் கணவனால் விசாரிக்கப்பட்டேன்.

“யார் நீங்கள்?” என்று அவர் கேட்டார்.

“நான் தொன் பெப்பேயுடைய முறைதவறிப் பிறந்த மகள்” என்று தயக்கத்தோடு தாழ்மையாகக் கூறினேன்.

“உன்னுடைய தாயார் யார்?” என்று கேட்டார்.

“எனது தாய் ஜூலியா. அவர் இந்த வீட்டில் பண்ணைக்காரருக்கும், அவரது மனைவிக்கும் உதவியாளாக பணிபுரிந்தவர்” என்றேன்.

“தொன் பெப்பேதான் உன்னுடைய தந்தை என்பது உனக்கு உறுதியாகத் தெரியுமா?”

“ஆமாம், ஐயா. எனது சிறுபராயத்திலிருந்தே நாங்கள் ஒருவரையொருவர் சந்தித்து வந்தோம். அவர்தான் எனக்கு அவரது பெயரையிட்டு, என்னைப் பாடசாலைக்கும் அனுப்பி வைத்தவர்” என்றேன்.

அவருக்கு இப்போது கோபம் வந்திருந்தது.

“நீ அவருடைய மகள் என்பதை நான் நம்ப மாட்டேன். அவர் ஏற்கெனவே திருமணம் முடித்தவர். வேறொரு பெண்ணை அவர் எப்படிக் காதலித்திருக்க முடியும்? நீ அவருடைய சொத்துகளில் பங்குகேட்க வந்திருக்கிறாய் என்பது எனக்கு விளங்குகிறது. தொன் பெப்பே ஓர் ஏழையாகச் செத்துப் போனார் என்பதுவும், அவருக்கு நிறையக் கடன்கள் இருப்பதுவும் உனக்குத் தெரியாதா?” என்று கோபமாகக் கேட்டார்.

“அவர் எங்கள் மீது காட்டிய அன்புக்கும், அக்கறைக்கும் இறுதி மரியாதை செலுத்தவே நான் இங்கு வந்தேன். அவர் எப்படிப்பட்டவராக இருந்தாலும், எந்த நிலையில் இறந்து போயிருந்தாலும் அவர்தான் எனது தந்தை என்பதை நான் ஒருபோதும் மறுக்க முடியாது” என்று நான் மென்மையாகக் கூறினேன் என்றாலும் எனது ஆழ்மனதுக்குள் அங்கிருந்த நபர் மீது கடுங்கோபத்தை உணர்ந்தேன்.

நான் உடனடியாக அங்கிருந்து வெளியேறியதோடு, மீண்டும் அங்கு வரவே கூடாது என்று அன்றுதான் உறுதிபூண்டேன்.

எனது தந்தையின் சொத்துகளில் எனக்கிருக்கும் பங்குகள் குறித்து நான் நினைத்துப் பார்க்கக் கூட விரும்பவில்லை. அவர் உயிருடன் இருக்கும்வரைக்கும் எனக்கும், எனது தாய்க்கும், எனது தாயின் மொத்தக் குடும்பத்துக்கும் அவர் தனது கடமைகளை நிறைவேற்ற தன்னால் இயன்றதைச் செய்திருக்கிறார். அதுவே போதும். நான் இதை எனது தாயிடமும் கூறினேன். அவளும் ஏற்றுக் கொண்டாள். அவருக்கு இரங்கல் தெரிவிப்பதற்காக மாத்திரம் மேலும் ஒரு வார காலம் அங்கு நாங்கள் தங்கியிருந்தோம்.

எனது மூத்த மகள் ரோஸாலிண்டா 1947ஆம் ஆண்டு, ஆகஸ்ட் மாதம் 13ஆம் திகதி பிறந்தாள். அவளுக்கு அடுத்ததாக ரோஸாரியோ 1949ஆம் ஆண்டு செப்டம்பர் மாதம் இரண்டாம் திகதி பிறந்தாள். நாங்கள் வசித்த இடத்திலிருந்து ஐந்து கிலோமீற்றர்கள் தொலைவிலிருந்த மருத்துவமனையில்தான் அவர்கள் பிறந்தார்கள்.

1949ஆம் ஆண்டில் லகுனா, ஸ்டா குரூஸிலுள்ள தனது தாய்வீட்டுக்கு நாங்கள் அனைவரும் செல்ல வேண்டும் என்று டொமிங் தீர்மானித்தார். அங்கு தனக்கு ஏதாவது வேலையைத் தேடிக் கொள்ள முடியும் என்றார். எனது தாய் பஸாயிலுள்ள சிறிய வீட்டிலேயே தொடர்ந்தும் தங்கியிருந்தாள். என்றாலும் மாதத்துக்கொரு தடவை தனது பேரக் குழந்தைகளைப் பார்த்துப் போகவென அவர்களுக்கு உணவுப் பொருட்களையும், புத்தாடைகளையும் எடுத்துக் கொண்டு வந்து போய்க்கொண்டிருந்தாள்.

அங்கு தென்னந்தோப்புகளில் தேங்காய் பறிப்பதையும், கொப்பரா தயாரிப்பதையும் எனது கணவன் தொழிலாகச் செய்து வந்தார். மழைக்காலங்களில் நெல் விதைத்தார். தனது தாயின் வீட்டுக்கருகிலேயே எமக்கென ஒரு குடிசையைக் கட்டினார். எமது வீட்டின் கொல்லைப்புறத்தில் அவர் சிறியதொரு காய்கறித் தோட்டத்தை உருவாக்கியிருந்ததோடு, அவற்றின் விளைச்சலை சந்தையில் விற்றார். நெல் விதைக்கச் சென்றால் எனது கணவனுக்கு ஒரு நாளைக்கு இரண்டு பெஸோ காசுகளே கிடைக்கும். அந்தக் காலகட்டத்தில் பத்து பெஸோ நாணயங்களுக்கு ஐம்பது கிலோ அரிசி வாங்கலாம் என்பதால் எமக்கு உயிர் வாழ அது போதுமானதாக இருந்தது.

விதவையாகவிருந்த எனது மாமியார் என்னையும், எனது குடும்பத்தையும் நல்ல விதமாக, பாசமாகப் பார்த்துக் கொண்டார். அவரது முதல் கணவன் மரணித்ததைத் தொடர்ந்து தனது பிறந்த ஊருக்குத் திரும்பி வந்திருந்த அவர், மறுமணம் செய்திருந்தார். அவரும் இளம்வயதுப் பெண் என்பதால் எனது தாயின் நெருங்கிய தோழியாக இருந்தார். எனது மாமியாருக்கும் ஒரு பெண் குழந்தை பிறந்திருந்தது. அந்தக் குழந்தைக்கு எனது மகள் ரோஸாலிண்டாவின் அதே வயது.

எனது கணவரும், நானும் நன்கு நெருங்கிப் பழகினோம். அவருக்கு நல்ல நகைச்சுவை உணர்வு இருந்தது என்பதால் எப்போதும் எம்மை சந்தோஷமாக வைத்துக் கொண்டார். நாங்கள் எல்லோரும் நல்ல இணக்கத்தோடு வாழ்ந்து வந்தோம்.

அவர் வேலைக்குப் போகாத சமயங்களில் வீட்டிலிருந்து எமது மகள்களைப் பத்திரமாகப் பார்த்துக் கொண்டார். ஆகவே என்னால் சமையலையும், துணி துவைத்தலையும் செய்ய முடிந்தது. அவர் அவர்களுடன் விளையாடினார். அவருக்கு கிட்டாரை இசைக்கத் தெரிந்திருந்தது என்பதால், அவர்களுக்கு இனிய பாடல்களைப் பாடிக் காட்டுவார்.

அதற்குச் சில வருடங்களுக்குப் பிறகு பிறந்த எனது மகன் ஜீஸஸ் அவனது தந்தையின் அந்த இசைத் திறமையை அப்படியே கொண்டிருக்கிறான். அவன் தற்போது ஒரு இசைக் குழுவில் தலைமை கிட்டார் இசைக் கலைஞனாக இருப்பதோடு, அவன் தனது மகனுக்கு, தனது தந்தையின் பெயரான டொமிங்கோ என்பதைத்தான் வைத்திருக்கிறான்.

எனது கணவன் குடும்பத்தினரோடு மிகவும் சந்தோஷமாகக் காணப்பட்டார். நான் அவரது தேவைகளை நிறைவேற்றிக் கொடுத்ததோடு, எப்போதும் அவரது கட்டளைக்குக் கீழ்ப்படிந்து நடந்து கொண்டேன். நான் பழைய காயங்களிலிருந்து மீண்டு விட்டதை அவருக்குக் காண்பிக்க எப்போதும் விரும்பினேன். நானும் கூட மிகவும் சந்தோஷமாக இருந்தேன்.

ஜப்பானியக் காவலரணிலிருந்து மீட்டெடுக்கப்பட்டதன் பிறகு வாழ்க்கையில் முதற்தடவையாக அவ்வளவு சந்தோஷமாக இருந்தது அப்போதுதான். 'நாளடைவில் காதல் தானாக வந்துவிடும்' என்ற எனது தாயின் அந்த வார்த்தைகள்தான் எனக்கு எப்போதும் நினைவுக்கு வந்தன.

என்னைக் கடந்த காலம் வாட்டி வதைத்துக் கொண்டிருந்ததை டொமிங் அறிந்திருந்தார். கொடுங்கனவுகளைக் கண்டு நான் அலறும்போதெல்லாம் அவர்தான் நள்ளிரவுகளில் என்னைத் தட்டியெழுப்பி ஆறுதல் கூறுவார்.

சில சமயங்களில் நான் கனவுகளில் 'என்னைத் தனியாக விட்டுப் போய் விடாதீர்கள், தனகா' என்று அலறுவேன். எனது கணவன் என்னைத் தட்டியெழுப்புவார். 'தனகா யார்?' என்று பின்னர் விசாரிப்பார். அப்போதெல்லாம் நான் கோபத்தோடு 'நான்தான் எனக்கு நடந்தவற்றையெல்லாம் உங்களிடம் ஏற்கெனவே கூறி விட்டேனே. அந்தத் தனகா யாரென்று எனக்கே தெரியாது' என்று நான் அப்போது பொய் கூறுவேன்.

நான் பதிலளிக்க விரும்பாத வேறு கேள்விகள் அதன் பிறகு கேட்கப்படாது என்ற காரணத்தால்தான் நான் அவ்வாறு கூற வேண்டியிருந்தது. அதன் பிறகு எனது கணவன் அமைதியாகி விடுவதோடு என்னைத் தேற்றத் தொடங்கி விடுவார். என்றாலும் சோகமாகக் காணப்படுவார்.

நான் என்னதான் செய்வது என்று அப்போதெல்லாம் என்னை நானே கேட்டுக் கொள்வேன். எனது கடந்த காலம் அவரை இம்சிக்கிறதோ? எனது கடந்த காலத்தில் நான் கெட்டுப் போனவள் என்பதை அவர் அறிந்திருந்ததால் சில சமயங்களில் அவர் மீதும் எனக்கு வெறுப்பு தோன்றும். என்றாலும் நான் அவருக்கு தொடர்ந்து பணிவிடைகள் செய்ததோடு, அவரது மனம் கோணாமல் நடந்து கொண்டேன். அவரை நேசிக்கவும் கற்றுக் கொண்டேன்.

அன்று 1950ஆம் ஆண்டு ஜூன் மாதத்தில் ஒரு நள்ளிரவு நேரம். அப்போது எனது இரண்டாவது மகளுக்கு ஒன்பது மாதங்களே ஆகியிருந்தது. யாரோ கதவு தட்டும் ஓசை கேட்டு நாங்கள் விழித்துக் கொண்டோம். ஆயுதங்கள் தாங்கிய ஐவர் எமது வீட்டுக்கு வெளியே நின்று கொண்டிருந்தார்கள். அவர்கள் எனது கணவனை அழைத்தார்கள்.

டொமிங்குடன் என்னை ஒரு வார்த்தை கூட பேச விடாமல் அவர்கள் எனது கணவனை இழுத்துச் சென்றார்கள். நான் எனதிரு மகள்களையும் தூக்கிக் கொண்டு உடனடியாக எனது மாமியாரின் வீட்டுக்கு ஓடிச் சென்று என்ன நடந்தது என்பதை விவரித்தேன்.

மறுநாள் விடிந்ததுமே நானும், எனது மாமியாரும் காவல் நிலையத்துக்குச் சென்று அதைக் குறித்து முறைப்பாடு செய்தோம்.

பல நாட்கள் கழிந்தும் எனது கணவன் பற்றிய எந்தத் தகவலும் எமக்குக் கிடைக்கவேயில்லை. அவர் எங்கிருக்கிறார் என்பது குறித்தோ, அன்றிரவு வந்த அந்த ஆயுதந் தாங்கிய ஐவரைக் குறித்தோ எனக்கு எதுவுமே தெரிந்திருக்கவில்லை.

எனது கணவனுடைய நண்பர்கள் யார் எவர் என்பதெல்லாம் கூட எனக்குத் தெரிந்திருக்கவில்லை. காரணம் அவர்கள் எமது வீட்டுக்கு வரும் சந்தர்ப்பங்களில் நான் ஏதாவது வேலையாக சமையலறையில் இருப்பேன். பேசுவதற்கு எனக்கு அப்போது சிரமம் இருந்த காரணத்தால் அவரது நண்பர்களுடன் உரையாடவும் நான் வெட்கப்பட்டு வெளியே வர மாட்டேன்.

நான் டொமிங்குக்காக மாத்திரமல்லாமல், எனது குழந்தைகளுக்காகவும் கவலைப்பட்டுக் கொண்டிருந்தேன். ஐந்து மாதங்களுக்கு மேலாக அவருக்காகக் காத்திருந்து பார்த்து முடியாமல் மீண்டும் பஸாய்க்குச் செல்ல நான் தீர்மானித்தேன். எனது குழந்தைகள் பட்டினியில் வாடிக் கொண்டிருக்கையில் நான் இப்படி எதுவுமே செய்யாமல் கணவனுக்காகக் காத்திருப்பதில் அர்த்தமில்லை என்று எனது மாமியாரிடம் கூறினேன்.

பஸாய்க்கு வந்த பிறகு நான், ஒரு பணக்கார வீட்டில் துணிகளைத் தோய்ப்பதையும், தேய்த்துக் கொடுப்பதையும் செய்து வந்தேன். எனக்கு அதன் மூலம் நாட்கூலியாக இரண்டு பெஸோ காசுகள் கிடைத்தன. நான் வேலைக்குப் போயிருக்கும் சந்தர்ப்பங்களில் எனது தாய் குழந்தைகளைப் பார்த்துக் கொண்டாள். மாலை ஐந்து மணிக்கு நான் வீடு திரும்பும்போது எனது குழந்தைக்கு இவ்வளவு பாசமான, பாதுகாப்பான அம்மம்மா கிடைத்திருப்பது குறித்து நான் சந்தோஷமாக உணர்வேன்.

ஒவ்வொரு நாளும் நான் கடினமாக உழைத்தேன். போதுமான பணம் சம்பாதிக்க முயற்சித்தேன். அப்போதுதான் நாங்கள் போதுமான அளவு சாப்பிட முடியும். ஆடைகளைத் துவைப்பதற்கு மேலதிகமாக ஆடைகளைத் தைத்துக் கொடுப்பதையும், திருத்திக் கொடுப்பதையும் கூட செய்து வந்தேன்.

இந்தக் கால கட்டத்தில் உறவினர்களோ, அயலவர்களோ எவருமே எமக்கு உதவவில்லை. எனது கணவன் பற்றிய ஞாபகங்கள்

தொடர்ந்தும் எனது மனதைத் தொந்தரவு செய்யாமல் பார்த்துக் கொண்டேன். சில காலம் சென்றதும் அவர் மீண்டும் வருவார் என்ற எதிர்பார்ப்பு கூட என்னிலிருந்து தொலைந்து போயிருந்தது.

1951ஆம் ஆண்டு மார்ச் மாதத்தில் ஒரு நாள் எனது மகள் ரோஸாரியோ மிகவும் நோய்வாய்ப்பட்டிருந்தாள். அவள் தொடர்ச்சியாக வாந்தியெடுத்துக் கொண்டிருந்ததோடு, கடுமையான வயிற்றுப் போக்காலும் பாதிக்கப்பட்டிருந்தாள். நான் அவளை அருகிலிருந்த மருத்துவமனையொன்றுக்கு அழைத்துப் போனேன். அவளைப் பரிசோதித்த மருத்துவர் அவளது குருதியில் நச்சு கலந்திருப்பதாகக் கூறி அவளை அங்கு தங்க வைக்குமாறு உத்தரவிட்டார்.

எம்மிடமோ மருத்துவமனைக்குச் செலுத்த பணமிருக்கவில்லை. ஆகவே அவர்கள் நோயாளிகளுக்கான இலவச தொண்டு அறையில் அவளை அனுமதித்தார்கள். எமக்கென தனியறையொன்றைப் பெற்றுக் கொள்ளும் அளவுக்கு வசதியிருக்காத காரணத்தால் நானும், எனது தாயும் அந்த அவசர சிகிச்சைப் பிரிவிற்கு வெளியே போடப்பட்டிருந்த கதிரைகளிலேயே இரவும் பகலும் உறங்கி விழித்தவாறு காத்திருந்தோம்.

ரோஸாரியோ உயிர் பிழைக்க ஐம்பது சதவீத வாய்ப்புகளே இருப்பதாக மருத்துவர் கூறினார். அவள் குணமாக வேண்டுமென்று நானும் எனது தாயும் பிரார்த்திக் கொண்டேயிருந்தோம்.

இரண்டு கிழமைகளின் பின்னர்தான் அவள் அபாய கட்டத்தைத் தாண்டி விட்டதாக மருத்துவர் கூறினார். ஒரு குறிப்பிட்ட மருந்தை வாங்கிவருமாறு அதற்கான மருந்துச் சீட்டை மருத்துவர் என்னிடம் தந்தார். என்னிடமோ பணமிருக்கவில்லை. எனக்கு உதவி செய்யவும் கூட எவரும் இருக்கவில்லை. எனது தந்தையின் பணத்தில் எவ்வளவோ காலம் உயிர் வாழ்ந்த எனது சித்திகளோ, மாமாக்களோ கூட எவருமே எமக்கு உதவவில்லை.

நான் லகுனாவிலுள்ள எனது மாமியாரிடம் போனேன். ரோஸாரியோவின் சுகவீன நிலைமையை அவரிடம் கூறியதோடு, மருத்துவர் தந்த மருந்துச் சீட்டையும் அவரிடம் காட்டினேன். அவர் உடனடியாக அதற்குரிய பணத்தைத் தந்ததுமே நான் அருகிலிருந்த ஸ்டா. குரூஸ் நகர மருந்தகத்தில் அந்த மருந்தை வாங்கிக் கொண்டேன்.

அங்கிருந்து பேருந்து நிலையத்துக்குப் போகத் திரும்பும்போது ஆயுதந்தாங்கிய இருவர் என்னை அணுகினார்கள்.

"எந்தச் சத்தமும் போடாமல் எங்களோடு வா. இல்லாவிட்டால்..." என்று ஒருவன் எனது காதருகே இரகசியமாகக் கூறினான்.

நான் மிகவும் பயந்து போனேன். அப்போது பிற்பகல் நான்கு மணியிருக்கும். ரோஸாரியாவுக்குரிய மருந்தைக் கொண்டு சேர்ப்பதற்காக அவசரமாக மருத்துவமனைக்குப் போக வேண்டும் என்ற தவிப்போடு பதற்றத்தில் நான் இருந்தேன்.

ஒருவன் என்னிடமிருந்து அந்த மருந்தைப் பறித்தெடுத்தான். பின்னர் அவர்கள் என்னை மலைகளினூடாக வெகுநேரம் நடக்க வைத்து அழைத்துச் சென்றார்கள். தென்னந்தோப்புகளையும், கோரைப் புற்களையும் கடந்து நடந்தோம். மூங்கில்களையும், பனையோலைகளையும் கொண்டு பல குடிசைகள் நிர்மாணிக்கப்பட்டிருந்த வெட்ட வெளிக்கு வரும்வரைக்கும் நாங்கள் ஒரு மணித்தியாலத்துக்கும் அதிகமாக நடந்திருந்தோம்.

அங்கு எனது கணவன் எமக்காகக் காத்திருப்பதைக் கண்டேன். நான் அவரிடம் ஓடிப் போக முயற்சித்தேன். என்றாலும் ஆயுதங்களை ஏந்தியிருந்த அந்த இருவராலும் நான் தடுத்து நிறுத்தப்பட்டேன். அப்போதுதான் நான் எனது கணவனுக்கருகில் அழகிய பெண்ணொருத்தி நின்று கொண்டிருப்பதைக் கண்டேன்.

"யாரிந்தப் பெண்? ஏன் இவளை இங்கு கொண்டு வந்திருக்கிறீர்கள்? இவளுடைய பெயரென்ன?" என்று அவர்களைக் கேட்டவள், பின்னர் எனது கணவனின் பக்கம் திரும்பினாள்.

"யாரிவள்? உங்களுக்கு இவளைத் தெரியுமா?" என்று அவரிடம் கேட்டாள்.

"இவள் என்னுடைய மனைவி ரோஸா" என்றார்.

"ஓஹ், அப்படியா? இவளை நீங்கள் இங்கு கூடவே வைத்திருக்க மாட்டீர்கள் என்று நம்புகிறேன். ஒருவனுக்கு இரண்டு பெண்களைத் திருமணம் முடிக்க எமது சட்டங்கள் அனுமதிக்காது என்பது உங்களுக்கும் தெரியும்தானே?"என்றாள்.

எனது கணவனுக்கு மற்றுமொரு மனைவி இருப்பதை அந்தக் கணத்தில்தான் நான் அறிந்து கொண்டேன். என்றாலும் கோபத்தையோ, பொறாமையையோ நான் உணரவில்லை. அந்தக்

கணத்தில் எனது மகளைப் பற்றியும், அவளுக்கு உடனடியாகத் தேவைப்படும் மருந்தைப் பற்றியுமான யோசனைகளே எனது சிந்தனையை முழுமையாக ஆட்கொண்டிருந்தன.

நான் அழத் தொடங்கினேன். என்னை அங்கு தடுத்து வைத்திருக்கும் எனது கணவன் மேல் எனக்குக் கோபம் கோபமாக வந்தது.

"நீங்கள் எமது குடும்பத்தையே மறந்து விட்டீர்கள். உங்களுடைய மகள் உடல்நலமில்லாமல் ஆஸ்பத்திரியில் தவித்துக் கொண்டிருக்கிறாள். நான் உங்கள் அம்மாவைச் சந்தித்து மருந்து வாங்கத் தேவையான பணத்தை வாங்கிப் போகவே இங்கு வந்தேன். ஏன் என்னைப் பிடித்துக் கொண்டு வருமாறு உங்கள் ஆட்களுக்குக் கட்டளையிட்டீர்கள்? அவர்கள் ஏன் என்னை இங்கே கொண்டு வந்தார்கள்?" என்று கேட்டேன்.

"அதுவெல்லாம் எனக்குத் தெரியாது, ரோஸா. எனக்கு இங்கு நீ வேண்டும்" என்று மாத்திரமே டொமிங் பதிலளித்தார்.

"என்னை வீட்டுக்குப் போக விடுங்கள். இல்லாவிட்டால் நீங்கள் எல்லோரும் எங்கே இருக்கிறீர்கள் என்பதை இராணுவத்திடம் கூறிவிடுவேன்" என்று கூறி கதறியழுதேன்.

அவரைச் சூழவிருந்த ஆயுதம் தாங்கியவர்கள் உடனே பதற்றமடைந்தார்கள்.

"அப்படியானால் உன்னை இங்கிருந்து போக நாங்கள் விடவே மாட்டோம். அப்படித்தானே கமாண்டர்?" என்று ஒருவன் எனது கணவனிடம் கேட்டான்.

"இவளை கமாண்டரின் மனைவி போல நடத்தாமல் ஒரு சிறைக்கைதி போலவே நடத்துங்கள்" என்று அவர் அங்கிருந்த அனைவருக்கும் உத்தரவிட்டு விட்டு அங்கிருந்து நகர்ந்தார்.

நான் கதறியழுதேன். போர்க் காலத்தில் தடுத்து வைக்கப்பட்டிருந்த எனது பழைய ஞாபகங்கள் அனைத்தும் எனது கண்முன்னே மீண்டும் நிழலாடத் தொடங்கின. நான் கெஞ்சினேன். என்றாலும் எனது கணவன் அங்கிருந்து போய் விட்டிருந்தார்.

அவர்கள் ஒரு குடிசைக்குள் என்னை அழைத்துச் சென்றார்கள். அன்றைய இரவு என்னால் உறங்கவே முடியவில்லை. மகள் ரோஸாரியோ உடல்நலமில்லாமல் இருக்கும் யோசனைகள்

முழுவதுமாக என்னை ஆட்கொண்டிருந்தன. பல ஆண்கள் என்னைக் கண்காணித்தவாறு எனக்குக் காவலிருந்தார்கள்.

அந்தச் சமயத்தில் அங்கிருந்த நிலைமையை நான் முழுமையாகப் புரிந்து கொண்டிருக்கவில்லை. என்ன நடந்திருக்கிறது என்பது பின்னர்தான் எனக்கு விளங்கியது.

ஒரு நாள், குடிசைக்குள் தொங்கவிடப்பட்டிருந்த மேலாடையொன்று கீழே விழுந்தது. நான் அதை எடுத்து மீண்டும் தொங்கவிட முற்பட்ட வேளையில், அதன் சட்டைப்பையிலிருந்து ஒரு சிறிய குறிப்புப் புத்தகம் விழுவதைக் கண்டேன். அது ஒரு நாட்குறிப்பேடு. அதில் எனது கணவனின் கையெழுத்துகள் இருப்பதைக் கண்டேன்.

'ஆயுதந்தாங்கியவர்கள் என்னை எனது வீட்டிலிருந்து கடத்திக் கொண்டு வந்து மலைகளுக்குக் கொண்டு போனார்கள். அவர்கள் அரசாங்கத்துகெதிரான ஆயுதந்தாங்கிய சட்ட விரோதக் குழு என்பது தெரிகிறது. நான் அவர்களுடன் இணைந்து கொள்ள வேண்டும் என்றும் இல்லாவிட்டால் கொல்லப்படுவேன் என்றும் அவர்கள் என்னை மிரட்டினார்கள். எப்போதாவது ஒரு நாள் எனக்கு தப்பிச் செல்லும் வாய்ப்புக் கிடைக்கும். அப்போது எனது குடும்பத்தினரிடம் என்னால் உயிருடன் மீள முடியும் என்று நம்பிக்கையோடு நான் இவர்களோடு இருக்கத் தீர்மானித்திருக்கிறேன்' என்று தொடங்கியிருந்தது அந்த நாட்குறிப்பு. நான் தொடர்ந்து வாசித்துப் பார்த்தேன்.

'அரசாங்கத்துக்கெதிரான இந்த இயக்கத்தைக் குறித்து நான் பல நாட்களுக்குப் பிறகுதான் விவரமாக அறிந்து கொண்டேன். அவை எனது கண்களைத் திறந்து விட்டிருக்கின்றன. இன்று நான் இந்த இயக்கத்தின் கமாண்டராக ஆகியிருக்கிறேன். நான் செத்துப் போய்விட்டேன் என்றுதான் எனது குடும்பத்தினர் நினைத்துக் கொண்டிருப்பார்கள். அவர்களை நான் இழந்து விட்டேன்' என்ற வரிகளை வாசித்துக் கொண்டிருக்கும்போது யாரோ வரும் ஓசை கேட்டு நான் அந்த நாட்குறிப்பை இருந்த இடத்திலேயே வைத்து விட்டேன்.

எனது கணவன் மாத்திரம் அன்று ஆயுதந் தாங்கியவர்களால் கடத்தப்படாதிருந்தால் அவர் எம்முடன் சந்தோஷமாக இருந்திருப்பார் என்பது அப்போதுதான் எனக்குப் புரிந்தது. அவரும், அவருடைய ஆட்களும் எதற்காகப் போராடுகிறார்கள் என்பது

எனக்குத் தெரியவில்லை. தெரிந்து கொள்ளவும் எனக்கு எவ்வித ஆர்வமும் இருக்கவில்லை.

என்னுடைய யோசனைகள் அனைத்துமே ரோஸாரியாவைப் பற்றி மாத்திரமே இருந்தது. அவளுக்குத் தேவையான மருந்து கிடைக்காவிட்டால், சுகவீனம் மீண்டும் தீவிரமாகி அவள் செத்து விடுவாள் என்று தோன்றிக் கொண்டேயிருந்தது. டொமிங் மற்றுமொரு பெண்ணுடன் வாழ்கிறார் என்பது குறித்து நான் கவலைப்படவேயில்லை. என்னால் அவரது நிலைமையைப் புரிந்து கொள்ள முடிந்தது. இந்த மலைகளில் அவர் தனிமையை மிகவும் உணர்ந்திருக்கக் கூடும். எனது மனதின் ஓர் ஓரத்தில் அவர் மீது அப்போதும் பாசம் இருந்தது.

நான் அங்கு தடுத்து வைக்கப்பட்டிருந்த காலத்தில் முதல் மூன்று வாரங்கள் டொமிங்கை நான் மீண்டும் காணவேயில்லை. பிறகொரு நாள் எனது குடிசைக் கதவை யாரோ தட்டும் சத்தம் கேட்டது. திறந்து பார்த்தால் தட்டியவர் டொமிங்.

அவர் என்னுடன் பாசமாகக் கதைத்து அவரது நிலைமையை விளக்க முயன்றார். அரசாங்கத்துக்கு எதிராக, விவசாயிகளுக்குத் தமது காணிகளை மீளப் பெற்றுக் கொடுக்கப் போராடிக் கொண்டிருக்கும் ஆயுதக் குழுவான எச்.எம்.பீ (ஹுக்பொங் மபக்பலயங் பயான்) இயக்கத்தின் தளபதியாக அவர் இருந்தார். ஜப்பானியப் படைகளுக்கெதிராகப் போராடிய பழைய கெரில்லாப் போராளிகள் பலரும் இந்த இயக்கத்தில் சேர்ந்திருந்தார்கள்.

நாங்கள் உரையாடிக்கொண்டிருக்கையில் ஒருவன் அங்கு வந்தான். நான் கடத்தப்பட்டபோது எனது கையில் வைத்திருந்த மருந்தை அப்போது அவன் கையில் வைத்திருந்தான். டொமிங் அதை வாங்கி என்னிடம் தந்த போது நான் விம்மியழுதேன். அந்தச் சிறிய கபில நிற காகிதப் பையை நான் எனது நெஞ்சோடு சேர்த்து அணைத்துக் கொண்டேன்.

“இந்த மருந்து எனது சுகவீனமான பிள்ளைக்குப் போய்ச் சேரவில்லை. அவள் இப்போது உயிரோடு இருப்பாளா?” என்று கேட்டு நான் சத்தமாகக் கதறியழுதேன்.

எனது கணவர் எனக்கு ஆறுதல் கூற முயன்றதோடு என்னைக் கட்டியணைக்க முயற்சித்தார். நான் அவரைத் தள்ளிவிட்டேன். சபித்தேன்.

"என்னைத் தொட வேண்டாம். நான் உங்களை வெறுக்கிறேன். எனது பக்கத்திலேயே நீங்கள் வரக் கூடாது. எனது கண்ணில் படாமல் எங்காவது போய்த் தொலையுங்கள்" என்று கத்தினேன். மகள் ரோஸாரியோ பத்திரமாகவும், ஆரோக்கியமாகவும் இருக்க வேண்டும் என்று ஆண்டவனைப் பிரார்த்தித்தவாறே இருந்தேன்.

நாட்கள் கழிந்தன. இரவும் பகலும் காவல் காக்கப்பட்டுக் கொண்டிருந்த குடிசையொன்றுக்குள் தனிமையில் நான் நாட்களைக் கழித்துக் கொண்டிருந்தேன். என்றாலும் ஒரு நாள் காவலர்கள் யாரும் இல்லாத சந்தர்ப்பத்தில் நான் தப்பிச் செல்ல முயற்சித்தேன்.

காட்டுக்குள்ளால் நான் நடந்துபோய்க் கொண்டிருந்தபோது ஒருவனது பார்வையில் பட்டேன். அவன் என்னைத் துரத்த ஆரம்பித்தான். நான் வேகமாக ஓடினேன். ஐவர் என்னைச் சுற்றி வளைத்துத் துரத்துவதைப் பின்னர்தான் கண்டேன். அவர்களுள் ஒருவன் ஆகாயத்தை நோக்கி துப்பாக்கியால் வேட்டு வைத்து எனக்கு எச்சரிக்கை விடுத்தான்.

எனது கணவனுக்கு அந்தச் சத்தம் கேட்டிருந்தது. அத்தோடு யாரோ அவரிடம் நான் தப்பித்து விட்டதாகக் கூறியிருந்தார்கள். கடுமையாகக் கோபமுற்றிருந்த அவர் என்னைக் கண்டதுமே தன்னுடன் எப்போதும் வைத்திருந்த 45 கலிபர் ரக கைத்துப்பாக்கியால் என்னை மோசமாகத் தாக்கினார். பின்னர் அத்தனை பேர் முன்னிலையிலும் என்னைக் கன்னத்தில் பலமாக அறைந்தார்.

"நான் இதைச் செய்ய விரும்பவில்லை. என்றாலும் நீயேதான் என்னை இதைச் செய்ய வைக்கிறாய்" என்றவாறே மீண்டும் என்னைக் கடுமையாகத் தாக்கினார். பின்னர் என்னைத் தனது குடிலுக்குள் இழுத்துச் சென்றவர் என்னைக் கீழே வீழ்த்தி மிகவும் மூர்க்கமாக ஒரு காட்டுமிராண்டி போல என்னை பாலியல் வல்லுறவு செய்தார்.

எனக்கே தெரியாமல் உறங்கிப் போகும்வரைக்கும் அன்று நான் அழுதுகொண்டேயிருந்தேன். இரவில் யாரோ என்னைத் தட்டியெழுப்பினார்கள்.

அது செல்யா. எனது கணவனின் புதிய மனைவி. எனக்கு உணவினை எடுத்துக் கொண்டு வந்திருந்தவள் என்னுடன் உரையாடினாள். தான் ஒரு செல்வந்தக் குடும்பத்தைச் சேர்ந்தவள்

என்றும், பாடசாலை ஆசிரியையாகப் பணிபுரிந்தவள் என்றும் எனது கணவனைக் காதலித்துத் திருமணம் முடித்ததாகவும் அவள் கூறினாள்.

அவள் தனது இயக்கத்துச் செயற்பாடுகளில் என்னை இணைத்துக் கொள்ள முயற்சித்தாள். என்றாலும் நான் ஆர்வம் காட்டவில்லை.

“நீ எனது கணவனுடன் என்ன வேண்டுமானாலும் செய்து கொள். எனக்குத் தேவைப்படுவதெல்லாம் எனது வீட்டுக்கு, சுகவீனமுற்றிருக்கும் எனது பிள்ளையிடம் செல்வது மாத்திரம்தான். இதுதான் பிள்ளையின் மருந்து. எனக்கு வீட்டுக்குப் போக உதவி செய். என்னுடைய பிள்ளை இப்போது உயிரோடு இருக்கிறதா இல்லையா என்று கூட எனக்குத் தெரியவில்லை” என்று நான் அந்த மருந்தைக் காட்டியவாறே கெஞ்சினேன்.

“என்னால் உனக்கு எந்த உதவியும் செய்ய முடியாது” என்று அலட்சியமாகக் கூறியவாறு அவள் அங்கிருந்து சென்றாள். நான் அழுது கொண்டிருந்தேன்.

ஜப்பானியப் படையினர் எனக்கு என்ன கொடுமையைச் செய்தார்களோ, அதை எனது கணவனாலும் எனக்குச் செய்ய முடிந்திருக்கிறதே என்று நான் அவ்வேளையில் வெகுவாக மனமுடைந்து போய் கடும்கோபத்தோடு இருந்தேன்.

அந்தக் குடிலுக்குள் ஒரு சிறைக்கைதி போல நான் தொடர்ந்தும் தடுத்து வைக்கப்பட்டிருந்தேன். எனது கணவர் பின்னர் தொடர்ந்து என்னிடம் வந்து போகத் தொடங்கினார். சிறிது காலத்திற்குப் பிறகு மீண்டும் என்னுடன் இணக்கமாகி விட்டிருந்தார். செல்யாவைக் குறித்து நான் அவரிடம் விசாரிக்கவேயில்லை.

சில சமயங்களில் அவர் என்மீது மிகுந்த பரிவோடு நடந்து கொண்டார். எனக்காக கிட்டார் இசைத்து பாடல்களைப் பாடுவார். அவ்வேளைகளில் எனக்கே அவரை அரவணைத்துக் கொள்ளத் தோன்றும். அவர் எனதருகே இல்லாத தருணங்களில் அவரை மீண்டும் காணும் ஏக்கத்தில் எனதுள்ளம் மிகவும் தவிக்கத் தொடங்கியது. அவர் மீண்டும் என்னைக் காண வரும்போது நான் மிகவும் மகிழ்ச்சியாக உணர்ந்தேன். என்றாலும் என்னுடைய தவிப்பையோ, அவர் மீதான ஈர்ப்பையோ, சந்தோஷத்தையோ அவரிடம் நான் வெளிப்படையாகக் காட்டிக் கொள்ளவேயில்லை.

சில சமயங்களில் அவர் எனக்கு ஏதாவது காலை உணவை எடுத்துக் கொண்டு வந்து தருவார். அதன் பிறகு நாங்கள் உரையாடிக் கொண்டிருப்போம்.

அவர் எனக்குச் செய்த கொடுமைகள் அனைத்திற்கும் என்னிடம் மன்னிப்புக் கோரினார். எமது பிள்ளைகளுக்காகவேனும் என்னைப் போக அனுமதிக்குமாறு நான் அவரிடம் கெஞ்சிக் கேட்டேன். அவருக்கே தெரியாமல்தான் நான் இந்த மலைக்குக் கொண்டு வரப்பட்டதாக அவர் தெரிவித்தார். அவர் என்னை இழந்து எந்தளவு தவித்துக்கொண்டிருந்தார் என்பதை அறிந்திருந்த அவரது இயக்கத்தைச் சேர்ந்த ஒருவன்தான் மருந்தகத்தில் வைத்து என்னைக் கண்டதும் அவருக்காக என்னைக் கடத்தி வந்திருந்தான் என்றார்.

"நான் இங்கு தனியாகத்தான் இருந்தேன். எனக்கு உன்னைப் பார்க்க வேண்டியிருந்தது. எமது மகள்களும், எமது தாய்மாரும் எப்படியிருக்கிறார்கள் என்பதைத் தெரிந்து கொள்ள வேண்டியிருந்தது. உன்னுடன் பேசி விட்டு உன்னைத் திருப்பி அனுப்பி வைத்து விடலாம் என்றுதான் நான் எண்ணியிருந்தேன். ஆனால் நீதான் மோசமான வார்த்தைகளை உதிர்த்தாய். அதிகாரிகளிடம் எம்மைப் பற்றி முறையிடப் போவதாக அச்சுறுத்தினாய். அதனால்தான் எனது சகாக்கள் உனக்கு ஏதும் தீங்கு விளைவிக்கும் முன்பு நானே உனக்கு தண்டனை வழங்குவது போல நடிக்க வேண்டி வந்தது. நான் இயக்கத்துக்கு நேர்மையாக இருக்கிறேன் என்பதை எனது சகாக்களிடம் நிரூபிக்க வேண்டியிருந்தது. என்றாலும் எனது ஆழ்மனதில் நீதான் எனது அன்புக் காதலி. உன்னைத் தண்டிக்கும்போதெல்லாம் நான் உள்ளுக்குள் மிகவும் வருந்தினேன்" என்றார்.

"உனக்கு என் மீது இன்னும் கோபமா?" என்று எனது கைகளைப் பிடித்தவாறே கேட்டார்.

"அவ்வாறெனில், நீங்கள் ஏன் என்னைப் போக அனுமதிக்கக் கூடாது?" என்று கேட்டேன். அவர் பதிலளிக்காமல் எனது கண்களையே பார்த்துக் கொண்டிருந்தார். நானும் அவரை நேராகப் பார்த்து அவர் என்ன கூறவிழைகிறார் என்பதைப் புரிந்து கொள்ள முயற்சித்தேன்.

அந்தி நேரமது. அவ்வேளையில் யாரோ கதவைத் தட்டுவது கேட்டது. ஒருவன் எமக்கான இரவுணவை எடுத்து வந்திருந்தான். நாங்கள் அமைதியாக உணவருந்தினோம். அவர் என்னைப்

பார்த்துப் புன்னகைத்ததோடு நானும் புன்னகைத்தேன். அந்த இடத்தில் நான் புன்னகைத்த முதல் சந்தர்ப்பம் அதுதான்.

இரவுணவுக்குப் பின்னர் அவர் தனது மேலாடையை அணிந்து கொண்டார். அவர் விடைபெறப் போகிறார் என்பது எனக்குப் புரிந்தது.

"ஆகவே நாங்கள் இருவரும் இப்போது அவரவருடைய நிலைமைகளைப் புரிந்து கொண்டுள்ளோம். எனது நிலைமை உனக்கு இப்போது நன்றாகப் புரிந்திருக்கும். ஒரு தக்க தருணம் அமையும். அப்போது நாங்கள் உன்னை வீட்டுக்கு அனுப்பி வைப்போம்" என்றார்.

அவர் போவதைப் பார்த்துக்கொண்டிருந்துவிட்டு நான் தரையில் விரிக்கப்பட்டிருந்த எனது பாயில் உறங்குவதற்காகப் படுத்துக் கொண்டேன். எப்போதாவது ஒரு நாள் எனக்கு வீட்டுக்குப் போகலாம் என்பது உறுதிப்படுத்தப்பட்டிருந்ததால் நான் சந்தோஷமாக உணர்ந்தேன். அவர் வாக்குறுதியளித்திருக்கிறார் என்று எனது மனதின் ஆழத்தில் அவரை மிகவும் நேசிக்கத் தொடங்கினேன்.

அடுத்த மூன்று நாட்கள் நான் டொமிங்கைக் காணவேயில்லை. காவலர்களிடம் அவரைப் பற்றி விசாரித்தேன். எவரும் பதிலளிக்கவில்லை.

நான்காம் நாள் இரவில், நான் தூங்கிக் கொண்டிருக்கும்போது கதவு தட்டப்படுவது கேட்டது. வந்தவர் எனது கணவர். அன்றிரவு அவர் என்னுடன் படுத்துறங்கினார் என்றாலும் அவர் எங்கே போயிருந்தார் என்று நான் விசாரிக்கவேயில்லை.

மறுநாள் அவர் விடிகாலையிலேயே எழுந்து கொண்டார். நாங்கள் காலை உணவையும் ஒருவரோடு ஒருவர் புன்னகைத்தவாறு ஒன்றாகவே அருந்தினோம். அவர் சந்தோஷமாக இருப்பதை நான் உணர்ந்ததால் நானும் சந்தோஷமாக உணர்ந்தேன். அவர் இனியும் எனக்கு அச்சுறுத்தலாகவோ, ஜப்பானியப் படையினர் எனக்கிழைத்த கொடுமைகளை மீண்டும் ஞாபகப்படுத்துபவராகவோ இருக்க மாட்டார் என்ற நம்பிக்கையில், நான் அவருடன் இருப்பதை இப்போது ஆறுதலாக உணர்ந்தேன். அவர் மீதான எனது நேசத்தை வெளிப்படையாகவே காண்பித்தேன். நான் அவருடன்

இருக்கும்போதுதான் சந்தோஷமாக இருப்பதை அவருக்குக் காண்பிக்க விரும்பினேன்.

என்னதான் இருந்தாலும் உள்ளுக்குள் நான் எனது தாயைப் பற்றியும், எனது குழந்தைகளைப் பற்றியும்தான் கவலைப்பட்டுக் கொண்டிருந்தேன். நான் இல்லாமல் அவர்கள் எப்படி உயிர்வாழ்வார்கள்? நான் மட்டும்தான் வீட்டில் உழைத்துக் கொண்டிருந்தேன். நானும் இப்போது இல்லாமல் அவர்களுக்கு யார்தான் ஆதரவு காட்டுவார்கள் என்றெல்லாம் கவலைப்பட்டுக் கொண்டிருந்தேன்.

சில காலத்துக்குப் பிறகு நான் மீண்டும் கர்ப்பமாக இருப்பதை அறிந்து கொண்டேன். நான் காய்ச்சலோடு, பலவீனமாக உணர்ந்தேன். அடிக்கடி எனக்கு மயக்கம் ஏற்பட்டது. மாதவிடாய் வராமலிருந்ததோடு, எனக்குப் பசியெடுக்கவுமில்லை. பச்சை மாங்காய், புளியம்பழம் போன்ற பழங்களைச் சுவைக்க மிகவும் ஆசையாகவிருந்தது. எனக்கு உடல்நிலை சரியில்லை என்பதை எனது கணவர் உணர்ந்து என்னிடம் விசாரித்தார். நான் அதற்குப் பதிலளிக்கவேயில்லை.

ஒரு நாள் எனது கணவர் என்னிடம், தனது சகாக்கள் இருவரிடம் கொஞ்சம் பணத்தை எனது தாய்க்குக் கொடுத்தனுப்பப் போவதாகக் கூறினார். அது வீண்வேலை என்றே எனக்குத் தோன்றியது. காரணம் அவ்வளவு பெரிய பஸாய் மாகாணத்தில் எனது தாயுடைய சின்னஞ்சிறிய குடிசையை அவர்களால் எப்படிக் கண்டு பிடிக்க முடியும்?

ஆகவே நான் மீண்டும் எமது பிள்ளைகளுக்காக வேண்டியாவது என்னைப் போக அனுமதிக்குமாறு அவரைக் கெஞ்சிக் கேட்டேன். அவரது கால்களில் விழுந்து மன்றாடினேன். அவர் என்னைக் கவலையோடு பார்த்தார்.

"என்னால் உன்னை அனுப்ப முடியாது. அனுப்பி வைத்தால் எனது சகாக்கள் உன் மீதுள்ள கோபத்தை என்னிடமோ, உன்னிடமோ காட்டுவார்கள். இராணுவத்திடம் நீ எமது செயற்பாடுகள் பற்றி முறையிடப் போவதாகக் கூறியதிலிருந்து அவர்கள் அனைவரும் உன் மீது நம்பிக்கையிழந்திருக்கிறார்கள்" என்றார்.

நான் மிகுந்த கவலைக்குள்ளானேன். இரவும், பகலுமாக கெரில்லாக்கள் காவலிருந்த குடிலுக்குள் நான் சிறைப்பட்டிருந்தேன்.

என்றாலும் ஒரு நாள் இராணுவம் எங்களுக்கு எதிர்பாராத அதிர்ச்சியைத் தந்தது. நாங்கள் இருந்த பகுதிக்கு அது குண்டு போட்டது. படையினருக்கும், இயக்கத்தவர்களுக்குமிடையே மோதல் நடந்தது. எனது கணவரின் இயக்கத்தவர்களில் சிலர் அதில் கொல்லப்பட்டார்கள்.

அதனால் எனது கணவர் தனது இயக்கத்தவரை பின்வாங்க உத்தரவிட்டார். நாங்கள் அந்த முகாமைக் கைவிட்டு விட்டு, மலைகளினூடே இரண்டு இரவுகள், இரண்டு பகல்கள் நடந்து நடந்து இருப்பிடமொன்றைத் தேடியலைந்தோம். ஒரு பாதுகாப்பான இடத்தைக் கண்டடைந்ததும், இயக்கத்தவர்கள் பனையோலைகளைக் கொண்டு சில குடில்களை அமைத்தார்கள். களைத்துப் போயிருந்த நாங்கள் அவற்றில் படுத்துக்கொண்டோம். என்றாலும் எதுவும் சாப்பிடவில்லை. காரணம் சாப்பிட எம்மிடம் எதுவுமே இருக்கவில்லை.

மறுநாள் விடிகாலையில் எனக்குக் கடுமையான வயிற்றுவலி ஏற்பட்டது. கரு கலையப் போகிறது என்றுதான் நான் பயந்து போயிருந்தேன். நான் கர்ப்பமாக இருக்கிறேன் என்பதையும் அப்போதுதான் எனது கணவர் அறிந்து கொண்டார்.

ஆகவே நான் படுத்திருக்கவும், ஓய்வாக இருக்கவும் அனுமதிக்கப்பட்டேன். நான் மிகவும் பலவீனமாக உணர்ந்தேன். மீண்டும் எனது கணவனிடம் மன்றாடத் தொடங்கினேன்.

"தயவுசெய்து என்னை வீட்டுக்குப் போக விடுங்கள். இந்த மலையில் நான் எப்படி குழந்தையைப் பிரசவிக்க முடியும்? பிரசவித்தால் எமக்கு என்ன நடக்கும்? எம்மிடம் மருந்துகளில்லை. பிரசவம் பார்க்க மருத்துவர்கள் இல்லை. உதவிக்கும் யாருமே இல்லை. தயவுசெய்து என்னைப் போக விடுங்கள்" என்று கெஞ்சினேன்.

டொமிங் மௌனமாக இருந்தார். பின்னர் செல்யா அழைத்ததும் அவளிடம் போய் விட்டார். எனது கணவனின் கவனம் முழுவதும் என்னிடம் திரும்பியிருந்ததால், அவள் இப்போது என் மீது பொறாமை கொண்டிருந்தாள்.

அப்போது மலைகளில் தங்கத் தொடங்கி சரியாக மூன்று மாத காலங்கள் ஆகியிருந்தன. தப்பிச் செல்ல எனக்கு எந்த வாய்ப்புமே கிடைக்கவில்லை. பழைய கொடுங்கனவுகள் எனக்கு மீண்டும்

வர ஆரம்பித்தன. ஜப்பானியப் படையினரின் உருவங்கள் எனது உறக்கத்தில் தோன்றவாரம்பித்தன.

ஒரு நாள் காலையில், மற்றுமொரு குடிலில் நடைபெற்றுக் கொண்டிருந்த இயக்கக் கூட்டத்துக்கு வருமாறு நான் அழைக்கப்பட்டேன். அங்கு டொமிங் உரையாற்றிக் கொண்டிருந்தார்.

“செல்யாவோடு மேலும் நமது மூன்று தோழர்கள் உணவுகளையும், மருந்துகளையும் வாங்கிக் கொண்டு வருவதற்காக நகரத்துக்கு அனுப்பி வைக்கப்படுகிறார்கள். ரோஸாவும் அவர்களோடு செல்வாள்” என்றார்.

“நான் எதற்கு? என்னால் போக முடியாது” என்றேன் நான்.

“இவள் தப்பிக்க வாய்ப்பிருக்கிறது, இல்லையா? அப்படித் தப்பிக்க முயற்சித்தால் என்ன செய்வது?” என்று செல்யா கேட்டாள்.

“தப்பிக்க முயற்சித்தால் இவளை அங்கேயே சுட்டுக் கொல்லுங்கள். எல்லோரும், செல்யா நீயும், மற்ற மூவரும் இதை நன்றாகக் கேட்டுக் கொள்ளுங்கள். நீங்கள் இவளைத் தப்ப விட்டால் நீங்களும் கூட இங்கே திரும்பி வரக் கூடாது. வந்தால் உங்கள் எல்லோரையும் கொன்று விடுவேன்” என்று டொமிங் என்னை முறைத்துப் பார்த்தவாறே கூறினார்.

“சரி. நாளை விடிகாலையிலேயே நீங்கள் அனைவரும் நகரத்துக்குப் புறப்பட வேண்டும்” என்று கூறி கூட்டத்தை முடித்து வைத்தார்.

நான் எனது குடிலுக்குத் திரும்பி வந்து எனது நிலைமையை எண்ணி வருந்திக் கொண்டிருந்தேன். எனது கணவர் வந்தார்.

“ரோஸா, நீ அவர்களோடு போக வேண்டும். நகரத்தை அடைந்ததுமே எப்படியாவது இவர்களிடமிருந்து தப்பித்து விடு” என்றார்.

“இல்லை. என்னால் அவர்களுடன் போக முடியாது. நான் இங்கேயே இருந்து நீங்கள் தரும் துன்பங்களையெல்லாம் எப்படியாவது சகித்துக் கொள்கிறேன். அவர்களுடன் போய் தப்பிக்க முயற்சி செய்து நான் கொல்லப்படுவதையா நீங்களும் விரும்புகிறீர்கள்?” என்று கேட்டேன்.

“ரோஸா, நகரம் முழுதும் இராணுவத்தினர்கள் நிறைந்திருக்கிறார்கள். அப்போது நீ தப்பிக்க முயற்சித்தால் இவர்களால் பகிரங்கமாக

உன்னைச் சுட்டுக் கொல்ல முடியாது. ரோஸாரியோ இறந்து விட்டாள். நமது மூத்த மகளுக்கு நீ இப்போது தேவைப்படுகிறாய். நான் எனது ஆட்களிடம் உனது தாயாருக்கு கொஞ்சம் பணம் அனுப்பி வைத்தேன். அவள் வாங்கிக் கொள்ள மறுத்து விட்டாள். ரோஸாரியோ இறந்து விட்டதால் இனிமேல் எதுவும் தேவையில்லை என்று அவள் கூறியனுப்பினாளாம். தயவுசெய்து எமது மூத்த மகளுக்காகவாவது, நீ இப்போது சுமந்து கொண்டிருக்கும் பிள்ளைக்காகவாவது நீ தப்பித்து விடு. என்னை மன்னித்து விடு" என்றவர் மிகவும் கவலையோடு காணப்பட்டார்.

"ரோஸாரியோ மாத்திரம் செத்துப் போயிருந்தால் நான் உங்களை மன்னிக்கவே மாட்டேன். எனது பார்வையிலேயே படாமல் எங்காவது போய்த் தொலையுங்கள். நான் உங்களை வெறுக்கிறேன்" என்று கதறியழுதேன். அவரை மீண்டும் மீண்டும் சபித்தேன். நான் அவரைக் கடைசியாகக் கண்ட சந்தர்ப்பம் அதுதான்.

நான் அன்றும், மறுநாள் விடிகாலை வரையும் அழுது கொண்டேயிருந்தேன். விடிகாலை ஐந்து மணியளவில் செல்யா வந்து கதவைத் தட்டினாள். அது அங்கிருந்து கிளம்புவதற்கான நேரம்.

நாங்கள் இருவரும், மேலும் மூன்று ஆண்களோடு மலைகளிலிருந்து கீழே இறங்கினோம். அவர்களது பைகள் அனைத்திற்குள்ளும் கைத்துப்பாக்கிகள் ஒளிந்திருந்தன.

நாங்கள் நடந்து செல்லும்போதும் என்னைத் தனியே போக அனுமதிக்குமாறு நான் செல்யாவிடம் கெஞ்சிக் கேட்டேன். நான் தப்பித்துவிட்டால் எல்லோருமே கொல்லப்பட்டு விடுவோம் என்று கூறி அவள் உறுதியாக மறுத்து விட்டாள்.

நாங்கள் காலை ஒன்பது மணியளவில் நகரத்தைச் சென்றடைந்தோம். அங்கு அரிசியும், காய்கறிகளும் வாங்கினோம்.

அவர்கள் மேலும் சில பொருட்களைத் தேர்ந்தெடுத்துக் கொண்டிருக்கும்போது, மணிலாவுக்குச் செல்லும் பேருந்தொன்று வந்து நின்றதைக் கண்டதும் நான் வேகமாக ஓடிப் போய் அதில் தொற்றி உள்ளே ஏறிக் கொண்டேன். அவர்கள் என்னைக் கண்டார்கள். எனினும் உடனடியாக துப்பாக்கியை எடுத்து அவர்களால் என்னைக் குறிபார்க்க முடியவில்லை. காரணம், நான்

வேட்கை தணிக்கும் பெண்ணின் சுயசரிதை | 155

இராணுவத்தினன் ஒருவனுக்கு அருகில் அமர்ந்திருந்தேன். பேருந்து புறப்பட்டது.

ஒன்றரை மணித்தியாலங்களுக்குப் பிறகு நான் எனது தாயின் வீட்டை வந்தடைந்தேன். எனது மகள்கள் இருவரும் அங்கு விளையாடிக் கொண்டிருந்ததைக் கண்ட நான் ஆனந்தக் கூச்சலிட்டுத் துள்ளிக் குதித்தேன். ரோஸாரியோ உயிருடன் இருப்பதைக் கண்டு ஆனந்தக் கண்ணீர் வடித்தேன். எனது குழந்தைகள் இருவரையும், எனது தாயையும் ஆறத் தழுவினேன். ரோஸாரியோ இறந்துவிட்டதாகக் கருதி கவலைப்பட்டுக் கொண்டிருந்ததைக் கூறினேன்.

நான் காணாமல் போய்விட்டதை எண்ணி மிகுந்த கோபத்தோடு இருந்ததால்தான், அவர்களிடம் ரோஸாரியோ செத்துப் போய்விட்டதாகக் கூறியதாக எனது தாய் என்னிடம் விளக்கமாகக் கூறினாள். எனக்கு நடந்ததையெல்லாம் நான் அவளிடம் மறைக்காமல் கூறினேன். அவள் கதறியழுதாள். எனது கணவனே எனக்கு இழைத்ததையெல்லாம் கேட்டு அவள் என்னை அரவணைத்து ஆறுதல் கூறினாள்.

"உன்னுடைய தலைவிதி இது, ரோஸா. எப்போதும் ஆண்டவனைப் பிரார்த்தித்துக் கொண்டேயிரு. எனது அப்பாவி மகளே, பொறுமையோடு உனது துன்பங்களைத் தாங்கிக் கொள். நிச்சயமாக என்றாவது ஒரு நாள் நீ சந்தோஷமாக இருப்பாய்" என்றாள்.

நான் மீண்டும் வேலைக்குப் போகத் தொடங்கினேன். பிறரது அழுக்குத் துணிகளைத் தோய்ப்பதும், அழுத்திக் கொடுப்பதுமான வேலை. அத்தோடு ஆடைகளைத் தைத்தும் கொடுத்தேன். நான் மிகவும் பாடுபட்டு உழைத்தேன். அப்போதுதான் நம் அனைவருக்கும் சாப்பிடப் போதுமான அளவு பணமீட்ட முடிந்தது. என்றாலும் நான் மிகவும் களைத்துப் போயிருந்தேன்.

அவ்வேளையில் நான் ஒன்பது மாத கர்ப்பிணியாக இருந்தேன். நான் ஓய்வெடுக்க வேண்டும் என்று எனது தாய் சொல்லிக் கொண்டேயிருந்தாள். எனக்காக அவள் ஏஞ்சலிஸ் நகரத்தில் ஒரு செல்வந்த வீட்டில் சமையல்வேலையைத் தேடிக் கொண்டாள். என்னை எனது சித்திகளினதும், மாமாமாரினதும் பொறுப்பில் விட்டு விட்டு அவள் வேலைக்குப் போனாள்.

அன்று 1951ஆம் ஆண்டு, டிசம்பர் மாதம் 24ஆம் திகதி. நான் வேலை பார்க்கும் வீட்டுக்குப் போய் அவர்களது ஆடைகளை அழுத்தித் தரட்டுமா என்று கேட்டேன். எனக்கு ஊதியம் நாட்கூலியாகவே கிடைத்து வந்ததாலும், நத்தார் தினம் நெருங்குவதாலும் ஏதாவது வேலை செய்து கொஞ்சம் பணமீட்ட வேண்டும் என்று கருதினேன். நிறைமாதக் கர்ப்பிணியான நான் வேலை செய்வதை அந்த வீட்டுப் பெண்மணி விரும்பவில்லை. பின்னர் நான் வற்புருத்தி நின்றதால் அவள் சம்மதித்தாள் என்றாலும் எனது நிலையைக் குறித்து வருந்தினாள்.

அவள் மிகவும் இலகுவான வேலைகளையே அன்றைய தினம் எனக்குத் தந்தாள். நான் தலையணை உறைகளையும், உள்ளாடைகளையும், திரைச்சீலைகளையும் அழுத்திக் கொண்டிருந்தேன். அப்போது பிற்பகல் மூன்று மணியிருக்கும். திடீரென்று பிரசவ வலியை உணர்ந்தேன். என்னால் அதற்கு மேலும் வேலை செய்ய முடியவில்லை. ஆகவே அவள் என்னைப் போக அனுமதித்ததோடு, அன்றைய நாட்கூலியான ஐந்து பெஸோக்களை முழுமையாக என்னிடம் தந்தாள்.

வீட்டை நெருங்குகையில் எனது வலி தீவிரமாகத் தொடங்கியிருந்தது. மகப்பேற்றுத் தாதியாகவிருந்த லோரியா அத்தையை உடனே கூட்டிக் கொண்டு வருமாறு நான் எமில் மாமாவைக் கேட்டுக் கொண்டேன்.

அத்தை உடனே வந்ததோடு, நான் அந்த நத்தார் தினம் பிறப்பதற்கான நள்ளிரவில் குழந்தையைப் பிரசவித்தேன். பட்டாசுகள் வெடிக்கும் கொண்டாட்ட ஓசைகள் எனது காதில் விழுந்தன. பக்கத்து வீட்டு வானொலியில் 'ஸைலன்ட் நைட்' பாடல் ஒலித்துக்கொண்டிருந்தது.

"சந்தோஷமாக இரு, ரோஸா. உனக்கு மகன் பிறந்திருக்கிறான்" என்றாள் அத்தை.

"யேசு கிறிஸ்துவே, பிரசவத்தில் எனது மகனைக் காத்துத் தந்ததற்கு பிதாவே உமக்கு நன்றி!" என்று முணுமுணுத்தேன். எனது குழந்தைக்கு அவன் நத்தார் தினத்தில் பிறந்ததால் 'ஜீஸஸ்' என்று பெயரிட்டேன்.

எனது அத்தை குழந்தையையும், என்னையும் கழுவித் துடைத்தாள்.

“ரோஸா, உனக்கு இரத்தப் போக்கு மிக அதிகமாக இருக்கிறது. அதனால் கவனமாக இரு” என்றாள்.

அன்று பின்னேரம்தான் எனது தாய் ஏஞ்சலிஸிலிருந்து திரும்பி வந்தாள். அவள் என்னையும், எனது குழந்தையையும் கண்டதுமே ஆண்டவனுக்கு நன்றி கூறி முணுமுணுத்தவாறு பிரார்த்தனையில் ஈடுபடத் தொடங்கி விட்டாள். நான் பிரசவிப்பதைப் போல தான் கனவு கண்டதால் உடனடியாகப் புறப்பட்டு வந்ததாகவும், இனிமேல் ஏஞ்சலிஸுக்குப் போகாமல் என்னுடனே இருப்பதாகவும் அவள் கூறினாள். அவள் அங்கு தனக்கு ஊதியமாகக் கிடைத்த பணத்தைச் சேமித்து வைத்திருந்தாள். தான் பணிபுரிந்த வீட்டிலிருந்தவர்கள் கொடுத்திருந்த பரிசுப் பொருட்கள் சிலவற்றையும் அவள் எடுத்துக் கொண்டு வந்திருந்தாள்.

குழந்தை பிறந்து ஒரு வாரத்துக்குப் பிறகுதான் நான் மீண்டும் வேலைக்குப் போகத் தொடங்கினேன். எனது தாய் எனது மூன்று குழந்தைகளையும் பார்த்துக் கொண்டாள். அவர்களைக் காணும்போதெல்லாம் என் மனதில் மகிழ்ச்சியானது, பிரவாகமாய் ஊற்றெடுத்தது.

டொமிங்கை மீண்டும் சந்திக்கும் எதிர்பார்ப்புகள் அனைத்தும் என்னுள்ளே எப்போதோ காணாமல் போயிருந்தன. அவருக்கும் அவரது இயக்கத்தவர்களையும் செல்யாவையும் விட்டு வருவது கடினமாகத்தான் இருக்கும் என்பது எனக்கு விளங்கியது. ஆகவே எனது குழந்தைகளுக்கு நானே தாயாகவும், தகப்பனாகவும் இருந்து அவர்களைக் காப்பேன் என்று எனக்கு நானே கூறிக் கொண்டேன்.

இரண்டு வருடங்களின் பிறகு, அதாவது 1953ஆம் ஆண்டு நவம்பர் மாதத்தில் ஒரு நாள் நான் அந்தச் செய்தியை வானொலியில் கேட்டேன்.

‘லகுனா, ஸ்டா குரூஸைச் சேர்ந்த டொமிங்கோ இன்று லகுனா சான் பப்லோ நகரத்தில் நடந்த இராணுவ மோதலில் கொல்லப்பட்டார்.’

அவரது இயக்கத்தைச் சேர்ந்த மேலும் சிலர் கொல்லப்பட்டதோடு, பலரும் கைது செய்யப்பட்ட செய்தியும் எனது காதில் விழுந்தது. எனது ஆழ்மனதில் அப்போதும் அவர் மீதான நேசத்தை நான் உணர்ந்ததோடு, அவரது இறப்பை முன்னிட்டு நான் பிரார்த்தித்து சில நாட்கள் துக்கம் அனுஷ்டித்தேன்.

மூன்று மாதங்களுக்குப் பிறகு, டொமிங்கின் இயக்கத்தவர்கள் தடுத்து வைக்கப்பட்டிருந்த சிறைச்சாலைக்கு அவர்களைப் பார்த்து வரப் போனேன். அவருக்கு என்ன நடந்தது என்பதை எனக்குத் தெரிந்து கொள்ள வேண்டியிருந்தது. எனது வருகை அவர்களை வெகுவாக ஆச்சரியமடையச் செய்தது.

"நீ இன்னும் உயிரோடுதான் இருக்கிறாயா, ரோஸா?" என்று அவர்களில் ஒருவர் வியப்பு மேலிடக் கேட்டார்.

"அன்று செல்யாவும், மற்றவர்களும் மலைக்குத் திரும்பி வந்து, நீ தப்பிக்க முயற்சித்ததால் உன்னைச் சுட்டுக் கொல்ல நேர்ந்ததாக உனது கணவனிடம் கூறினார்கள். அவர் மிகுந்த கவலையில் ஆழ்ந்தார். அதன்பிறகு அவர் முன்பு போல் இருக்கவேயில்லை. எப்போது பார்த்தாலும் ஏதாவது யோசனையிலேயே மூழ்கியிருந்தார். இவ்வாறெல்லாம் நடந்ததற்கு தான்தான் பொறுப்பு என்று நினைத்திருப்பார். ஆகவே இராணுவமே தன்னைக் கொல்லும்வரைக்கும் அவர் பெரிதாக எதிர்க்காமல் சாதாரணமாக மோதிக் கொண்டிருந்தார்" என்றார்கள்.

எனக்கு ஒரு மகன் பிறந்ததையும், மூன்று குழந்தைகளோடு நானும், எனது தாயும் சந்தோஷமாக வாழ்ந்து வருவதாகவும் நான் அவர்களிடம் கூறிவிட்டு வீடு திரும்பினேன்.

அதன்பிறகு நான் கவலையை உணரவேயில்லை. அவ்வளவு காலமும் நான் அனுபவித்தவற்றின் காரணமாக ஒருவேளை எனது மனது கல்லாகியிருக்கக் கூடும். எனக்கு அழ வேண்டும் போலிருந்தது. என்றாலும் கண்ணீர் வரவேயில்லை. டொமிங்கை நான் நேசித்தேன் என்பதை உணர்ந்தேன்.

இனிமேல் நான் சொந்தக் காலில் நிற்கவேண்டும். காரணம் எனது குழந்தைகளை வளர்த்தெடுக்க உதவ அந்த ஆண்டவனையும், எனது தாயையும் தவிர எனக்கு வேறு யாருமில்லை என்று எனக்கு நானே சொல்லிக் கொண்டேன்.

ஒற்றைத் தாய்

அடுத்து வந்த ஏழாண்டுகள் முழுவதும் நான் பிறரது அழுக்குத் துணிகளைக் கழுவிக் கொடுக்கும் பணியைத்தான் செய்து வந்தேன். கிழமையில் இரண்டு நாட்கள் ஒரு வீட்டில் என ஒரு கிழமைக்கு மூன்று வீடுகளில் மாறி மாறிப் பணியாற்றினேன்.

ஒரு வீட்டில் காலை ஏழு மணிக்கு வேலையைத் தொடங்கும் நான் வேலையை முடிக்க மாலை ஆறு மணியாகி விடும். நாள் முழுதும் துணிகளைக் கழுவிய பின்னர், அந்தியாகி வீட்டுக்கு வரும்போது, கழுவிக் காய்ந்த ஆடைகளைக் கட்டியெடுத்துக் கொண்டு வருவேன். அவ்வாறு கொண்டு வரும் ஆடைகளை அழுத்தியால் தேய்க்கும் வேலையை இரவில் செய்வேன். அந்த வேலை இரவு எட்டு மணிக்குத் தொடங்கி விடிகாலை நான்கு மணி வரை தொடரும். அவ்வாறு அழுத்திக் கொடுத்தால் ஒரு நாளைக்கு இரண்டு பெஸோ காசுகள் மேலதிகமாகக் கிடைக்கும்.

மறுநாள் அடுத்த வீட்டுக்குச் செல்வேன். நேற்றுச் செய்த அதே வேலைகளை இன்று அடுத்த வீட்டில் செய்வேன். இப்படியாக ஏழு வருடங்கள் கடுமையாக வேலைசெய்ததன் பிரதிபலனாகத்தான் இன்றும் கூட எனது கைகளும், தோள்களும் மரத்திருக்கின்றன.

என்றாலும் எனக்கு மிகவும் அன்பான வாடிக்கையாளர்கள் கிடைத்திருந்தார்கள். அவர்கள் என்னை நன்கு கவனித்துக் கொண்டதோடு எனது பிள்ளைகளுக்கென தமது பழைய ஆடைகளையும் தந்து உதவினார்கள்.

நான் வேலைக்குப் போயிருக்கும் சமயங்களில் எனது தாய் சந்தைக்குப் போய் வந்து, சமைத்து, எனது பிள்ளைகளையும் பத்திரமாகப் பார்த்துக் கொண்டார்.

அநேகமாக நான் வேலை பார்த்த வீடுகளிலேயே எனக்கு சாப்பிடவும் தருவார்கள்.

என்னதான் நான் கஷ்டப்பட்டு வேலை செய்தாலும் சந்தோஷமாகவே இருந்தேன். காரணம் எனது பிள்ளைகளைப் பாடசாலைக்கு அனுப்ப என்னால் முடிந்தது. எப்போதாவது கொஞ்சம் ஓய்வு நேரம் கிடைத்தாலும் நான் ஆடைகளைத் தைத்துக் கொடுத்தேன். எனது அயலவர்களும், உறவினர்களும் எனது விடாமுயற்சியைக் கண்டு ஆச்சரியப்பட்டார்கள்.

'ஆம்பளையைப் போல வேலை செய்ய ரோஸாவால் முடியும். ஒரு குடும்பத்தையே அவள் பார்த்துக்கொள்ள வேண்டியிருப்பதுதான் அதற்குக் காரணம்' என்று அவர்கள் கதைத்துக் கொண்டார்கள்.

எப்போதாவது நான் எனது தாயுடன் தனித்திருக்கும்போது பழைய போர்க்கால காயங்களை நினைவுகூருவேன். என்றாலும் உடனே அவள் தனது கையால் எனது வாயைப் பொத்தி கடந்த காலத்தைப் பற்றி நான் பேச முற்படுவதைத் தடுப்பாள்.

"ரோஸா, அந்தக் காலம் கடந்து போய்விட்டது. இனிமேல் நீ இனிவரப் போவதைப் பற்றி மட்டுமே யோசிக்க வேண்டும். உன்னுடைய யோசனைகள் எல்லாம் உனது பிள்ளைகளை மையமாகக் கொண்டே இருக்க வேண்டும். அவர்களது நல்ல வருங்காலத்தைப் பற்றி யோசிக்க வேண்டும். பழையதையெல்லாம் மறந்து விடு. கடந்து போனதையெல்லாம் குழி தோண்டிப் புதைத்து மறந்து விடு" என்பாள்.

விடுமுறை நாட்களிலும் கூட நான் துணி துவைப்பதையும், ஆடைகளைத் தேய்த்துக் கொடுப்பதையும் செய்து வந்தேன். நத்தார் காலங்களிலும், ஜனங்கள் எல்லோரும் விடிகாலையிலேயே எழுந்து வழிபாடுகளுக்காகப் போகும்போது கூட நான் ஆடைகளைத் தேய்த்துக்கொண்டிருப்பேன். அவர்கள் எல்லோரும் தேவாலயங்களுக்குப் போவதைப் பார்த்தவாறே வேலை செய்து கொண்டிருப்பேன்.

தேவாலயங்களில் மணியடிப்பதுவும், நத்தார் ஞான கீதங்கள் பாடப்படுவதும் கேட்கும். நான் மௌனமாக உள்ளுக்குள் அழுது கொண்டிருப்பேன். எனக்கும் வழிபாட்டுக்குப் போக ஆசையாக இருக்கும். என்றாலும் தேய்த்துக் கொடுப்பதற்காக ஆடைகள் நிறைந்திருக்கும்.

நான் இறைவனை முழுமையாக விசுவாசித்தேன். என்னால் தாங்க முடியாத கஷ்டங்களை அவர் எனக்குத் தரவே மாட்டார் என்பதை நான் அறிவேன். அவர் எனக்கு தொடர்ந்தும் ஆன்மீக ரீதியிலும், ஆரோக்கியத்திலும் நல்ல பலத்தைத் தர வேண்டும் என்பது மாத்திரம்தான் எனது பிரார்த்தனையாகவிருந்தது. நத்தார் தினத்தின் மாலை வேளைகளிலும், ஜனங்கள் நள்ளிரவு திருப்பலிக்குச் செல்லும்போதும் நான் வேலை செய்து கொண்டேயிருப்பேன்.

இவ்வாறாக ஒரு நத்தார் தினத்தின் காலைவேளையில், தேய்த்து வைத்திருந்த புத்தாடைகளைக் கொடுத்து விட்டு வருவதற்காக ஒரு வாடிக்கையாளர் வீட்டுக்கு நான் எனது மகளோடு விரைந்து சென்றேன். அவர்கள் அதைத்தான் தேவாலயத்துக்கு அன்று அணிந்துகொண்டு போக வேண்டும்.

தேய்த்து மடித்த ஆடைகள் அடுக்கி வைக்கப்பட்டிருந்த பெட்டியை மகள் தூக்கிக் கொள்ள, நான் தொங்கவிடப்பட்டிருந்த ஆடைகளை உயர்த்திப் பிடித்தவாறு நாங்கள் நடந்து போய்க் கொண்டிருந்தோம். வழியில் சில நண்பர்களைச் சந்தித்தோம்.

"இனிய நத்தார் வாழ்த்துகள், ரோஸா. ஏன் இதையெல்லாம் தூக்கிக் கொண்டு திரிகிறாய்? இன்று விடுமுறை தினம் என்பது உனக்குத் தெரியாதா?" என்று கேட்டார்கள்.

"நான் வேலை செய்யும் வீட்டுக்காரர்கள் இவற்றைத்தான் இன்று அணிந்து கொள்வார்கள். விடுமுறை நாளிலும் நான் வேலை செய்ய வேண்டியிருப்பதன் கட்டாயத்தை அந்த ஆண்டவன் புரிந்து கொள்வார்" என்று நான் பதிலளித்தேன்.

அன்று எனக்கும், எனது மகளுக்கும் அந்த வீட்டுக்காரர்கள் உயர்தர உணவுகளைக் கொண்டு விருந்தளித்தார்கள். அந்த உணவு மேசையில் பல விதமான உணவு வகைகளும், பழங்களும் பரப்பப்பட்டிருந்தன. உணவருந்தி முடித்ததும், நத்தார் தினப் பரிசாக அந்த வீட்டுக்காரப் பெண்மணி என்னிடம் பணமடங்கிய காகித உறையைப் பரிசளித்தார். அத்தோடு கொஞ்சம் வெண்ணெய்யையும், இறைச்சிக் கறியையும் எனக்கு வீட்டுக்கு எடுத்துப் போவதற்காக சுற்றித் தந்ததோடு, எனது மகளுக்கு ஒரு பொம்மையையும் பரிசளித்தார்.

வீட்டுக்குப் போகும்போது பம்பாங்காவிலிருந்து எம்மைப் பார்த்துப் போக வந்திருந்த உறவினர்களைக் கண்டு நான் மகிழ்ச்சியடைந்தேன்.

எனது தாய் பாற்சோறும், நூடுல்ஸும் சமைத்திருந்தாள். அவற்றோடு, நான் கொண்டு போன உணவுகளையும் எல்லோருக்கும் பரிமாறினாள் எனது தாய்.

அன்று 1957ஆம் ஆண்டு, ஒக்டோபர் மாதத்தில் ஒரு நாள் நான் பஸாய் பிரதேசத்திலிருந்த லா சூளர்தே சிகரெட் தொழிற்சாலைக்கு ஒரு வேலை கேட்டு விண்ணப்பித்தேன். அந்தத் தொழிற்சாலையானது அமெரிக்க மற்றும் சீன வர்த்தகர்களின் கூட்டுத் தொழிற்சாலையாக இருந்ததோடு அமெரிக்க வர்த்தகச் சின்னங்கள் பொறித்த பிலிப் மோறிஸ், மார்ல்பரோ போன்ற சிகரெட்களைத் தயாரித்து வந்தது.

எனது பேச்சு தெளிவற்றதாக இருந்ததாலும், அவ்வப்போது எச்சில்வழிவதாலும் நிர்வாகம் எனக்கு வேலை தர விரும்பவில்லை என்றாலும் அலுவலகத்துக்குச் சென்ற நான் அங்கிருந்த சங்கத் தலைவரிடம் வேலை கேட்டு மன்றாடினேன். அவர் எனக்காக மேலாளரிடம் கதைத்தார்.

'இவள் நல்லதொரு ஊழியராக இருப்பாள். இவளால் கதைக்க முடியாமலிருப்பதால் வேலை நேரத்திலெல்லாம் வீணாகக் கதைத்து நேரத்தை வீணடித்துக் கொண்டிருக்க மாட்டாள். இவளால் பேச முடியாவிட்டால் என்ன? இவளது கைகள்தானே வேலை செய்யப் போகிறது' என்று எனக்காகப் பரிந்து பேசினார்.

அந்த மேலாளரும் மனமிறங்கி என்னை அங்கு வேலைக்குச் சேர்த்துக் கொண்டார். என்னால் முடிந்தளவு சிறப்பாக அங்கு பணி புரிந்தேன்.

அங்கிருந்த ஏனைய தொழிலாளிகள் என்னைக் கேலி செய்தார்கள். நான் பேசுவது போல பழித்துக் காட்டினார்கள். என்னைக் கிண்டலடித்தார்கள். அவர்களது வேடிக்கைப் பேச்சுகளின் மையப் பொருளாக நான்தான் இருந்தேன். என்றாலும் நான் அவர்களுடன் வாக்குவாதங்களில் ஈடுபடவில்லை. என்பாட்டில் எனது வேலைகளைச் செய்து கொண்டிருந்தேன்.

தொழிற்சாலையின் பதப்படுத்தல் பிரிவின் சுத்திகரிப்பாளர் பணியே எனக்கு முதலில் தரப்பட்டது. மூல புகையிலைகள் அடைக்கப்பட்ட ஒவ்வொன்றும் இரண்டாயிரம் கிலோகிராம் எடையுள்ள பீப்பாய்கள் தொழிற்சாலைக்குக் கொண்டு வரப்பட்டன. அந்தப் புகையிலைகள் அவிக்கப்பட்டு அவற்றில் இரசாயனப் பொருட்கள்

கலக்கப்படும். அவ்வேளையில் செயலாக்க இயந்திரத்திலிருந்து கடுஞ்சூடாக நீராவி வெளிவந்து கொண்டிருக்கும். பின்னர் அந்தப் புகையிலைகள் அசையும் பட்டையில் கொட்டப்படும். அந்தப் பட்டையின் இருபுறமும் நின்றுகொண்டிருக்கும் பெண்கள் புகையிலைகளை ஒவ்வொன்றாக வேறு பிரிப்பார்கள். அந்தப் பட்டையிலிருந்து தரையில் விழும் புகையிலைகளை ஒரு துடைப்பத்தால் சேகரிப்பது எனது வேலையாகவிருந்தது.

வாரத்தில் ஆறு நாட்கள் காலை ஏழு மணி முதல் மாலை நான்கு மணி வரையென ஒரு நாளைக்கு எட்டு மணி நேரம் நான் வேலை செய்தேன். ஏனைய தொழிலாளிகள் மேலதிக நேர வேலை பார்க்கும்போது நானும் அவர்களுடன் மேலதிக நேர வேலை பார்த்தேன். வெகுகாலம் செல்லும் முன்பே புகையிலைகளை வேறுபடுத்த நான் கற்றுக் கொண்டதோடு, அந்தப் பெண்களில் எவரேனும் விடுமுறை எடுத்தால் அந்த இடத்தில் தற்காலிகமாக பணியமர்த்தப்பட்டேன்.

நான் வேலைக்குச் சேர்ந்தபோது எனக்கு குறைந்தபட்ச சம்பளமாக ஒரு நாளைக்கு நான்கு பெஸோக்களே ஊதியமாக வழங்கப்பட்டது. 1966ஆம் ஆண்டுதான் அது ஆறு பெஸோக்களாக அதிகரிக்கப்பட்டது. எனது குடும்பமோ எனது சம்பளத்தில் மட்டுமே தங்கியிருந்தது. அது இரண்டு கிலோ அரிசி மூட்டை அறுபது காசுகளாக இருந்த காலம். இரண்டு கிலோ அரிசி வாங்கினால் இரண்டு நாளைக்கே எமக்குப் போதுமானதாக இருந்தது.

உயர்குருதி அழுத்தம் காரணமாக 1963ஆம் ஆண்டு எனது தாய் காலமானாள். நான் மிகுந்த கவலையையும், தனிமையையும் உணர்ந்தேன். அப்போது எனக்கு முப்பத்தாறு வயது. மூத்த மகளுக்கு பதினாறு வயது. எல்லாவற்றையும் பகிர்ந்து கொள்ள எனக்கு இருந்த ஒரே தோழியான எனது தாய் இல்லாத வாழ்க்கை எனக்கு மிகவும் கடினமாக இருந்தது.

தனது வாழ்நாளின் கடைசி வரைக்குமே எனது தாய் எனக்காகவும், எனது பிள்ளைகளுக்காகவும் வாழ்ந்தவள். அவளை நான் மிகவும் நேசிக்கிறேன். வாழ்க்கை எமக்களித்த அனைத்து இன்ப துன்பங்களையும் நாங்கள் ஒன்றாகப் பகிர்ந்து கொண்டோம். எனது கணவனை நான் நேசித்ததை விடவும் பல மடங்கு அதிகமாக நான் அவளைத்தான் நேசித்திருக்கிறேன்.

இப்பொழுது அவள் போய் விட்டாள். பிசாசுகளைப் போல போர்க் கால உருக்கள் என்னை வேட்டையாடும்போது எனக்கு அதைப் பகிர்ந்து கொள்ளவோ, ஆறுதல் கூறவே எனக்கென இனிமேல் யாருமேயில்லை.

ஆகவே எப்போதெல்லாம் எனக்கு யாருடனாவது எதையாவது பகிர்ந்து கொள்ளத் தோன்றுகிறதோ அப்போதெல்லாம் அவற்றை ஒரு துண்டுக் காகிதத்தில் கிறுக்கி வைக்கத் தொடங்கினேன்.

'ஜப்பானியப் படையினர்கள் என்னைப் பாலியல் பலாத்காரம் செய்தார்கள். அவர்கள் சாரிசாரியாக வரிசையில் நின்று என்னை வல்லுறவு செய்தார்கள்' என்றெல்லாம் கிறுக்கி விட்டு மனதில் சற்று ஆறுதலை உணர்ந்ததும் அதைக் கசக்கிச் சுருட்டி தூர எறிவேன்.

நான் எனது பிள்ளைகளை கண்ணியமானவர்களாகவும், பணிவானவர்களாகவும் வளர்த்தேன். அவர்கள் யாருக்கும் தனது தாய் போர்க்காலத்தில் பாலியல் அடிமையாக இருந்தவள் என்பது தெரியாது. நான் அவர்களது தந்தையை அளவுகடந்து நேசித்தவள் என்பது மாத்திரமே அவர்களுக்குத் தெரியும்.

நான் தனித்துப் போன பிறகு பல ஆண்கள் என்னைத் திருமணம் முடிக்க விரும்பி என்னை அணுகினார்கள். நான் அவர்களையெல்லாம் தவிர்த்து விட்டேன். அவர்கள் என்னை ஒடுக்குவார்கள் என்பதாகத்தான் நான் உணர்ந்தேன். பிறகு எனக்கு இன்னும் குழந்தைகள் பிறப்பார்கள். அந்தக் குழந்தைகளின் தந்தையோ குழந்தைகளை வளர்த்தெடுக்கும் பொறுப்பை என் மீது சுமத்தி விட்டு எங்காவது போய் விடுவார் என்றெல்லாம் எனக்குத் தோன்றியது.

கடைசியில் நான் படிப்படியாக எனது பிள்ளைகளுக்குத் திருமணம் செய்து வைத்தேன். எனது பிள்ளைகள் மூவரும், மருமகன்கள் இருவரும் கூட அதே சிகரட் தொழிற்சாலையில்தான் பணிபுரிந்தார்கள்.

1969ஆம் ஆண்டில் தொழிற்சாலையின் தரக்கட்டுப்பாட்டுப் பிரிவுக்கு இரண்டு பெண்களைப் பதவியில் அமர்த்த முகாமையாளர் தீர்மானித்தார். நான் சிறந்த ஊழியர் என்பதால் அவர்களில் ஒருவராக நான் பதவியுயர்த்தப்பட்டேன்.

அப்போது எனது மொத்தக் குடும்பமும் எனது உழைப்பிலேயே தங்கியிருந்ததால் நான் எப்போதாவது அரிதாகவே விடுமுறை

எடுப்பேன். அவர்கள் தந்த பயிற்சியில் நான் தேர்ச்சியடைந்தேன். எனக்குரிய இயந்திரத்துக்கு வரும் வெட்டப்பட்ட புகையிலைகளின் ஈரத்தையும், காய்ந்த நிலையையும் பதிவு செய்வதே எனக்குத் தரப்பட்ட வேலையாகவிருந்தது. ஒவ்வொரு நாளும் புகையிலைகள் அடங்கிய ஆயிரக்கணக்கான பெட்டிகளை நான் பரிசோதிக்க வேண்டியிருந்தது.

தரக்கட்டுப்பாட்டுப் பிரிவில் மூவரே இருந்தோம். மூன்று மணித்தியாலங்கள் தொடர்ச்சியான வேலை, பிறகு அரை மணித்தியால ஓய்வு, பிறகு மீண்டும் வேலை என்ற அடிப்படையிலேயே நாங்கள் வேலை செய்ய வேண்டியிருந்தது. எப்போதும் செய்வதற்கு நிறைய வேலைகள் அங்கு இருந்ததனால் எனது எட்டு மணித்தியால வேலை நேரம் பத்து மணித்தியாலங்களாக தினமும் நீண்டது.

புகையிலைக்கு வாசனை சேர்க்கும் விதத்தையும் நான் கற்றிருந்தேன். அந்தப் பணியைச் செய்யும் இயக்குநர் விடுமுறையெடுத்தால் அந்த வேலையையும் பொறுப்பேற்றுச் செய்தேன். சுத்திகரிக்கும் வேலை அப்போது என்னுடையது இல்லையென்றாலும் கூட சில சமயங்களில் நான் தரையைக் கூட்டிப் பெருக்குவேன்.

இவ்வாறாக நான் தரக்கட்டுப்பாட்டுப் பிரிவு கணினிமயமாக்கப்படும் வரையில் பதினொரு வருடங்கள் தொடர்ச்சியாக வேலைபார்த்தேன். எப்போதும் மிகுந்த கவனம் தேவைப்பட்ட வேலை அது என்பதால் நானும் மிகவும் சோர்ந்து போயிருந்தேன்.

1981ஆம் ஆண்டில் நான் மீண்டும் சுத்திகரிப்புத் தொழிலாளியாக பணிக்குத் திரும்பினேன். தரக்கட்டுப்பாட்டுப் பிரிவிலோ, வாசனையூட்டும் பிரிவிலோ எந்த ஊழியராவது விடுமுறை எடுத்தால் அதற்கு மாற்றாகவும் நான் பணியாற்றினேன்.

1985ஆம் ஆண்டில் பதப்படுத்துதல் பிரிவில் கள மேலாளர் பதவியில் அமர்த்தப்பட்டேன். தொழிற்சாலை ஊழியர்களுக்கு ஏதாவது பிரச்சினை ஏற்பட்டால் அதை நிர்வாகத்திடம் முறையிடுவது எனது பொறுப்பாக இருந்தது. அந்தச் சமயத்தில் பதப்படுத்தல் பிரிவில் கிட்டத்தட்ட ஆண் ஊழியர்கள் நூறு பேர் இருந்தார்கள். பெண்களின் வேலைகளெல்லாம் போகப் போக ஆண்களுக்கே வழங்கப்பட்டு கடைசியில் அங்கு நான் உட்பட பத்துப் பன்னிரண்டு பெண்களே பணி புரிந்து வந்தோம்.

1990ஆம் ஆண்டு ஜூன் மாதத்தில், எனக்கு அறுபத்து மூன்று வயதாகி நான் ஓய்வை நெருங்கிக் கொண்டிருக்கையில் எனக்கு இலகுவான வேலை தரப்பட்டது. பணி முடிந்து வீட்டுக்குச் செல்லும் பெண்களை பரிசோதித்துப் பார்ப்பதே எனது வேலையாகவிருந்தது.

'இப்போது நீங்கள் எங்களுடைய ஆளாகவே ஆகி விட்டீர்கள். ஆகவே நீங்கள்தான் எங்கள் நலன்களைப் பாதுகாக்க வேண்டும்' என்று நிர்வாகம் என்னிடம் கூறியது. ஆகவே அது இட்ட கட்டளைகளுக்கு ஏற்ப நான் நடந்து கொள்ள வேண்டியிருந்தது. அந்தச் சமயத்தில் ஆறு பெண்கள் மட்டுமே தொழிற்சாலையில் பணிபுரிந்து வந்தார்கள். தினமும் பணிமுடிந்து வீட்டுக்குச் செல்லும்போது அவர்கள் தொழிற்சாலைக்குச் சொந்தமான எதையாவது தமது வீட்டுக்கு எடுத்துப் போகிறார்களா என்று பரிசோதிக்கும் அந்த வேலை எனக்கு மிகவும் இலகுவானதாக இருந்தது.

அடுத்த வருடம் நான் அந்தத் தொழிற்சாலையிலிருந்து பணி ஓய்வு பெற்றேன். அதுவரை நான் அங்கு முப்பத்து நான்கு வருடங்கள் வேலை செய்திருந்தேன்.

அந்தக் காலகட்டத்தில் நான் உழைத்ததன் மூலம் எனது பிள்ளைகளுக்கு உண்ண, உடுக்கக் கொடுத்து, கல்வியூட்டவும் என்னால் முடிந்தது. பிறகு எனது பேரப் பிள்ளைகள் பாடசாலை முடித்து உயர்கல்வியை முடிக்கும்வரைக்கும் கூட அவர்களது படிப்புக்கும் நான்தான் செலவழித்தேன்.

தொழிற்சாலையில் பணிபுரிந்த காலத்தில் கூட ஓய்வு கிடைக்கும்போதெல்லாம் நான் தையல் வேலையையும் செய்து வந்தேன். நான் பணி ஓய்வு பெற்றபோது தொழிற்சாலையிலிருந்து எனக்கு ஒரு இலட்சத்து முப்பத்தாறாயிரம் பெஸோ பணம் மொத்தமாக வழங்கப்பட்டது.

அந்தப் பணத்தைக் கொண்டு எனது சிறிய குடிசையை மீளத் திருத்தி கொங்க்றீட் சுவர்களைக் கொண்ட ஒரு வீட்டைக் கட்டியதோடு, தரையில் பதிக்கப்பட்டிருந்த செல்லரித்த பலகைகளை அகற்றி புதியதை மாற்றவும் என்னால் முடிந்தது. எஞ்சிய பணத்தில் ஒரு குளிர்சாதனப் பெட்டியையும், தையல் இயந்திரமொன்றையும் வாங்கிக் கொண்டேன்.

இன்று நான் சமூக பாதுகாப்பு ஓய்வூதியமாக மாதந்தோறும் வழங்கப்படும் கிட்டத்தட்ட மூவாயிரம் பெஸோ பணத்தைக் கொண்டு வாழ்ந்து வருகிறேன். எனது வீடு கட்டப்பட்டிருக்கும் இடத்துக்கான தவணைப் பணத்தை அதில் செலுத்துவதோடு உணவுக்கும், ஏனைய கட்டணங்களுக்கும், இன்ன பிற தேவைகளுக்கும் அந்தப் பணத்தைப் பயன்படுத்தி வருகிறேன்.

என்னுடைய மகள் ரோஸாரியோவும், அவளது வளர்ந்த பிள்ளைகள் இருவரும் என்னுடன் வசிக்கிறார்கள். ஒரு நாளைக்கு நூற்றைம்பது பெஸோதான் உணவுக்குச் செலவழிக்க வேண்டும் என்ற கட்டுப்பாட்டை நமக்கு நாமே வைத்துக் கொண்டு நாங்கள் எளிமையாக வாழ்ந்து வருகிறோம். இந்த நாட்களில் உணவுப் பொருட்களின் விலை அதிகம் என்பதால் அது எப்போதும் இலகுவானதாக இருப்பதில்லை. ஆகவே நான் இப்போதும் என்னால் இயன்றளவு துணி துவைத்துக் கொடுப்பதையும், தையல் வேலைகளையும் செய்து வருகிறேன்.

எனக்கு இப்போது பன்னிரண்டு பேரப்பிள்ளைகளும், அவர்களுக்கு பதின்மூன்று பிள்ளைகளும் இருக்கிறார்கள். எனக்கு அவர்கள் இருப்பதால் நான் மகிழ்ச்சியாக இருக்கிறேன். எனக்கு இவர்கள் யாருமே இல்லாமலிருந்திருந்தால் நான் இப்போது ஒரு பைத்தியக்காரியைப் போல தெருத்தெருவாக அலைந்து கொண்டிருந்திருப்பேன்.

இரகசியங்கள் பகிரங்கமாகுதல்

அன்று 1992ஆம் ஆண்டு ஜூன் மாதத்தில் ஒரு காலைவேளை. நான் தோய்த்த துணிகளை கொடியில் காயப் போட்டுக் கொண்டிருந்தேன்.

வானொலியில் ஒலித்த ஒரு பெண்குரல் எனது காதில் விழுந்தது. இரண்டாம் உலகப் போர்க் காலத்தில் ஜப்பானியப் படையினரால் பாலியல் வல்லுறவுக்குள்ளாக்கப்பட்ட மற்றும் பாலியல் அடிமைகளாகத் தடுத்து வைக்கப்பட்டிருந்த பெண்களைக் குறித்து அவர் பேசிக் கொண்டிருந்தார்.

நான் முழுமையாக அதிர்ந்து போனதோடு, எனது உடலில் இரத்தம் தண்ணீராக மாறிவிட்டது போல செயலிழந்து நின்றேன். பிலிப்பைன்ஸில் என்னைப் போன்ற பாதிக்கப்பட்ட பெண்களைத் தேடிக் கொண்டிருக்கும் பணிக் குழுவொன்று செயற்பட்டுக் கொண்டிருப்பதை முதன்முதலாகக் கேள்விப்பட்டேன்.

'பாலியல் அடிமையாக நேர்ந்தமை உங்கள் தவறல்ல. ஆகவே வெட்கப்படாதீர்கள். ஜப்பானிய ஏகாதிபத்திய இராணுவமே அதற்குப் பொறுப்புக் கூற வேண்டும். எழுந்து நில்லுங்கள். உங்கள் உரிமைகளுக்காகப் போராடுங்கள்' என்று அன்று நான் வானொலி வழியே செவிமடுத்த அந்த வார்த்தைகளை என்னால் ஒருபோதும் மறக்க முடியவேயில்லை.

அன்று அவ்வாறு வானொலியில் பேசிய பெண்மணி பயான் எனும் அமைப்பைச் சேர்ந்த லிட்டி அலிஜான்ட்ரோ என்பதைப் பின்னர்தான் நான் அறிந்து கொண்டேன். பாதிக்கப்பட்ட பெண்கள் தொடர்புகொள்வதற்காக அவர் ஒரு தொலைபேசி இலக்கத்தையும் பகிர்ந்து கொண்டார்.

என்னால் அதைக் குறித்துக் கொள்ளக் கூட முடியவில்லை. திடீரென்று நான் பலவீனமாக உணர்ந்ததோடு, எனது கண்களிலிருந்து கண்ணீர் பெருக்கெடுத்து வழியத் தொடங்கியது. சடுதியாக என்னில் ஏற்பட்ட அசாதாரண மாற்றத்தை அருகிலிருப்பவர்கள் உணர்ந்து கொள்வார்களோ என்ற பயத்தில் நான் சுற்றிவரப் பார்க்கக் கூட தயங்கி நின்றேன்.

எமது வீட்டின் தரையில் நான் படுத்துக்கொண்டேன். கண்ணீர் கண்களிலிருந்து வடிந்து கொண்டேயிருந்தது. இருதயம் வேகமாகத் துடித்துக் கொண்டிருந்தது. எனக்கு நேர்ந்த கொடுமைகளை நான் அம்பலப்படுத்த வேண்டுமா? எனது பிள்ளைகளும், உறவினர்களும் என்னைக் கெட்டுப் போனவள் என்றும், வெறுக்கத்தக்கவள் என்றும் பார்க்கத் தொடங்கினால் நான் என்ன செய்வது?

ஒவ்வொரு நாளும் நான் அந்த வானொலி நிகழ்ச்சியைக் கேட்கத் தொடங்கினேன். அதேவேளை வேட்கையைத் தணிக்கும் பெண்கள் குறித்த அந்த முந்தைய அறிவிப்பை மறக்கவும் முயற்சித்துக் கொண்டிருந்தேன்.

இவ்வாறாக பல வாரங்கள் கழிந்தன. அந்த அறிவிப்பு மீண்டும் வரவில்லை. என்றாலும் 1992ஆம் ஆண்டு செப்டம்பர் மாதம் மூன்றாம் திகதி வியாழக்கிழமை வேறொரு பெண்மணி அதைக் குறித்து பேசுவதைக் கேட்டேன். அந்தப் பெண்மணியின் பெயர் நீலியா சஞ்சோ. அவர் அன்று பேசிய லிட்டியின் அதே வார்த்தைகளை மீண்டும் மொழிந்தார்.

வானொலியின் முன்னால் என்னையறியாமலேயே கதறியழுது விட்டேன். என்னருகே ஓடி வந்த எனது மகள் ரோஸாரியோ நான் அழுதுகொண்டிருப்பதைக் கண்டாள்.

"என்னவாயிற்று அம்மா? ஏன் அழுகிறீர்கள்?" என்று கேட்டாள்.

என்னால் பதிலளிக்க முடியவில்லை. நான் வானொலியைச் சுட்டிக் காட்டினேன். நீலியா அப்போதும் பேசிக் கொண்டிருந்ததோடு பாதிக்கப்பட்டவர்கள் தொடர்புகொள்ளுமாறு கூறி ஒரு தொலைபேசி எண்ணைக் குறிப்பிட்டார்.

"அவர் குறிப்பிடும் அந்தப் பெண் நான்தான்" என்றேன்.

ரோஸாரியோ என்னை ஆதரவாக அணைத்துக் கொண்டாள். எனக்கு என்னவெல்லாம் கொடுமைகள் இழைக்கப்பட்டிருக்கின்றன என்பதை அவள் அறிந்து கொண்ட முதல் தருணம் அதுதான்.

'பாலியல் அடிமையாக இருந்த ஒருத்தியை உனது தாயாக உன்னால் ஏற்றுக் கொள்ள முடியுமா?' என்று அவளிடம் கேட்டேன்.

"நான் உங்களை மிகவும் நேசிக்கிறேன் அம்மா. உங்களது கடந்த காலம் இருண்மையானதாக இருந்தது என்பது அந்த அன்புக்கு ஒரு பொருட்டேயல்ல" என்றாள் அவள்.

ரோஸாரியோவின் அந்த உத்தரவாதத்தோடு நான் எனது மனதைத் தயார்படுத்திக் கொண்டேன். அந்த நிகழ்ச்சி ஒலிபரப்பாகும் DZXL வானொலி நிலையத்தில், அந்த நிகழ்ச்சியைத் தயாரித்தளிக்கும் டகி பரேட்ஸுக்கு ஒரு கடிதத்தை எழுதித் தருமாறு அவளிடம் கூறினேன். அவள் இவ்வாறு எழுதித் தந்தாள்.

அன்பின் திரு. பரேட்ஸ் அவர்களுக்கு,

உங்கள் வானொலி நிகழ்ச்சியில் பாலியல் அடிமைகளைக் குறித்து ஒரு பெண்மணி பேசியதைக் கேட்டேன். நான் மரியா ரோஸா லூனா ஹென்ஸன். இரண்டாம் உலகப் போர் நடைபெற்ற காலத்தில் ஒரு பாலியல் அடிமையாகத் தடுத்து வைக்கப்பட்டிருந்தேன். உங்கள் நிகழ்ச்சியில் பேசிய அந்தப் பெண்மணியின் தொலைபேசி இலக்கத்தை தயவுசெய்து எனக்குத் தரவும். வானொலியில் உங்கள் பதிலை எதிர்பார்த்து நான் காத்திருப்பேன். வானொலியில் எனது பெயரை ரோஸாப் பாட்டி என்று குறிப்பிட்டால் போதும்.

கண்ணியத்துடன்,

ரோஸாப் பாட்டி.

அடுத்த வாரம் 1992ஆம் ஆண்டு செப்டம்பர் மாதம் பத்தாம் திகதி வானொலியில் அதே நிகழ்ச்சியை செவிமடுத்துக்கொண்டிருந்தேன். திரு. பரேட்ஸ்தான் நிகழ்ச்சியை வழங்கிக்கொண்டிருந்தார்.

'ரோஸாப் பாட்டி, நீங்கள் இப்போது இந்த நிகழ்ச்சியைக் கேட்டுக் கொண்டிருப்பீர்கள் என்பது எனக்குத் தெரியும்' என்றார். தொடர்ந்து அந்தத் தொலைபேசி இலக்கத்தைக் குறிப்பிட்டவர் 'இந்த எண்ணில் தொடர்பு கொண்டு லிட்டியையோ, நீலியாவையோ தொடர்பு கொள்ளுங்கள்' என்றார்.

அன்று பிற்பகலே எனக்கு அயலிலிருந்த ஒரு வர்த்தக நிலையத்தில் அமைக்கப்பட்டிருந்த கட்டணத் தொலைபேசிக் கூண்டுக்கு நான் சென்றேன். என்றாலும் நான் பேசுவது அங்கிருந்தவர்களுக்குக் கேட்டுவிடுமோ என்ற பயத்தில் மீண்டும் வீட்டுக்குத் திரும்பி வந்து விட்டேன்.

அன்றிரவு என்னால் உறங்கவே முடியவில்லை. எனது இரகசியங்கள் பகிரங்கமானால் என்ன நடக்கும்? நான் அனுபவித்த பாலியல் கொடுமைகளை நினைவுகூர்வது வெட்கக் கேடானது, அல்லவா? என்னைக் குறித்து மக்கள் என்னவெல்லாம் பேசிக் கொள்வார்கள்?

கடைசியில், எனது இதயத்திலுள்ள பாரத்தை இறக்கி வைக்க வேண்டிய நேரம் இதுதான் என்று நான் தீர்மானித்தேன்.

மறுநாள் வெள்ளிக்கிழமை பிற்பகல் ஒன்றரை மணியளவில் நான் மீண்டும் அங்கே சென்று ஒரு தொலைபேசி அழைப்பை மேற்கொண்டேன். லிட்டிதான் பதிலளித்தார்.

“நீங்கள்தான் ரோஸாப் பாட்டியா?” என்று அவர் கேட்டார்.

“ஆமாம். நான்தான் மரியா ரோஸா லூனா ஹென்ஸன்” என்றேன்.

அவர்களுக்கு என்னை நேரில் சந்திக்க வேண்டும் என்றார்கள். ஆகவே நான் வசித்துக்கொண்டிருந்த இடத்துக்கு அருகாமையிலிருந்த வெதுப்பகம் ஒன்றின் அடையாளங்களைக் கூறி அந்த இடத்தில் சிவப்பாடையுடுத்து நான் மறுநாள் காத்திருப்பதாகக் கூறினேன்.

அவர்கள் அடுத்த நாள் காலைவேளையில் அங்கு வந்தார்கள். நான் மகள் ரோஸாரியோவுடனே அங்கு காத்துக்கொண்டிருந்தேன். ‘பாதிக்கப்பட்ட பிலிப்பைன்ஸ் வேட்கை தணிக்கும் பெண்கள் அமைப்பின்’ உறுப்பினர்களுள் ஒருவரான கிகியும், அவரது கணவரும் எங்களை அவர்களது வாகனத்தில் ஏற்றிக் கொண்டார்கள்.

அவர்கள் என்னையும், ரோஸாரியோவையும் லிட்டியின் அலுவலகத்துக்கு அழைத்துச் சென்றார்கள். அது நான் வசித்து வந்த இடத்திலிருந்து ஒரு மணித்தியால தூரத்தில் இருந்தது.

நான் லிட்டியிடம்தான் எனது கதையை முதலில் கூறினேன். பிறகு நீலியா என்னை நேர்காணல் செய்தவேளையில் எனது கதையை ஒலிப்பதிவு செய்துகொண்டார்.

எனது கதையைக் கூறி முடிக்கும்வரைக்கும் நான் கண்ணீரிலேயே ஆழ்ந்திருந்தேன். நான் அனுபவித்த சித்திரவதைகளை மீண்டும் நினைவுகூர்வது என்பது எனக்கு மிகுந்த மனக் கஷ்டத்தை அளித்தது. என்றாலும் அதுவே எனக்கு பெரிய நிவாரணமாகவும் அமைந்தது.

அவ்வளவு காலமும் எனது தோள்களை அழுத்திக்கொண்டிருந்த பெருங்கனமொன்று அகற்றப்பட்டது போலவும், இதயத்தில் குத்தப்பட்டு வேதனையளித்துக் கொண்டிருந்த முற்கள் அகற்றப்பட்டது போலவும் மிகுந்த ஆறுதலை நான் உணர்ந்தேன். நீண்ட நெடுங்காலமாக நான் இழந்திருந்த மன வலிமையும், சுய மரியாதையும் கூட என்னிடம் மீண்டிருப்பதாக உணர்ந்தேன்.

வீடு திரும்பிய வேளையில் நான் மேலும் மேலும் நலமடைந்திருப்பது போல உணர்ந்தேன்.

'ஐம்பது வருடங்களாக நான் எனக்குள் ஒளித்து வைத்திருந்த இரகசியங்களை முழுமையாகக் கேட்ட பிறகும், இப்போதும் என்னை மரியாதைக்குரியவளாகக் கருதுகிறாயா?' என்று நான் அப்போதும் ரோஸாரியோவிடம் கேட்டேன்.

"இப்போது நான் இன்னும் அதிகமாக உங்களை நேசிக்கிறேன், அம்மா" என்று அவள் பதிலளித்தாள்.

நான்கு நாட்கள் கழித்து, அதாவது செப்டம்பர் மாதம் பதினேழாம் திகதியன்று எமது வீட்டுக் கதவை யாரோ தட்டும் ஓசை கேட்டது. அப்போது இரவு பதினொரு மணியிருக்கும். அவ்வேளையிலும் நான் தூங்காமல் துணிகளைத் தோய்த்துக்கொண்டிருந்தேன். ஏதோ கொஞ்சம் பணம் ஈட்டுவதற்காக நான் அப்போதும் அந்த வேலையைத்தான் செய்துகொண்டிருந்தேன்.

நான்தான் கதவைத் திறந்தேன். பாதிக்கப்பட்ட பிலிப்பைன்ஸ் வேட்கை தணிக்கும் பெண்கள் அமைப்பின் உறுப்பினர்கள் மூவரோடு நீலியாவும் அங்கு நின்றுகொண்டிருந்தார்.

எனது இரகசியங்களைப் பகிரங்கமாக மக்களிடம் கூறுவது குறித்து அவர்கள் என்னுடன் கலந்துரையாடினார்கள்.

"அதைச் செய்வது என்பது எனக்கு மிகவும் சிரமமான காரியம். எனது மனப் பாரத்தை இறக்கி வைக்க மாத்திரமே நான் உங்களைத் தொடர்பு கொண்டேன்" என்றேன்.

என்றாலும் நீலியாவின் சக ஊழியரான இந்தாய் ஸாஜர் என்னிடம் மன்றாடினார்.

"உங்களைப் போல இன்னும் பல பெண்கள் இப்போதும் உயிரோடு இருப்பார்கள். உங்களது வேண்டுகோளைச் செவிமடுத்தால், அவர்களும் தமக்கு நேர்ந்தவற்றைக் கூற முன்வருவார்கள்" என்றார்.

மறுநாள் இது தொடர்பான செய்தியாளர் மாநாடு ஒன்று நடைபெறவிருப்பதாகவும், அதில் என்னையும் கலந்துகொள்ளுமாறு அவர்கள் வேண்டுகோள் விடுத்தார்கள். பாதிக்கப்பட்ட பிலிப்பைன்ஸ் வேட்கை தணிக்கும் பெண்களுக்கு ஆதரவு தருமாறு அரசாங்கத்தைக் கோரி ஒரு சிறு குறிப்பையும் எழுதிக் கொண்டு வருமாறு அவர்கள் என்னைக் கேட்டுக் கொண்டார்கள்.

கடைசியில் என்னால் அவர்களது விளக்கங்களைப் புரிந்துகொள்ள முடிந்தது. அதனால் அவர்களது வேண்டுகோளை நான் ஏற்றுக் கொண்டேன். உடனேயே எனக்குள் மகிழ்ச்சியாகவும், நிம்மதியாகவும் உணர்ந்தேன்.

எனது கதையை வெளியே கூற வேண்டிய பொறுப்பு எனக்குத்தான் இருக்கிறது என்பதைப் புரிந்து கொண்டேன். என்னைப் போலவே இன்னும் பலர் இருப்பார்கள் என்றும், இறப்பதற்கு முன்பு அவர்களுக்கும் என்னைப் போலவே நீதி, நியாயம் கிடைக்க வேண்டும் என்பதை உணர்ந்தேன். அத்தோடு இளைய தலைமுறையினருக்கு போரின் தீமைகள் குறித்த விழிப்புணர்வையும் ஏற்படுத்த நான் விரும்பினேன்.

அன்று 1992ஆம் ஆண்டு செப்டம்பர் மாதம் பதினெட்டாம் திகதி. செய்தியாளர் மாநாடொன்றில் அன்றுதான் நான் முதன்முதலாகக் கலந்து கொண்டேன். உள்நாட்டு, வெளிநாட்டு ஊடகவியலாளர்கள் பலரும் அங்கிருந்தார்கள்.

பிலிப்பைன்ஸ் மனித உரிமைகள் தொடர்பான வழக்கறிஞரும், ஐ.நா. வின் சர்வதேச குற்றவியல் நீதிமன்ற உறுப்பினருமான ரோமியோ கபுலொங்கை அங்கு வைத்துத்தான் நான் முதன்முறையாக சந்தித்தேன். மனித உரிமைகள் தொடர்பான வழக்கறிஞராகவே அவர் எனக்கு அறிமுகம் செய்து வைக்கப்பட்டார்.

நிருபர்கள் என்னிடம் பல கேள்விகளைக் கேட்டார்கள். அவர்களுக்குப் பதிலளிக்கும்போது என்னால் எனது கண்ணீரைத்

தடுத்து நிறுத்தவே முடியவில்லை. அவர்களுக்கு எனது கதையை விவரித்த வேளையில், ஜப்பானியப் படையினர்கள் என்னை வல்லுறவு செய்வதற்காகவே வரிசையில் காத்திருந்ததெல்லாம் தொடர்ந்து எனக்கு ஞாபகம் வந்துகொண்டேயிருந்தன.

அந்த செய்தியாளர் மாநாடு நடைபெற்றதற்குப் பிறகு வந்த நாட்களில், அனைத்துப் பத்திரிகைகளிலும் எனது புகைப்படங்கள் பிரசுரமாகியிருந்தன. நான் பேசியதை நானே வானொலியில் கேட்டேன். தொலைக்காட்சியிலும் என்னையே நான் பார்த்தேன்.

எனது ஏனைய பிள்ளைகள் இருவருமான ரோஸாலிண்டாவும், ஜீஸஸும் கூட அப்போதுதான் முதன்முறையாக எனது கடந்த காலத்தைப் பற்றி அறிந்து கொண்டார்கள். எனது புகைப்படத்தை பத்திரிகையில் கண்டு, எனது கதையை வாசித்து அவர்கள் இருவரும் கதறியழுதார்கள். அன்றே அவர்கள் இருவரும் என்னைப் பார்க்க வந்தார்கள். என்னை ஆறத் தழுவிக் கொண்டார்கள்.

“நாங்கள் உங்களை நேசிக்கிறோம், அம்மா. நீங்கள் மட்டும் இல்லையென்றால், நாங்கள் இப்போது இல்லை” என்றார்கள்.

அதன் பிறகு இது தொடர்பான ஊடக மாநாடுகள் தொடர்ச்சியாக நடைபெற ஆரம்பித்தன. நான் பல வானொலி நிலையங்களில் பேசியதோடு, எனது அனுபவங்களைக் குறித்து சாட்சியமளிக்க சட்ட மாமன்றத்துக்கும் அழைக்கப்பட்டேன்.

பாதிக்கப்பட்ட பாலியல் அடிமைப் பெண்களுக்கு நீதி வேண்டும் என்று கோரி, பாதிக்கப்பட்ட பிலிப்பைன்ஸ் வேட்கை தணிக்கும் பெண்கள் அமைப்பின் ஏற்பாட்டில் 1992ஆம் ஆண்டு செப்டம்பர் மாதம் இருபத்தைந்தாம் திகதி நடத்தப்பட்ட மெண்டியோலா பாலம் நோக்கிய நடைப்பயணப் போராட்டத்திலும் அவர்களுடன் நானும் கலந்து கொண்டேன். ஜப்பான் தூதரகத்துக்கு முன்பும் அணிவகுப்புப் போராட்டம் நடத்தியதோடு பாதிக்கப்பட்ட பெண்களின் அவல நிலை குறித்து கவனம் செலுத்துமாறு கோரி அப்போதைய பிரதமர் கெய்ச்சி மியாஸாவாவிடம் ஒரு கடிதத்தையும் கையளித்தேன்.

எனது இரகசியங்களைப் பகிரங்கமாகத் தெரிவித்து மூன்று கிழமைகளுக்குப் பின்னர் என்னைப் போலவே இரண்டாம் உலகப் போரின் போது பாலியல் அடிமையாகத் தடுத்து வைக்கப்பட்டு சித்திரவதைகளை அனுபவித்த பெண்ணான கெர்ட்ரூட்ஸ்

பலிஸாலிஸாவும் இந்த அமைப்புக்கு வந்து வாக்குமூலம் அளித்தார். பாதிக்கப்பட்ட பெண்கள் சாட்சியமளிக்க வருமாறு அவரும் பகிரங்கமாக வேண்டுகொள் விடுத்தார்.

அவரையும், அவ்வாறு பின்னர் சாட்சியமளித்த முன்னாள் பாலியல் அடிமைகள் நால்வரையும் கூட 1992ஆம் ஆண்டு ஒக்டோபர் மாதம் இருபத்தெட்டாம் திகதி வரை நான் நேரில் சந்தித்திருக்கவில்லை. அன்றுதான் நீலியா எங்கள் அனைவரையும் க்யூஸோன் நகரத்திலிருந்த ஒரு வீட்டில் ஒன்றிணைத்தார். நான் உள்ளே நுழைந்ததுமே கெர்ட்ரூட்ஸ் என்னைக் கண்டு எழுந்து வந்து என்னை ஆறத் தழுவிக் கொண்டார்.

"ரோஸாப் பாட்டி, நீங்கள்தான் எனக்கு முன்மாதிரி" என்று அழுதவாறே கூறினார்.

"நீங்களும் உங்களது அனுபவத்தைப் பகிர்ந்து கொள்ள முன்வந்ததில் நான் மிகவும் மகிழ்ச்சியடைகிறேன்" என்று அவரிடம் கூறினேன்.

அங்கு வைத்து நான் ஏனைய பெண்களான அடனஸியா கோர்டஸ், அமோனிடா பலஹத்ஜா, தோமஸா சலினோக், ஃபிரான்ஸிஸ்கா மகாபெபே ஆகியோரையும் சந்தித்தேன். நாங்கள் ஒன்றாக இரவுணவை அருந்தினோம். பின்னர் வட்டமாக அமர்ந்திருந்து எமது கதைகளைப் பகிர்ந்து கொண்டோம்.

அவர்கள் பேசுவதை நான் கூர்ந்து கவனித்துக் கொண்டிருந்தேன். அவர்களது அனுபவங்களும் என்னை வெகுவாகப் பாதித்ததால் நான் மிகவும் துயருற்றிருந்தேன். கசப்பானதும், வலி மிகுந்ததுமான அனுபவங்கள் பலவும் நம் அனைவருக்கும் பொதுவாக இருப்பதைக் கண்டேன்.

அவர்களது கதைகள் அனைத்துமே பொதுவெளியில் செல்லும் எனது தீர்மானத்தை உறுதி செய்தன. போர்க் காலத்தில் பாலியல் அடிமைகளாக இருந்து தப்பிப் பிழைத்து உயிர் வாழும், இன்னும் தமக்கு நேர்ந்தவற்றின் பாதிப்புகளால் துயருற்றவாறு வெளியே சொல்ல வெட்கப்பட்டுக் கொண்டிருக்கும் எல்லோருக்கும் ஒரு முன்மாதிரியாகப் பணியாற்றுவதே எனது பங்களிப்பு என்பதை நான் உணர்ந்தேன்.

அந்தத் தீர்மானத்தை எடுப்பது ஒன்றும் இலகுவானதல்ல. எமது அயலவர்களும், ஏனைய இடங்களில் இருந்தவர்களும் எனது

முதுகுக்குப் பின்னால் என்னைப் பரிகசித்து என்னைக் குறித்து ஏளனமாகப் பேசிக் கொள்வதை நான் அடிக்கடி கேள்விப்பட்டேன்.

"உனக்கு ஒரு சூப்பர் ஸ்டார் ஆக வேண்டும். இல்லாவிட்டால் நன்றாகப் பணம் சம்பாதிக்க வேண்டும். அதுதான் உன்னுடைய நோக்கம்" என்றார்கள்.

அவர்களது அவதூறுகள் முடிவற்றவையாகத் தெரிந்தன. என்றாலும் என்னைப் புரிந்து கொண்ட ஜனங்கள் எனக்கு தமது ஆதரவை அளித்துக் கொண்டேயிருந்தார்கள். எனது பிள்ளைகளும் எனக்கு மிகவும் உறுதுணையாக இருந்தார்கள்.

பொதுவாகவே பொதுமக்கள் என் மீது அனுதாபப்பட்டார்கள். ஆனால் தனிநபர்கள் என்னிடம் கீழ்த்தரமாக நடந்துகொண்ட சில சந்தர்ப்பங்களும் இருந்தன.

1992ஆம் ஆண்டின் பிற்பகுதியில் ஐந்து நட்சத்திர ஹோட்டலொன்றில் நடைபெற்ற மாநாடு ஒன்றில் நான் கலந்து கொண்டேன். அரசாங்கத்தில் உயர்பதவி வகித்த பெண்களும், ஊடகவியலாளர்களும் அதில் கலந்து கொண்டிருந்தார்கள். நான் எனது கதையைப் பகிர்ந்து கொண்டதன் பிறகு, ஊடகவியலாளர்களிடையே அமர்ந்திருந்த ஒரு பெண் எழுந்து நின்று உச்ச குரலில் பேசத் தொடங்கினார். நான் இவ்வாறு எனது கதையைப் பகிரங்கமாகக் கூறுவது பணம் சம்பாதிப்பதற்காகவே என்று என்னைக் குற்றம் சாட்டினார். நான் கதறியழுதேன். எனது இரகசியங்கள் பகிரங்கமானதற்கு அப்போதுதான் நான் முதன்முதலாக வருந்தினேன்.

பதினான்கே வயதான எனது பேத்தி டீனா கூட விட்டு வைக்கப்படவில்லை. அக்கம்பக்கத்தினரால் அவளும் கூட கேலி கிண்டலுக்காளானாள்.

"இவள்தான் உனது பாட்டியா?" என்று அவளை நிறுத்தி பத்திரிகையில் வெளிவந்திருந்த எனது புகைப்படத்தை அவளிடம் காட்டிக் கேட்டிருந்தான் அயல்வாசி ஒருவன்.

"இராணுவப் பட்டாளங்களுக்கே சேவை செய்தவள் என்றால் அவள் பெரும் பலசாலியாகத்தான் இருந்திருப்பாள்" என்று அவன் தொடர்ந்தும் அவளைக் கிண்டல் செய்திருந்தான்.

டீனா அழுதுகொண்டே வந்து என்னிடம் முறையிட்டாள்.

"ஏன் நீங்கள் இவற்றையெல்லாம் பகிரங்கமாக வெளியே சொன்னீர்கள், பாட்டி? இப்போது பாருங்கள். என்னைத் தொடர்ந்தும் கிண்டல் செய்து வரும் அயலவர்களோடு எல்லாம் நான் வாதிட வேண்டியிருக்கிறது" என்று கூறி அழுதாள்.

"நீ அப்படிச் செய்யக் கூடாது, பிள்ளை. போர்க் காலத்தில் என்னவெல்லாம் நடந்தன என்பது இவர்களுக்குத் தெரியாது. இவர்கள் அதை அறிந்து கொள்ளவும், புரிந்து கொள்ளவும் வேண்டுமென்றால் என்னைப் போன்றவர்கள் பகிரங்கமாக இவையனைத்தையும் வெளியே சொல்லியே ஆக வேண்டும்" என்று அவளைத் தேற்ற முயன்றேன். இதை அவளிடம் கூறிய வேளையில், எனது இதயம் உடைவது போல உணர்ந்தேன்.

எப்போதெல்லாம் நான் மனமுடைந்து போகிறேனோ அப்போதெல்லாம் பாதிக்கப்பட்ட பிலிப்பைன் வேட்கை தணிக்கும் பெண்கள் அமைப்பின் அலுவலகத்துக்குச் சென்று அழுவதை வழக்கமாகக் கொண்டிருந்தேன். எனது குடும்பத்தினரதும், அந்த அமைப்பின் உறுப்பினர்களினதும் முழுமையான ஆதரவு எனக்கு இருந்ததால், இந்த வலிகளிலிருந்தெல்லாம் என்னால் மீண்டு வர முடிந்தது.

எனது கடந்த காலத்தை எனது பிள்ளைகள் ஏற்றுக் கொண்டமை எனக்கு இப்போதும் மகிழ்ச்சியைத் தருகிறது. அத்தோடு இதுவரை நான் பயணித்த நாடுகளில் நான் சந்தித்தவர்கள் அனைவருமே மிகுந்த அனுதாபத்தோடுதான் என்னை அணுகினார்கள்.

"உங்களுக்கு விரைவில் நீதி கிடைக்க வேண்டும் என்று நான் உங்களுக்காகப் பிரார்த்திக்கிறேன்" என்று அவர்கள் ஒவ்வொருவரும் என்னை நெருங்கிக் கூறினார்கள்.

நவம்பர், 1992 ஆகும்போது பாலியல் அடிமைகளாகத் தடுத்து வைக்கப்பட்டிருந்த கிட்டத்தட்ட முப்பது பெண்கள் தம்மை வெளிப்படுத்தியிருந்தார்கள். பாதிக்கப்பட்ட பிலிப்பைன்ஸ் வேட்கை தணிக்கும் பெண்கள் அமைப்பும் தீவிரமாக இயங்கிக் கொண்டிருந்தது. ஊடகவியலாளர்கள், வழக்கறிஞர்கள் மட்டுமல்லாமல் ஜப்பானியக் கூட்டுறவு மன்றத்தின் உறுப்பினர்களும் கூட அங்கு வந்து போனார்கள்.

அந்தச் சமயத்தில் ஜப்பானில் வழக்குத் தொடர்வதற்கான சாத்தியக் கூறுகள் குறித்து நாங்கள் விவாதித்தோம். தொடர்ந்து இந்த விடயம்

குறித்து பாதிக்கப்பட்ட ஏனைய பெண்கள், அந்த அமைப்பின் உறுப்பினர்கள், சில வழக்கறிஞர்கள், நம் மீது அனுதாபம் காட்டும் சில ஜப்பானிய செயற்பாட்டாளர்கள் எனப் பலருடனும் கலந்துரையாடினோம்.

அன்று 1992ஆம் ஆண்டு, டிசம்பர் மாதம், இரண்டாம் திகதி. வேட்கை தணிக்கும் பெண்களுக்கு இழப்பீடு வழங்குவது தொடர்பான மாநாட்டில் கலந்து கொள்வதற்காக நான் முதன்முதலாக ஜப்பானுக்கு எனது பயணத்தை மேற்கொண்டேன். நமது அமைப்பின் தலைவர்களில் ஒருவரான இந்தாய் ஸாஜருடனேயே நான் அங்கு சென்றேன்.

அங்கு நான் பல கருத்தரங்குகளில் உரையாற்றியதோடு, அங்கு வந்திருந்த பாலியல் அடிமைகளாகவிருந்த கொரிய, சீன, தாய்வான், டச்சுப் பெண்களையும் சந்தித்தேன். உரைபெயர்ப்பாளர்களின் துணை கொண்டு அவர்கள் ஒவ்வொருவரது துயர அனுபவங்களையும் நாங்கள் அறிந்து கொண்டோம். ஒருவரையொருவர் அரவணைத்து கண்ணீர் சிந்தினோம்.

கொரியப் பெண்ணான காங் சூன் ஏ, உலக மகா யுத்தம் தொடங்குவதற்கு முன்பே, அதாவது 1941ஆம் ஆண்டு ஏப்ரல் மாதம் தனது வீட்டிலிருந்து கடத்திச் செல்லப்பட்டதாகக் கூறினாள். அப்போது அவளுக்குப் பதினான்கு வயது. அவ்வாறு கடத்தப்பட்டவள் சீனா, பசிபிக் பெருங்கடலிலுள்ள ஒரு தீவு நாடான பலாவு குடியரசு போன்ற நாடுகளில் ஜப்பானிய இராணுவத்தால் தடுத்து வைக்கப்பட்டிருந்ததாகக் கூறினாள். தனது இளமைக் காலத்தில் தொடர்ச்சியாக ஆறு வருடங்களை அவள் பாலியல் அடிமையாகக் கழித்திருந்தாள்.

நான் 1927ஆம் ஆண்டு, டிசம்பர் மாதம் ஐந்தாம் திகதி பிறந்தவள் என்பதை அவள் அறிந்து கொண்டதும் அவள் கதறியழுததோடு, 'நாங்கள் இருவரும் இரட்டையர்கள்' என்றாள். நான் பிறந்த அதே நாளில்தான் அவளும் பிறந்திருந்தாள்.

அவளைப் போலவே தொடர்ச்சியாக ஆறு வருட காலங்கள் ஜப்பானியப் படையினரால் பாலியல் வல்லுறவுக்குள்ளாக்கப்பட்ட மற்றுமொரு கொரியப் பெண்ணான லீ க்வீபுன்னையும் அங்கு சந்தித்தேன். வார இறுதி நாட்களில் தினந்தோறும் நூற்றுக்கணக்கான படையினர்கள் அவளை வல்லுறவு செய்வதற்காகவே வரிசையில் காத்திருப்பார்களாம். அவள் தனது அனுபவங்களைக் கூறும்போது

கதறியழுததோடு, எனது கைகளை ஆதரவாகப் பற்றிக் கொண்டாள். போர் முடிவுக்கு வந்ததைத் தொடர்ந்து அவள் பிச்சைக்காரியானதாகவும், வழிமுழுவதும் ஒவ்வொருவரிடமும் யாசித்து யாசித்தே வெகுதொலைவிலிருந்த தனது வீட்டுக்குப் போய்ச் சேர்ந்ததாகவும் குறிப்பிட்டாள்.

இந்தப் பயணத்தில் பல்வேறு நாடுகளைச் சேர்ந்த முன்னாள் பாலியல் அடிமைகள் ஒன்றாகச் சந்தித்து தமது போர்க்கால அனுபவங்களைப் பகிர்ந்து கொண்டமையை இந்தப் பயணத்தின் மிகவும் நல்ல விடயங்களிலொன்று என்று குறிப்பிடலாம். அந்த நிகழ்வில் பார்வையாளர்களாக பல அரச சார்பற்ற நிறுவனங்களின் உறுப்பினர்களும், ஐ.நா. சபை அதிகாரிகள் சிலரும் கலந்து கொண்டிருந்தார்கள்.

அங்கு நான் தங்கியிருந்த காலப்பகுதியில் ஜப்பானியர்களான பல செயற்பாட்டாளர்களையும், ஊடகவியலாளர்களையும், பல்கலைக்கழகப் பேராசிரியர்களையும், வழக்கறிஞர்களையும், மதத் தொண்டர்களையும் எனக்கு சந்திக்கக் கிடைத்தது. அவர்கள் என்னை வரவேற்றதோடு, என் மீது அனுதாபம் காட்டினார்கள். ஐம்பது ஆண்டுகளுக்கு முன்பு நான் சந்தித்த ஜப்பானியப் படையினர்களைப் போல அல்லாமல் இவர்களோ மிகவும் அன்பானவர்களாகவும், நல்ல முறையில் வரவேற்று உபசரிப்பவர்களாகவும் இருந்தார்கள்.

டோக்கியோ மாவட்ட நீதிமன்றத்தில் ஒரு வழக்கினைத் தொடர்வதற்காக 1993ஆம் ஆண்டு ஏப்ரல் மாதம் இரண்டாம் திகதி நான் மீண்டும் ஜப்பானுக்கு வந்தேன். பதினெட்டு மனுதாரர்களைக் கொண்ட ஒரு குழுவாக நாங்கள் இருந்தோம். அனைவருமே பாலியல் அடிமைகளாகத் தடுத்து வைக்கப்பட்டு சித்திரவதை அனுபவித்தவர்கள்.

எங்களுக்கு ஜப்பானிய வழக்கறிஞர் குழுவொன்று உதவியது. பிலிப்பைன்ஸிலிருந்து நான் பாதிக்கப்பட்ட மற்றுமொரு பெண்ணான ஜூலியா பொர்ரஸ்ஸுடன் வந்திருந்தேன். எம்மைப் போல வழக்குத் தொடர்ந்த கொரியப் பெண் ஒருவரையும் நான் அங்கு சந்தித்தேன். ஜப்பான் அரசிடமிருந்து உரிய மன்னிப்பையும், சில இழப்பீடுகளையும் கோரியே நாங்கள் வழக்குத் தொடர்ந்தோம்.

ஜப்பானில் தங்கியிருந்த அந்தக் காலப்பகுதி முழுவதும் நான் எனது வீட்டைப் பற்றியே கவலைப்பட்டுக் கொண்டிருந்தேன். நான் டோக்கியோவுக்கு விமானமேறத் தயாரான அன்று அதாவது 1993ஆம் ஆண்டு மார்ச் மாதம் 31ஆம் திகதி மாலை நேரத்தில் எனது சிறிய வீடு தீ வைத்து எரிக்கப்பட்டிருந்தது.

நான் அந்தச் சமயத்தில் பாதிக்கப்பட்ட பிலிப்பைன்ஸ் வேட்கை தணிக்கும் பெண்கள் அமைப்பின் அலுவலகத்தில் இருந்தேன். எனது மகள் ரோஸாரியோ மாத்திரமே வீட்டிலிருந்தாள். அவள் உயிர் தப்பிய போதிலும் வீட்டிலிருந்த எதையும் அவளால் காத்துக் கொள்ள முடியவில்லை.

முப்பது வருட காலங்களுக்கும் மேலாக நான் கஷ்டப்பட்டு உழைத்துச் சம்பாதித்துச் சேமித்துக் கட்டிய வீடும், தொலைக்காட்சிப் பெட்டியும், சீன குளிர்சாதனப் பெட்டியும், எனது தையல் இயந்திரங்கள் இரண்டுமென எனது பொருட்கள் அத்தனையும் கூட தீயில் சாம்பலாகியிருந்தன.

ஆகவே நாடு திரும்பிய பிறகு நான் தற்காலிகமாக எனது மகனோடு அவனது குடிசையில் தங்கினேன். என்றாலும் அவனது வீட்டில் எங்கள் அனைவருக்கும் தங்கியிருக்க இடம் போதவில்லை. ஆகவே நான் எமக்கு அயலிலிருந்த ஆரம்பப் பாடசாலையொன்றுக்கு இடம்பெயர்ந்ததோடு, அங்கு ஒரு மாதம் போல தங்கியிருந்தேன்.

இந்த இடைப்பட்ட காலத்தில் எமது வீட்டில் எஞ்சியிருந்த சிதிலங்களைக் கொண்டு நாங்கள் மெதுமெதுவாக அதே இடத்தில் ஒரு சிறிய வீட்டைக் கட்டிக் கொண்டோம். அதற்காக எனக்கு சில ஜப்பானிய மற்றும் பிலிப்பினோ நண்பர்கள் உதவி செய்தார்கள்.

எனது அந்திம காலத்திலேனும் இவ்வாறாக எனக்கு உதவ சில நண்பர்கள் எனக்கிருப்பதையிட்டு நான் மிகவும் நன்றியுடையவளாக இருக்கிறேன். தகரக் கூரை, கொங்க்ரீட் சுவர்கள், அறையொன்று என வாகனத் தரிப்பிடம் போன்ற ஒரு சிறு கொட்டிலையே என்னால் அங்கு அமைத்துக் கொள்ள முடிந்தது.

நாட்கள் வேகமாகக் கழிந்து கொண்டிருந்தன. 1993ஆம் ஆண்டு ஏப்ரல் மாதத்தில், பாதிக்கப்பட்ட பிலிப்பைன்ஸ் வேட்கை தணிக்கும் பெண்கள் அமைப்புக்கு உதவுவதற்காகவும், தாவோ நகரத்தில் ஒரு வலையமைப்பை உருவாக்குவதற்காகவும் நான் தாவோ நகரத்துக்குப் போயிருந்தேன்.

பாதிக்கப்பட்ட பெண்கள் தம்மைத் துன்பறுத்திக் கொண்டிருக்கும் மோசமான காயங்களிலிருந்து மீள்வதற்கு முன்வருமாறு நான் தொலைக்காட்சிகளிலும், வானொலிகளிலும் அங்கு உரையாற்றிக் கொண்டிருந்தேன். நான் அங்கு பல தரப்பட்டவர்களை சந்தித்ததோடு, ஜப்பானுக்குப் போகத் தயாராகிக்கொண்டிருந்த பாதிக்கப்பட்ட பெண்கள் நால்வருக்கு பிலிப்பைன்ஸின் சம்பிரதாய ஆடைகளைத் தைத்துக் கொடுக்கவும் உதவினேன்.

'போரும், பெண்களும், பாலியல் வன்புணர்வும்' என்ற தலைப்பில் பெர்லினில் நடைபெற்ற சர்வதேச மாநாட்டில் கலந்துகொள்வதற்காக நான் 1993ஆம் ஆண்டு செப்டம்பர் மாதம் பெர்லினுக்குப் பயணித்தேன். முன்னாள் பாலியல் அடிமைகளாக இருந்த பல கொரியப் பெண்களையும், இரண்டு நெதர்லாந்துப் பெண்களையும் நான் அங்கு சந்தித்தேன்.

ஜெர்மனியில் ஒரு வார காலம் தங்கியிருந்த நான் ஆர்ப்பாட்ட ஊர்வலமொன்றில் கலந்து கொள்வதற்காக நாடு திரும்பினேன். அந்த ஆர்ப்பாட்டமானது மணிலாவிலுள்ள ஜப்பான் தூதரகத்துக்கு முன்பாக நடைபெற்றதோடு, அதில் முன்னாள் பாலியல் அடிமைகளாக இருந்த முப்பது பெண்கள் கலந்துகொண்டிருந்தார்கள்.

அடுத்த மாதமே டோக்கியோ மாவட்ட நீதிமன்றத்தின் முதல் விசாரணைக்காக நான் மீண்டும் ஜப்பானுக்குச் சென்றேன். ஜப்பானியப் படையினரால் எனக்கு என்னவெல்லாம் நடந்தன என்பதை எடுத்துக் கூறி வழக்கு விசாரணை அறையில் நான் சாட்சியமளித்தேன். பாதிக்கப்பட்ட மற்றுமொரு முன்னாள் பாலியல் அடிமையாகவிருந்த பிலிப்பினோ பெண்ணான தோமஸா சலினோக்கும் அங்கு சாட்சியமளித்தார்.

இவ்வாறாக பல நீதிமன்றங்களில் நாங்கள் விசாரிக்கப்பட்டோம். சாட்சியமளித்த ஒவ்வொரு தடவையும் நானும், தோமஸாவும் கண்ணீர் விட்டு அழுதோம். காரணம் எமக்கு நேர்ந்த கொடுமைகள் அனைத்தையும் மீண்டும் மீண்டும் மீட்டிப் பார்க்கும்போது எம்மால் அதைத் தாங்க முடியாமல் இருந்தது. போர்க்காலக் கொடுமைகளை நினைவுகூரும்போதெல்லாம் ஜப்பானியப் படையினரது உருவங்கள் என் கண்முன்னால் நிழலாடுவதைத் தவிர்க்கவே முடியவில்லை.

விசாரணைகளுக்குப் பிறகு நாங்கள் மிகவும் களைத்துப் போனவர்களாகத்தான் எமது அறைகளுக்குத் திரும்புவோம்.

நான் தனியாக எனது அறைக்குள் அழுது தீர்த்த அனுபவங்களும் எனக்கு இருந்தன. நீதியைப் பெற்றுக் கொள்வதற்காக நாங்கள் இன்னும் என்னென்ன கஷ்டங்களையெல்லாம் அனுபவிக்க வேண்டியிருக்குமோ என்றும் கூட எனக்குத் தோன்றியது.

நாங்கள் ஒஸாகாவில் தங்கியிருந்த காலத்தில் நான் சுகவீனமுற்றேன். என்னைப் பரிசோதித்த மருத்துவர் எனது குருதியழுத்தத்தைப் பரிசோதித்து விட்டு என்னை நன்றாக ஓய்வெடுக்கச் சொன்னார். அதிகமாகக் களைப்படைந்திருந்ததால் எனது குருதியழுத்தம் மிகவும் அதிகரித்திருந்தது.

இனிமேல் நான் எதையும் இலகுவாக எடுத்துக் கொள்ள வேண்டும் என்பதையும், இல்லாவிட்டால் எனது உடல்நிலை மிகவும் மோசமாகப் பாதிக்கப்படும் என்பதையும் அப்போதுதான் நான் உணர்ந்தேன். முன்னாள் பாலியல் அடிமைகளாக இருந்த ஏனைய பெண்களும் கூட அவ்வாறு உடல்நலக் குறைவுகளால் பாதிக்கப்பட்டிருந்தார்கள். விஸாயா பகுதியைச் சேர்ந்த அவ்வாறான இரண்டு பெண்கள் ஏற்கெனவே காலமாகியிருந்தார்கள்.

அதனால், நான் செயலாற்றிக் கொண்டிருந்த பணிக்குழுவிலிருந்து சிறிது காலம் விலகியிருக்கத் தீர்மானித்தேன். சிறிது காலத்திற்கு எங்கும் போகாமல் வீட்டிலேயே தங்கியிருந்து ஓய்வெடுத்தவாறு அமைதியான ஒரு வாழ்க்கையை வாழ நான் விரும்பினேன். அந்தக் காலப் பகுதியிலும் பணிக்குழு உறுப்பினர்கள் தொடர்ந்தும் என்னைச் சந்திக்க வந்து போனார்கள். ஊடகவியலாளர்களுக்கும், ஜப்பானிலிருந்து வருகை தருபவர்களுக்கும் நான் நேர்காணல்களையும் அவ்வப்போது வழங்கிக்கொண்டிருந்தேன்.

1994ஆம் ஆண்டில் புதிய ஜப்பானியப் பிரதமரான டோமிச்சி முராயாமா, பாலியல் அடிமைகளாகத் தடுத்து வைக்கப்பட்டிருந்த பாதிக்கப்பட்ட பெண்களுக்கு இழப்பீடு வழங்குவதற்கு பதிலாக, அந்த ஆசியப் பெண்களுக்கான ஒரு மையத்தை நிறுவும் யோசனையைக் கொண்டு வந்ததைக் கேள்விப்பட்டதும் நான் மீண்டும் செயலில் இறங்கினேன்.

இந்த யோசனையானது, நாங்கள் கோரியதிலிருந்து வேறெங்கோ வெகு தொலைவில் இருப்பது எனக்குத் தெளிவாகத் தெரிந்தது. நான் ஏமாற்றத்தை உணர்ந்தேன். பெண்களுக்கு வாழ்க்கைப் பயிற்சிகளை

வழங்கக் கூடிய அவ்வாறான மையத்தால் எம்மைப் போன்ற வயதான முதிய பெண்களுக்கு என்ன பயனிருக்கப் போகிறது?!

உத்தியோகபூர்வமாக அரசாங்க அபிவிருத்தி அமைப்புகளினூடாக இழப்பீட்டுத் தொகை வழங்கும் முன்மொழிவுகள் கூட அவ்வளவு நல்லதல்ல என்று எனக்குத் தோன்றியது. அந்தச் சிறிய உதவித் தொகை சாதாரண மக்களுக்கு எவ்விதத்திலும் உதவாது. காரணம், பெருமளவான தொகையானது ஊழல் மிக்க அரச அதிகாரிகளால் சுருட்டிக் கொள்ளப்பட்டிருக்கும்.

பாதிக்கப்பட்ட பெண்கள் தமக்கு தனிப்பட்ட முறையில் உண்மையான இழப்பீட்டை வழங்க வேண்டும் என்று கோரினார்களே தவிர, அரசாங்க அல்லது தனியார் அமைப்புகளினூடாக உதவித் தொகை வழங்கப்படும் பொறிமுறையை அவர்கள் கோரவில்லை.

1994ஆம் ஆண்டு ஆகஸ்ட் மாதத்தின் இறுதியில் ஜப்பானியப் பிரதமர் முராயாமா பிலிப்பைன்ஸுக்கு விஜயம் செய்தார். பாதிக்கப்பட்ட பெண்களுக்கான மையத்தை நிறுவும் யோசனையை அவர் எமது ஜனாதிபதி ஃபிடெல் வி. ராமோஸிடம் கொண்டு வந்திருக்கக் கூடும் என்றுதான் நாங்கள் கருதினோம். ஆகவே நாங்கள் ஒரு ஆர்ப்பாட்டப் பேரணியைத் திட்டமிட்டோம்.

நன்றாக மழை பெய்து கொண்டிருந்த ஒரு திங்கட்கிழமையன்று முராயாமா வருகை தந்தார். அவர் தங்கியிருந்த மணிலா ஹோட்டலுக்கு முன்பாக, முன்னாள் பாலியல் அடிமைகளாக இருந்த அண்ணளவாக ஐம்பது பேரைக் கொண்ட பெண்கள் குழுவாக இருந்த நாங்கள் அனைவரும் ஆர்ப்பாட்டப் பேரணியை நடத்தினோம்.

மழை கடுமையாகப் பெய்ததால் நாங்கள் அனைவரும் நன்றாக நனைந்து போயிருந்தோம். அரை மணித்தியாலம் கழிந்ததற்குப் பிறகு காவல்துறையினர்கள் வந்து எம் அனைவரையும் அங்கிருந்து விரட்டியடித்தார்கள்.

முன்னாள் பாலியல் அடிமையாகவிருந்து, அந்த ஆர்ப்பாட்டத்தில் கலந்து கொண்ட பெண்ணான சிம்ப்லீஷியா மாரிலக், மழையில் நனைந்ததால் கடுமையாக சுகவீனமுற்றிருந்தாள். மயக்கம் வருவதாகவும், கடுங்குளிராக உணர்வதாகவும் அவள் கூறினாள். நாங்கள் அவளைப் பத்திரமாக அவளது வீட்டுக்குக் கூட்டிக்

கொண்டு போய்ச் சேர்த்தோம். என்றாலும் சில தினங்களுக்குப் பிறகு அவள் காலமானாள்.

இரண்டாம் உலகப் போர் முடிவுக்கு வந்ததன் பின்னர் பிலிப்பைன்ஸ் அரசாங்கத்திற்கு நஷ்டஈடு வழங்கியதால் இந்த இழப்பீட்டுப் பிரச்சினையும் அப்போதே தீர்க்கப்பட்டு விட்டதாக ஜப்பானிய அரசாங்கம் வலியுறுத்துகிறது. இந்த நிலைப்பாட்டில் எனக்கு உடன்பாடு இல்லை.

இத்தனை ஆண்டுகளாக எனக்கு எந்த விதமான இழப்பீடும் கிடைக்கவேயில்லை. என்னையும், என் குடும்பத்தையும் காப்பாற்ற நான் கடினமாக மிகவும் பாடுபட்டு உழைக்க வேண்டியிருந்தது. கடந்த கால குற்றங்களை ஒப்புக் கொள்வதும், அதற்கு ஈடான இழப்பீட்டைச் செலுத்துவதும் ஜப்பானிய அரசாங்கத்தின் கடமை என்றுதான் நான் கருதுகிறேன்.

'ஜப்பானியர்கள் மீது இப்போதும் கோபமாக இருக்கிறீர்களா?' என்று என்னிடம் பலரும் கேட்டிருக்கிறார்கள். ஒருவேளை அந்தக் கோபம்தான் எனக்கு வாழ்க்கையில் நம்பிக்கையளிக்க உதவியிருக்கக் கூடும். நான் துயரத்தை ஏற்றுக் கொள்ளக் கற்றுக் கொண்டுள்ளேன். அவ்வாறே மன்னிக்கவும் கற்றுக் கொண்டுள்ளேன்.

இயேசு கிறிஸ்துவால் தன்னைத் துன்புறுத்தியவர்களை மன்னிக்க முடியும் என்றால், என்னைத் துன்புறுத்தியவர்களை, துஷ்பிரயோகம் செய்தவர்களை மன்னிக்கவும் என்னால் முடியும் என்றுதான் நான் நினைக்கிறேன். இப்போது அரை நூற்றாண்டு கழிந்து விட்டது. என் கோபமும், மனக்கசப்பும் இனியும் புதியதாக இல்லை. எனது கதையைச் சொல்வது கடந்த காலத்துடன் சமரசம் செய்துகொள்வதை எனக்கு இலகுவாக்கியுள்ளது.

என்றாலும், நான் இறப்பதற்கு முன்பாவது நீதி கிடைக்கும் என்றுதான் நம்பிக் கொண்டிருக்கிறேன்.

மரியா ரோஸா ஹென்ஸனின் விளக்கப்படங்கள்

பண்ணைக்காரரும், எனது தந்தையுமான தொன் பெப்பே

எனது தாத்தா அல்பர்டோ 'பெரிய வீட்டுக்கு' தனது மாட்டு வண்டியில் விறகையும், உணவுப் பொருட்களையும் கொண்டு போய்க் கொடுத்து விட்டு வீடு திரும்புகிறார்.

எனது கத்தோலிக்கப் பாடசாலை சீருடை. அப்போது சிறுமியாக இருந்த நான் வருங்காலத்தில் ஒரு மருத்துவராக ஆக கனவு கண்டுகொண்டிருந்தேன்.

ஜப்பானியப் படையினரால் நான் பாலியல் துஷ்பிரயோகம் செய்யப்படுகிறேன். அந்த நீண்ட வாளை வைத்திருப்பவன்தான் முதலில் என்னை வன்புணர்வு கொண்டவன். அவன்தான் கேப்டன் தனகா என்பதை நான் பின்னர்தான் அறிந்துகொள்வேன்.

ஹுக்பலஹப் இயக்கக் கூட்டம்

'பட்டான் டெத் மார்ச்' எனப்படும் மரண அணிவகுப்பு

சோளச் சாக்கு மூட்டைகளுக்குள் துப்பாக்கிகளும், ஆயுதங்களும் ஜப்பானியக் காவலரணினூடாகக் கடத்தப்படுகின்றன. சூரிய வெப்பத்திலிருந்து தப்பிக்க பிரம்புக் கூடைத் தொப்பியை அணிந்திருக்கிறேன்.

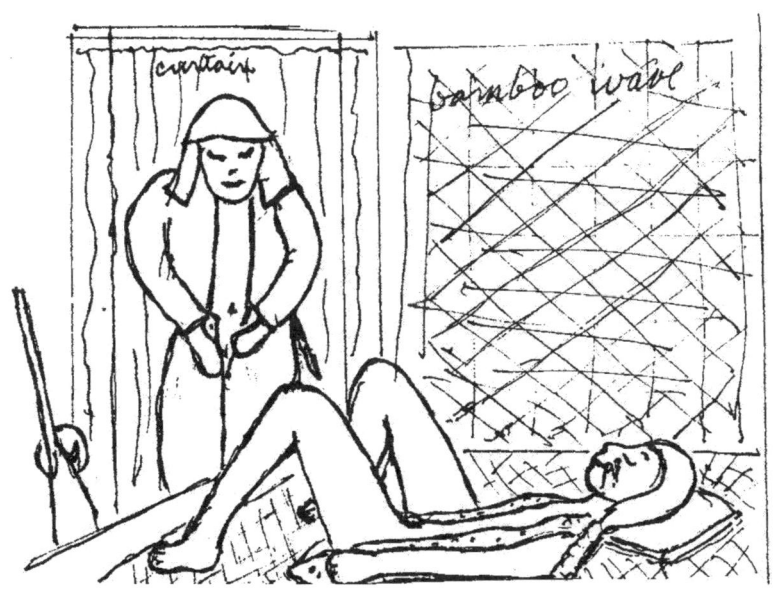

பன்னிரண்டு பன்னிரண்டு பேராக என்னைப் பாலியல் பலாத்காரம் செய்கிறார்கள்.

காவலன் எனக்கு செந்நிறச் சர்க்கரை ஒரு துண்டினைத் தருகிறான்.

நாங்கள் குளிப்பதைப் பார்த்து படையினர்கள் சிரிக்கிறார்கள்.

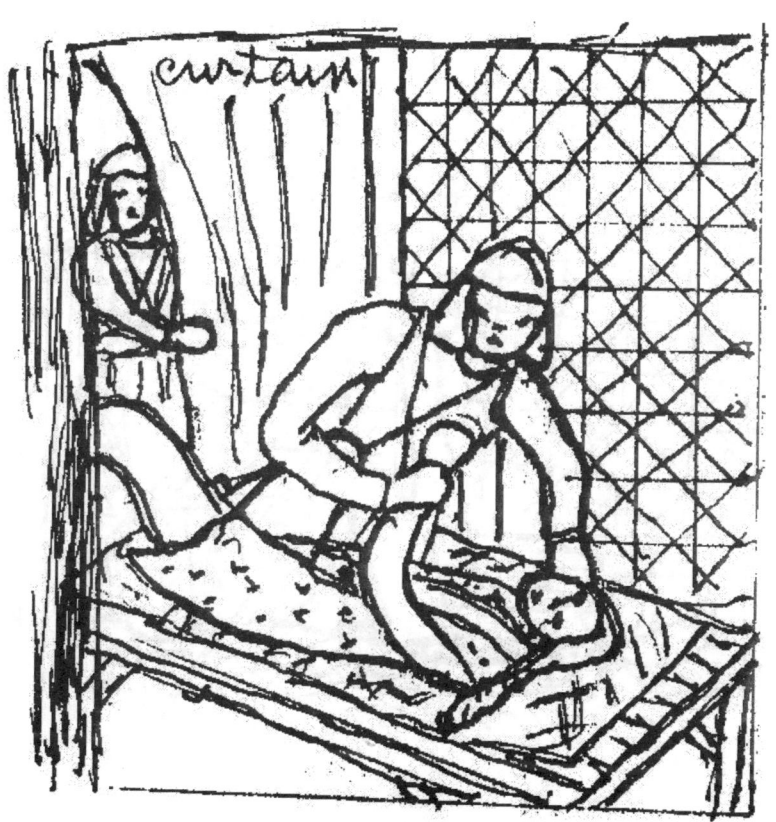

ஒவ்வொரு நாளும் எனது அறையில் இதே காட்சியைத்தான் காண முடியும்.

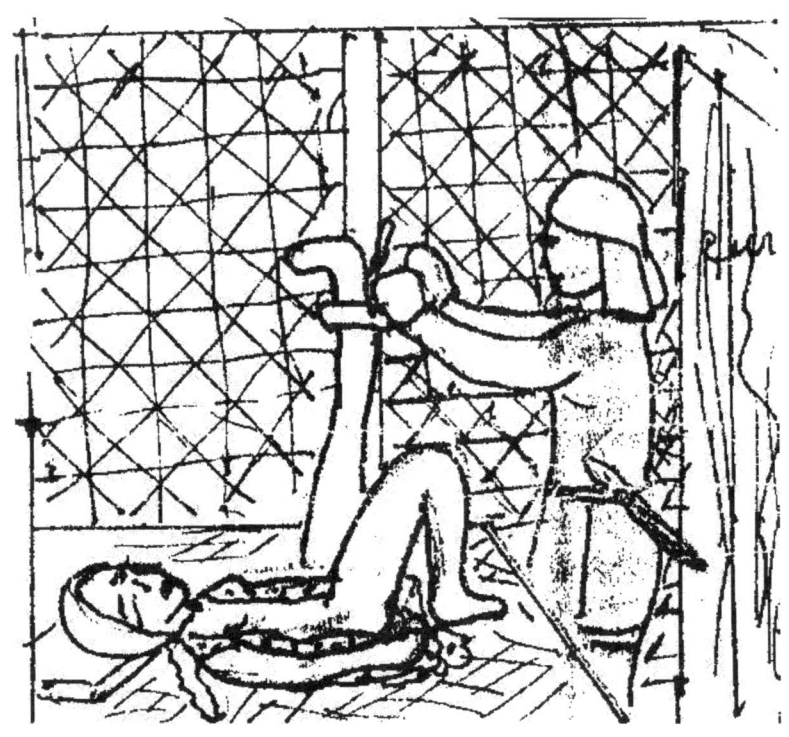

சில சமயங்களில் படையினர்கள் எனது கால்களை ஒரு தோற்பட்டையால் கட்டி சுவரில் அடிக்கப்பட்டிருக்கும் ஆணியில் தொங்க விடுவார்கள்.

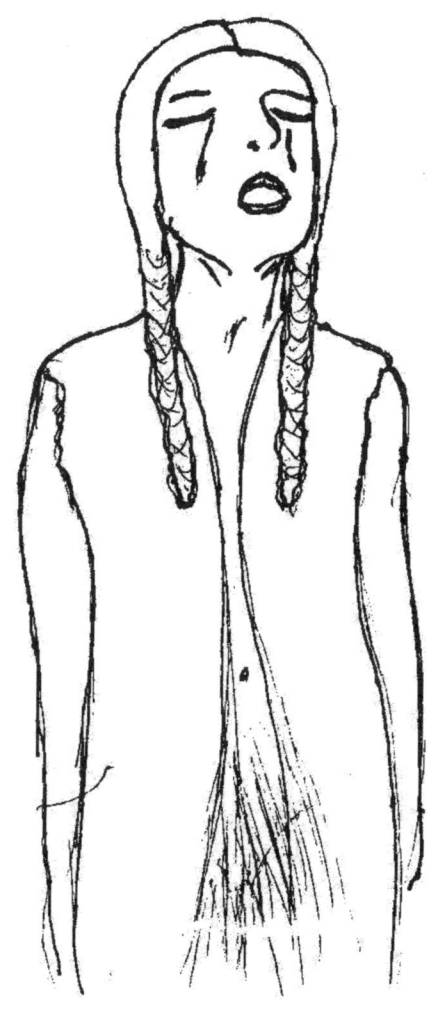

ஒவ்வொரு இரவிலும் அம்மா, அம்மா என்று ஓசையெழாமல் அழுதுகொண்டேயிருப்பேன்.

தயவுசெய்து என்னைப் போக விடுங்கள், தனகா!

மலேரியா நோயால் பாதிக்கப்பட்டு நடுங்கிக் கொண்டிருக்கிறேன். நான் நடிப்பதாகக் கருதிய படையினன் என்னைக் காலால் தாக்குகிறான்.

கைது செய்யப்பட்ட கெரில்லா இயக்கத்தவரோடு சித்திரவதை செய்யப்படுவதற்காகக் கட்டித் தொங்க விடப்பட்டிருக்கிறேன்.

துணைத் தலைவனால் தாக்கப்படுகிறேன்.

ஜப்பானியப் படையினர்கள் எமது வீட்டுக்குள் அத்துமீறி நுழைந்து எம்மைத் துப்பாக்கி முனையில் வைத்திருக்கிறார்கள். எனது தலைமயிர் உதிர்ந்து அரை அங்குல அளவிலேயே வளர்ந்திருந்ததாலும், நான் சிறுவனொருவனது ஆடையை அணிந்திருந்ததாலும் நான் பெண் என்பதை அவர்கள் இனங்கண்டுகொள்ளவில்லை.

ஆகாயத்தைப் பார்த்து நாங்கள் இருவரும் சத்தமாகப் பிரார்த்தித்துக் கொண்டிருக்கிறோம்.

எமது மகள்களுக்காக எனது கணவர் இனிய நேசப் பாடல்களைப் பாடுகிறார்.

நான் தப்பிக்க முயற்சித்த போதிலும், மீண்டும் அவர்களிடம் அகப்பட்டு விடுகிறேன்.

விடுமுறை நாட்களிலும் கூட நான் துணிகளைத் தோய்த்து ஆடைகளை அழுத்திக் கொண்டிருக்கிறேன்.